ప్రజల మనిషి

(తెలంగాణా తొలి నవల)

వట్టికోట ఆళ్వారుస్వామి

 నవచేతన పబ్లిషింగ్ హౌస్

PRAJALA MANISHI *(First Novel of Telangana)*

- Vattikota Alwaruswamy

ప్రచురణ నెం. : 198/02

ప్రతులు : 1000

ప్రథమ ముద్రణ : జనవరి, 1955

ఎన్.పి. హెచ్. ప్రథమ ముద్రణ : జనవరి, 2017

మలికూర్పు
విశాలాంధ్ర పబ్లిషింగ్ హౌస్
1963, 1970, 1978, 2004, 2008, 2013

© వట్టికోట శ్రీనివాసులు

వెల: ₹ 90/-

ప్రతులకు:

నవచేతన పబ్లిషింగ్ హౌస్

గిరిప్రసాద్ భవన్, బండ్లగూడ(నాగోల్) జి.ఎస్.ఐ. పోస్ట్
హైదరాబాద్-500068. తెలంగాణ. ఫోన్స్:24224453/54.
E-mail: navachethanaph@gmail.com

నవచేతన బుక్ హౌస్

ఆబిడ్స్, సుల్తాన్‌బజార్, యూసఫ్‌గూడ, కూకట్‌పల్లి, బండ్లగూడ(నాగోల్), వనస్థలీపురం-హైదరాబాద్. హన్మకొండ, కరీంనగర్, నల్లగొండ, ఖమ్మం.

విశాలాంధ్ర బుక్ హౌస్ (అన్ని బ్రాంచిలలో)

ప్రజాశక్తి బుక్ హౌస్ (అన్ని బ్రాంచిలలో)

నవ తెలంగాణ బుక్ హౌస్ (అన్ని బ్రాంచిలలో)

ముద్రణ : **నవచేతన ప్రింటింగ్ ప్రెస్**, హైదరాబాద్.

ఉద్యమప్రాణి

తెలంగాణ తొలి నవలాకారుడు ఆళ్వార్‌స్వామి.
తెలంగాణ తొలి నవల ప్రజల మనిషి.

ఆళ్వార్‌స్వామికి విద్వత్తు లేదు. ఇంగ్లీషులో తొలి నవలాకారుడు 'డెఫో'కు విద్వత్తు లేదు. తెలుగులో తొలి నవలాకారుడు నరహరి గోపాలకృష్ణమశెట్టికి విద్వత్తు లేదు.

నవలకు పరిశీలన-సామాజిక పరిశీలన - స్పందన - వేదన అవసరం. వేదన భాషను సృజించగలదు. ప్రఖ్యాత నవలలు అన్నీ సామాజికాలే!

నవలా రచనకు కొంత సామాజిక చేతన అవసరం. నిజాం రాజ్యంలో ఉర్దూలో కూడా నవల రాలేదు! నిజాం ఉర్దూ కవితను పోషించాడు. భూస్వామ్యం కవితాలతకు పందిరి!

ఉద్యమం, పరిణామం జరుగుతున్నపుడు రచనలు రావు! జరిగిం తరువాతనే రామాయణ భారతాల రచన జరిగింది.

'ప్రజల మనిషి' 1938కి పూర్వపు ప్రజాజీవితం అని అళ్వార్‌స్వామి చెప్పుకున్నారు. ఆ సంవత్సరం హైద్రాబాదు స్టేట్ కాంగ్రెసు స్థాపించే ప్రయత్నం జరిగింది. ఇంకా పుట్టకముందే నిజాం ప్రభుత్వం కాంగ్రెసును నిషేధించింది. ప్రజల మనిషి ప్రచురణ 1955. రచనాకాలం 1952-55 అవుతుంది! 1948లో పోలీసుచర్య తరువాత తెలుగుదనం పెల్లుబికింది!

ఆళ్వార్‌స్వామి అందగాడు. ఎప్పుడూ వెన్నెలలాంటి చిరునవ్వు. వారిది నిర్మల మానసం. నవ్వుతే నవరత్నాలే! మహాత్ముని తరువాత నిష్కల్మషంగా నవ్వినవాడు ఆళ్వార్‌స్వామి మాత్రమే!

ఇప్పటివి కంప్యూటర్ నవ్వులు!

ఆళ్వార్‌స్వామి నల్లగొండ జిల్లా మాధారం గ్రామంలో 1914లో జన్మించారు. తండ్రి విద్వాంసులు రామచంద్రాచార్యులవారు. తల్లి సింహాద్రమ్మ. మాకు బాగా తెలిసినవారు. అళ్వార్‌స్వామి మా కమలకు వరుసకు చిన్నాయన, మాకు మామ అవుతారు-

సాహిత్య బంధుత్వమే ఎక్కువ!

ఆళ్వార్‌స్వామి ఈ నవలలో నల్లగొండను తాకనేలేదు. నిజామాబాదు నా కండ్లు తెరిపించింది. జేలు యాత్రా స్థలమైంది అంటాడు కంఠీరవం. కంఠీరవం ఆవేశ కావేశాలు-విజ్ఞాన ప్రజ్ఞానాలు ఆళ్వార్‌స్వామివే! అతడూ విజయవాడలో హోటల్ సర్వరుగా పనిచేశారు. వారిని కాశీనాథుని నాగేశ్వరరావు ఎంతో ప్రభావితం చేశారు. ఆళ్వార్ దేశోద్ధారక గ్రంథమాల స్థాపించారు. **తెలంగాణం మొత్తంలో సాహిత్య పరిమళాలు పరివ్యాప్తం చేశారు!**

ప్రజల మనిషి సుమారుగా ఆళ్వార్ ఆత్మకథ. 'మోదుగుపూలు' నా ఉద్యమ కథ. మామయ్య తన ప్రణాళిక ప్రకారం నవలలు వ్రాసి ఉంటే నేను నవలలు వ్రాసేవాణ్ణేకాదు. 'గంగు' ముగించకుండానే కేవలం 47 సంవత్సరాల వయసులో వారు జీవితం చాలించారు. మామయ్య నన్ను ఎంతో ప్రభావితం చేశారు. **వారు మిగిల్చిపోయిన కార్యం పూర్తిచేయదానికే నేను నవలలు రచించాను. 'జనపదం' ఆళ్వారుస్వామికి అంకితం ఇచ్చాను.**

ఆళ్వార్‌స్వామి నిజామాబాదు జేల్లో చాలాకాలం ఉన్నారు. అదే బహుశ ఈ నవలలో నిజామాబాదు పృష్టభూమికి కారణం అయిఉంటుంది. మా అన్నయ్య కృష్ణమాచార్య నిజామాబాదు జేల్లో కలుసుకొనడం. ఒక చారిత్రక ఘట్టం! ఆళ్వార్ ప్రేరణతో దాశరథి అగ్నిధార కురిపించాడు - అంకితం ఇచ్చాడు.

"ఆశ్రయింపు లెరుగనినాడు
విశ్రాంతి తెలియనివాడు
స్వసుఖం కోరనివాడు
వారం వారం మారనివాడు
రంగులద్దుకోలేనివాడు
అతనిదే సార్థకమైన జీవితం
అతనికి అగ్నిధార అంకితం"

అన్నయ్యను, మామయ్యను గురించి వ్రాయదానికి నేను ఉన్నాను. నన్ను గురించి వ్రాసే మావాళ్లు మాత్రం లేరు!

మామయ్య చాల విచిత్రుడు. త్యాగరాజు సినీమా చూశాడు. దేవుని మనిషి ఉండగా 'ప్రజల మనిషి' ఉండదా? అని నవలకు ఆ పేరుపెట్టాడు.

ఆళ్వార్ వెన్నెల్లా వస్తాడు. వసంతంలా వ్యాపిస్తాడు. శిశిరంలా ఆకురాల్చి నిర్గమిస్తాడు! అతని జీవితమూ, జీవితాంతమూ అలాగే జరిగాయి!

ఆళ్వార్ పోయిం తరువాత వసంతం రానేలేదు!

ప్రజల మనిషి కథ అతి పల్చని పొర! ఉద్యమం కోసం అల్లిన చిన్న కథ. ఇది ఉద్యమ నవల మాత్రమే కాదు సాంఘిక చరిత్ర! నాటి అమలిన జీవితాన్నీ, ప్రేమలు, ఆప్యాయతలు, వేదనలను అతిసున్నితంగా, ఆర్ద్రంగా చిత్రించారు! ఇది నెత్తుటి మరక లేని నవల! ఆళ్వార్‌స్వామి అహింసా కమ్యూనిస్టు!

ఈ నవలలో సంభాషణలు తక్కువ. ఉపన్యాసాలు ఎక్కువ. ప్రేమ్‌చంద్ పాత్రలు ఉపన్యసిస్తాయి! అది మరింత చెప్పాలనే ఆతురత!

ఉద్యమం ఉరుకులు స్త్రీ పాత్రలను పట్టించుకోలేదు! ఆండాళమ్మ - రామాయణంలో సుమిత్ర వంటి వేదనామూర్తి! అన్నమ్మ ఆవేశం అరణ్య రోదన!

నవల చదివిం తరువాత ఇవాల్టి నేర రాజకీయం కంటె నిజాంపాలన మేలు అనిపిస్తుంది! వ్యక్తుల వైఫల్యాలు తప్ప ప్రభుత్వ వైఫల్యాలు కనిపించవు!

ఆళ్వార్‌స్వామి అక్షరశిల్పి కాదు. ఆచరణ శిల్పి!

5-2-2003న యువ కళావాహినివారు వట్టికోట ఆళ్వార్‌స్వామి సాహిత్యం సమాలోచన సభ నిర్వహించారు. ఆ సందర్భంగా ఆళ్వార్ సతీమణి శ్రీమతి యశోదమ్మను సన్మానించాం. ఆ సభకు వారి ఏకైక పుత్రుడు శ్రీనివాస్, కోడలు యాదగిరి లక్ష్మీ మనుమరాలు మానస వచ్చారు.

నేను ఆ సభలో ఆళ్వార్‌స్వామి నవలలను అందుబాటులోకి తేవలసిందని విశాలాంధ్ర ప్రచురణాలయం (ప్రస్తుతం తెలంగాణలో **నవచేతన పబ్లిషింగ్ హౌస్**) వారిని ప్రార్థించాను. వారు మన్నించారు. 'ప్రజల మనిషి' అయిదవ ముద్రణ వెలువరిస్తున్నారు. అందుకు విశాలాంధ్ర విజ్ఞాన సమితికి (తెలంగాణలో **నవతచేతన విజ్ఞాన సమితి**) కృతజ్ఞతలు.

త్వరలో ఆళ్వార్‌స్వామి మిగిలిన రచనలు ప్రచురిస్తారని ఆశిస్తున్నాను.

స్వస్తి ప్రజాభ్యః

డా॥ దాశరథి రంగాచార్య

సికింద్రాబాద్,
25.01.2004
పగలు 2:30 ని॥లకు

మనవి

చాలా భయంతో ఈ నవలను బయటికి తెస్తున్నాను. నవలలో తెలంగాణా జనసామాన్యంతోపాటు, సర్వసామాన్యంగా అందరూ మాట్లాడే భాషను సంభాషణల్లో రాశాను, మరి ఎంతవరకు సఫలుడినయ్యానో! ఇక నవల కథా విషయం: 1938లో హైదరాబాదులో స్టేటు కాంగ్రెసు పుట్టుటకు పూర్వం తెలంగాణ వాతావరణాన్ని ఆధారంచేసికొని దాని ప్రభావంనుండి బయలుదేరిన ఒకరిని కథానాయకునిగా తీసికొన్నాను, ఇక శిల్పం విషయం - ఇతివృత్తం, పాత్రలు, సంభాషణ, వాతావరణం, జీవనతత్వం ఇవి ఏ విధంగా పోషింపబడ్డాయో!

సుమారు మూడు ఏండ్ల కిందట ప్రారంభించిన ఈ నవలను చాలా మంది మిత్రులకు చదివి వినిపించాను. చర్చించాను. సూచనలను స్వీకరించాను. ఒక మిత్రుడు సంవత్సరం కిందట ఈ నవల విషయంలో సందర్భవశాత్తు ఒక పత్రికలో పేర్కొని వెంటనే ప్రకటించాల్సిందిగా ఆదేశించారు. నవలను విన్న ప్రతి మిత్రుడు ప్రశంసించడం నాకు సమస్య అయిపోయింది. వారు కేవలం మిత్రత్వాన్ని పురస్కరించుకొని ప్రశంసలను కురిపించి, లోపాలను కప్పిపుచ్చడం లేదు కదా అని భయపడ్డాను. ఆ భయం యింకా బాధిస్తూనే వుంది. ఆ భయంతో ఈ నవలను బయటికి తెస్తున్నాను.

ఈ వాక్యాల ద్వారా నా మనోవేదనను ప్రకటిస్తున్నానే కాని మిత్రుల ప్రోత్సాహాన్ని, ప్రశంసలను శంకించటం లేదు. నా మనోదౌర్బల్యమే ఈ వాక్యాలు రాయడానికి కారణం. ఇక మీ అభిప్రాయ మేమిటో!

ముఖ్యంగా యీ నవల అందచందాలు తీర్చుడంలోను, అచ్చయి బయటికి రావడంలోను యెందరో సహృదయులు తోడ్పడ్డారు. వారందరికీ హార్దిక ధన్యవాదాలు.

విన్నవించు,

వట్టికోట ఆళ్వారుస్వామి

రచయిత,

ప్రకాశకుడు, దేశోద్ధారక గ్రంథమాల.

జనవరి 1955,

హైద్రాబాదు.

ప్రజల మనిషి

1

తెల్లవారుజామున మొదలై అప్పుడే వర్షం వెలిసింది. ప్రజలు ఇండ్లలో నుండి బయటికివచ్చి తమ దైనందిన కార్యకలాపాల్లో లీనమయ్యారు. రైతులు తమ పశువులను దొడ్లో నుండి బయటికి వదిలి వీధిలో ఎత్తైన ప్రదేశంలో నీరు నిలువని చోట ఎండుగడ్డి వేశారు. బాటనబోయే ఒక ఆవు గడ్డిలో మూతి పెట్టబోయింది. తన హక్కును హరించబోతున్నదనే కోపంతో గడ్డి తింటున్న ఎద్దు ఆవును కుమ్మబోయింది. చేతికర్రతో ఎండుగడ్డిని కింద మీదు చేస్తున్న కోటయ్య పరీక్షగా తన ఎద్దును చూచాడు. అందరికి సంబంధించినదిగా తలచబడే వస్తువును ఇతరులు హరించబోతుంటే అడ్డుపడి రక్షించుకొనే ఆలోచన తన ఎద్దుకు కలిగినందుకు మానవుని ప్రవృత్తి తన ఎద్దుకు అలవడినందుకు ఆనందిస్తూ కోటయ్య కొట్టములోకి వెళ్ళాడు.

కొట్టములో గుంజకు కట్టివేసియున్న ఆవును దీనంగా చూస్తూ కోటయ్య కొడుకు కొమరయ్య నిలబడ్డాడు. ఆ ఆవు తొక్కుతున్న కాళ్ళవద్ద పేడ తీయటానికి అతనికి మనసొప్పటం లేదు. ఆవుదూడ అంబే అని అరిచింది. కోటయ్య కండ్ల వెంట నీరు కారింది. తండ్రిని చూడగానే కండ్లలో నీరును ప్రయత్న పూర్వకంగా ఇంకించుకొన ప్రయత్నం చేస్తూ, “దీనికి చొప్పవేయల్నా అయ్యా?” అన్నాడు. తండ్రి అనంగీకార సూచకంగా కొమరయ్యను చూచి కొట్టంలో ఈతనార కట్టను పరీక్షిస్తున్నాడు.

“ఇక రోజూ మేపంగద అయ్యా! ఇయాల ఒక రోజేగద! కడుపు నిండ మేపుదాం.” కొమరయ్య సందిగ్ధ ధోరణిలో అన్నాడు.

“ఇయ్యాళ్ళంతా అది ఉండబోతుందా? ఇప్పుడో ఇంకాసేపటికో సుంకరి పుల్లయ్య రానేవస్తాడు” అంటూ కోటయ్య విసుగుతో ఇంట్లోకి వెళ్ళాడు.

ఆవును దక్కించుకునే ఆలోచనేమన్నా ఉందేమో అడుగుదామని తండ్రి వెంబడే పోయాడు కొమరయ్య.

“ఇక మనకు ఆవు దక్కదా అయ్యా?” కొమరయ్య గంభీరంగా అడిగాడు.

“నీ కెందుకురా ఈ తిప్పలంతా? కన్నబిడ్డనే ఇంకో అయ్యకిచ్చి రోజులు గడపటంలేదు? ఇక గొడ్డుకొచ్చింది” అన్నాడు కోటయ్య.

"అంబే" అని కొట్టంలో నుండి ఆవుదూడ అరుపు వినవచ్చింది. కొమరయ్య పెరట్లోకి వెళ్ళి, గోడమీద నుంచి కొట్టంలో ఉన్న ఆవును, దూడను దీనంగా చూస్తూ నిలుచున్నాడు.

చేదబావి వద్ద పాచిపని చేసుకుంటున్న తల్లి వద్దకు వెళ్ళాడు. "ఆవును దొరకు ఇయ్యొద్దని నీవైనా చెప్పరాదే."

"నే నివ్వమంటేగా వద్దనటానికి?"

"అదికాదే. ఆవును దొర తోలుకపోతాడన్నప్పటి నుంచి నా కెటూ తోచడంలేదు. దాని కింద కుర్రదున్నను ఇస్తే తీసికోడా దొర?"

"అదంతా నాకేల తెలుసు నాయన. ఆ ఆవునే కావాల్నన్నాడట దొర. మీ అయ్యకు మాత్రం ఇయ్యాల్నని ఉందా? దొర ఆవును అడిగిన్నాడు మీ అయ్య సరిగా బువ్వకూడా తినలే" అంటూ పెరుగుకుండ గీకిన గోకును కొమరయ్య చేతిలో వేసింది తల్లి అన్నమ్మ.

"చూడు! బాయికాడికిపోయి వంగపిందెలు, ఆనగప్పిందెలు, మిరపకాయలు ఏమైనా ఎళ్తయేమో చూడు. నేను ఆవును దొరకాడ ఒప్పచెప్పి అటేవస్తా" అంటూ కోటయ్య నెత్తి రుమాలు చుట్టాడు.

కొమరయ్య గొంగడి భుజాన వేసుకొని కర్రను అడ్డంగా మధ్యన పట్టుకొని కొట్టంలోకి పొయ్యాడు. ఆవు ముఖాన్ని దిద్దాడు. గంగడోలును దువ్వాడు. వెన్నుమీది నుండి రెండు వైపుల రెండుచేతులు వేసి కౌగిలించుకున్నాడు. ఆవు ఆప్యాయంగా కొమరయ్య వైపు తల తిప్పి నాకాలని నాలుక నాడించింది. కొమరయ్య ఆవు వెన్నుపై తలవాల్చాడు. ఉబికి వచ్చిన కంటినీరు తుడుచుకుంటూ ఆవుదూడ వద్దకు వెళ్ళాడు. దూడ చిన్న అరుపుపెట్టి, కుప్పిగంతులు వేయ సన్నద్ధమవుతున్నది. పలుపువల్ల ఏర్పడిన ప్రతిబంధకాన్ని కండ్ల ద్వారా కొమరయ్యకు చెప్తున్నట్టు తల ఎత్తి చూచింది. తిరిగి చిన్న అరుపు అరిచింది. కొమరయ్య దూడ పలుపు విప్పాడు. దూడ కుప్పిగంతులేస్తూ తల్లిని చేరి పాలు చీకసాగింది. దూలం మీద ఉన్న గడ్డిమోపును చేతికర్రతో కిందపడేశాడు కొమరయ్య. మోపును ఈడ్చుకపోయి ఆవు ముందర వేశాడు. ఆనందంతో ఉబ్బిపోయాడు. బొటబొట కన్నీటి చుక్కలు రాలాయి.

'కడుపునిండా తాగు. అక్కడ నీ కడుపునిండ పాలు వదుల్తారో లేదో' మనసులో అనుకుంటూ బావి దోవ పట్టాడు. వెనుకకు తిరిగి తిరిగి చూసుకుంటూ కష్టంగా ఒక్కొక్క అడుగూ వేస్తున్నాడు.

పెద్దవాన పడినప్పుడల్లా ఊరి పక్క కాలువ నిండుగా పారుతుంది. దాన్ని దాటిపోవల్సిన పిల్లవాండ్రకు ఇబ్బందిగా వుంటుంది. కొమరయ్య కూడా ఎన్నోసార్లు భయంతో కాలువ దాటలేక ఇంటికి తిరిగి వచ్చాడు. కాని ఆ రోజు కొమరయ్య ఒళ్ళుమరచి కాలువదాటి పోతున్నాడు. కాలువ లోతుగాని, అతనికి ఎల్లప్పుడూ కలిగే భయంగాని స్ఫురించలేదు. ఆలోచనలోనే కాలువ దాటి కొంత దూరం పోయాక

వెనుకకు తిరిగి కాలువ ప్రవాహాన్ని తీక్షణంగా చూశాడు. మొలబట్ట, గొంగడి చివర భాగం తడిసి నీళ్ళు కారుతున్నాయి. అంతలోతు ఇంత తొందరగా, సులభముగా ఎట్లా దాటాడో ఆలోచిస్తూ నిలబడిపోయాడు. పక్క చెలకలో గొడుక కింద మూయబడియున్న గొర్రెపిల్లల అరుపులతో తెప్పరిల్లి తిరిగి బావి దోవబట్టాడు. బావిగడ్డ మీద గుడిసెలో కూర్చొని ఎక్కిఎక్కి ఏడ్చాడు. "ఆవు బాగా పాలిచ్చేది. మంచి ఆవును వదులుకోవడానికి అయ్య ఎందుకు ఒప్పుకున్నాడో" అర్థంకాని తండ్రి అసహాయస్థితిపై కొమరయ్య ఆలోచించసాగాడు.

దూరం నుండి తండ్రి పిలుపు వినవచ్చింది. గుడిసెలోనుండి బయటికి వచ్చాడు. కోటయ్య వస్తూనే వంగ తోటలో చెట్లను పరిశీలించాడు. "ఆనగపు తీగెను మళ్ళేశి చూడు. ఏమైన పిందెలు పడ్డయేమొ!" కొమరయ్య నుద్దేశించి అన్నాడు కోటయ్య.

కొమరయ్య తీగెలను మళ్ళేస్తూ "ఎన్ని తెంపమంటవు" బిగ్గరగా తండ్రిని అడిగాడు.

"తెంపకు. నేను వచ్చి చూస్తా" అంటూ కోటయ్య తీగెవైపు వెళ్ళాడు. తీగెలకు అక్కడక్కడ ఉన్న పిందెలను చూస్తున్నాడు.

"ఆవును ఎందుకిస్తున్నావయ్యా" బరువైన ధ్వనితో కొమరయ్య అడిగాడు.

కోటయ్య చకితుడై గంభీరంగా కొడుకును చూస్తూ – "కండ్లు ఉబ్బినయేం? ఏడ్చినావు? ఎందుకురా?" జాలిగా అడిగాడు.

"ఆవును ఇయ్యకయ్యా" కొమరయ్య బ్రతిమిలాడినట్లు అన్నాడు.

"వద్దంటే ఆగుతదా, పిచ్చోడా. నాకు మాత్రం ఇయ్యాలని ఉంది? దొర అడిగిండు, ఇస్తున్న అంతే."

"ఇవ్వనంటే దొర ఊరుకోడా?"

"ఇయ్యన్ని నీ కెందుకులే ఇప్పట్నుంచి. ఇంకో మంచి ఆవును తెచ్చుకుందాం."

"ఆ తెచ్చే ఆవును దొర కియ్యరాదే."

"ఇయ్యాల దొర అల్లుడొస్తున్నాడట. రేపు అల్లుడిని బిడ్డను సాగనంపుతారు. వాండ్లతో మన ఆవుకూడా పోతది. బిడ్డకు ఇస్తాడట, మన ఆవును" అంటూ కోటయ్య ఆనగపు తీగెలకున్న పిందెలను కొడుక్కు చూపాడు. "ఆపిందెలు తెంపి, మిరపతోట్లో ఇన్ని మిరపకాయలు తెంపుతుండు. బిరాన దొరకు పంపాలె. పొద్దెక్కుతున్నది" అంటూ కోటయ్య వంగతోట వైపు వెళ్ళాడు.

కొమరయ్యకు గాయంమీద కారం చల్లినట్లైంది. "మా అయ్యకు పిచ్చి లేశినట్టుంది. అన్నీ దొరకే కావాల్నట" అన్నట్లు వింతగా తండ్రిని కొద్దిసేపు చూచాడు. ఆనగపు పిందెలు చేతపట్టుకొని మిరపతోట వైపు వెళ్ళాడు. కోటయ్య కూరగాయలు తీసికొని వెళ్ళిపోయాడు.

కొమరయ్య తిరిగి ఆలోచించ మొదలు పెట్టాడు. పక్కనే ఉన్న కంచె వైపు దిగాలుపడి చూస్తున్నాడు. ప్రతిరోజు ఆవును కంచెలో తోలి బావి గడ్డమీద చూస్తూ నిలుచునే కొమరయ్యకు, ఆరోజు ఆవు లేకుండా కనపడ్తున్న కంచె జాలిగొలిపింది. “ఇక ఆవు ఈ కంచెకు రాదు. ఈ ఊళ్ళోనే ఉండదాయె” ఒక నిట్టూర్పు విడిచాడు. కంచెను దిగాలుపడి చూస్తున్నాడు.

కంచెలోని చెట్లలో ఎవరో పిల్లవాడు తిరుగుతున్నాడు. ఎవరా అని చూస్తున్నాడు కొమరయ్య. ఆ పిల్లవాడు మోదుగుచెట్లలో అటు యిటు తిరుగుతున్నాడు. చేతిలోని గై కత్తిని అటూ ఇటూ తిప్పుతున్నాడు. కొమరయ్య కంచెదోవ పట్టాడు. కంచెలోని పిల్లవాడు కొమరయ్య రాకను కనిపెట్టాడు. అంగీతో కండ్లు తుడుచుకున్నాడు. కొమరయ్య వస్తున్నవైపు చూస్తూ నిలుచున్నాడు.

కొమరయ్య దగ్గరికి వెళ్ళి “ఓ నువ్వా? ఎన్నడులేంది ఇయ్యాల ఇదేం పని? ఇయ్యాల బడికిపోలే? పంతులు నిన్నొదిలిండా?” ప్రశ్నలు కురిపించాడు.

ఆ పిల్లవాడు నిరుత్తరుడై దిగాలుపడి కొమరయ్యను చూస్తున్నాడు.

“ఆకులు తెంపుత” కొమరయ్య గై కత్తితో మండలు కోయసాగాడు. ఆ పిల్లవాడు ఉబికివస్తున్న దుఃఖాన్ని ఆపుకోలేక బావురుమని ఏడ్చాడు. కొమరయ్య దిగాలుపడి గై కత్తి కిందపడవేసి, ఆదరంతో “ఎందుకు ఏడుస్తున్నావ్” అన్నాడు.

“మా అమ్మ నన్ను బళ్ళోంచి బలవంతగా తీసికొచ్చి ఇక్కడికి పంపింది” గద్గదస్వరంతో అన్నాడు ఆ పిల్లవాడు.

ఆ పిల్లవాడు వైష్ణవుడు. అతని పేరు కంఠీరవం. అతని గురించి బడిపిల్లల తల్లిదండ్రులంతా వింతగా చెప్పుకున్నారు. అక్షర స్వీకారం జరుగకుండానే అతని చదువు మొదలైంది. బడిపంతులు అతనంటే ప్రాణాల్ని వదిలేవాడు. కంఠీరవం బడిలో ఉన్నంతసేపు పంతులు ఒళ్ళోనో, కుర్చీమీదనో, బడిలేనప్పుడు పంతులు ప్రక్కమీదనో, పంతులమ్మ ఒళ్ళోనో గడిపేవాడు. పంతులు కులానికి మహమ్మదీయుడైనా కంఠీరవం గ్రామ అగ్రజాతివాడైనా వారి పరస్పర ప్రేమ, వాత్సల్యాలు ఆ గ్రామంలో ఒక విశేషంగా చెప్పుకునేవారు. ఇంట్లో తల్లిదండ్రులు కోప్పడినా, ఇష్టంకానిపని చెప్పినా చెప్పకుండా కంఠీరవం పంతులువద్దకు చేరేవాడు.

ఆనాడు కంఠీరవం మాములుగా బడికి వెళ్ళాడు. కాని పంతులు పరగ్రామం వెళ్ళినందున పిల్లలంతా ఆడుకొంటున్నారు.

కంఠీరవం తల్లి ఆండాళమ్మ బడికివచ్చి, కంఠీరవానుద్దేశించి, “ఇటురా తండ్రి” అని పిలిచింది. బడి కడపలో నిలుచుండి “ఎందుకే?” ప్రశ్నించాడు కంఠీరవం. “ఏమీలేదు నాయనా! ఇన్ని మోదుగు ఆకులు తెచ్చిపెట్టాలె కొడుక” ఆండాళమ్మ బ్రతిమిలాడింది.

“నేను రాను” అని కంఠీరవం, గిదగిద ఉరికి, పొయ్యివద్ద వంట చేసుకుంటున్న పంతులమ్మ వీపుపై పడ్డాడు. గట్టిగా కౌగలించుకున్నాడు.

మహమ్మదీయుల ఇంట్లో అడుగుపెట్టడమే ఆండాళమ్మకు కష్టంగా ఉంది. కాని ఏం చేస్తుంది? ఇరవై ఇస్తళ్ళు కుట్టి రామభూపాలరావు దొర ఇంటికి పంపాలె. దొర ఇంటికి చుట్టాలు వస్తున్నారు. అవసరమున్నపుడల్లా ఆ విధంగా కుట్టియివ్వడం మామూలు. తోరణం ఆకుల్తో కుట్టి ఇస్తామంటే, పచ్చి ఆకులు దొరకుతున్నప్పుడు, తోరణం ఆకుల్తో వద్దని ఇస్తళ్లు కావాల్నని చెప్పవచ్చిన ఆడబాసవాడు అన్నాడు.

ఆండాళమ్మ భర్త రఘునాథాచార్యులు, పెద్దకొడుకు వెంకటాచార్యులతో దేశసంచారానికి వెళ్ళాడు. అందువల్ల ఆండాళమ్మ విధిలేక ఆరాటంతో బడికి వచ్చింది. కంఠీరవం రానంటున్నాడు. మహమ్మదీయుల ఇంట్లో, పైగా పొయ్యివద్ద చేరాడు. ఆండాళమ్మ బహుకష్టంగా ఒక్కొక్క అడుగు వేసుకుంటూ పెరట్లో నుండి వంటఇంటి కడపవద్దకు వెళ్ళింది. పంతులమ్మ కోడిగుడ్లు పగులకొడ్తున్నది. ఆండాళమ్మ ముఖం తిప్పుకుని, మూతికి కొంగు అడ్డుపెట్టుకుని "మా పిల్లవాడిని బయటికి పంపమ్మ కాస్త, ఇంట్లో ఎవరులేరు" అన్నది.

"నీ కొడుకును నేను పట్టుకున్నానా!" నవ్వుకుంటూ పంతులమ్మ అన్నది.

"నేను పోవాలె తల్లి, చాలా పొద్దెక్కి పోయింది." అంటూ "వస్తావా రావా?" గద్దించింది కొడుకును.

కంఠీరవం పంతులమ్మకు దూరంగా మంచంమీదచేరి "నేనురాను" అన్నాడు. బోర్లపడుకొని కొంటెగా తల్లిని చూచాడు.

"ఏంచెయ్యను వీడితో? పదిహేను, ఇరవై ఇస్తళ్ళు కుట్టివ్వాలె. ఎక్కడి పని అక్కడే ఉంది. ఇంట్లో ఒక్క ఆకు చింపు కూడా లేదు. వీడేమో మంకు చేస్తున్నాడు" ఆండాళమ్మ ఆరాటపడింది.

"పోరాదు నాయన, పంతులు పగటికి వస్తాడు. అందాకా ఇంటికి పొయ్యి అమ్మ చెప్పిన పని చెయ్యి" అంటూ పంతులమ్మ కంఠీరవాన్ని సమీపించబోతుండగా, "కొంచెం చేయి కడుక్కొని పట్టుకరా అమ్మ." ఆండాళమ్మ పంతులమ్మకు ఆచారవిధిని తెలిపింది.

పంతులమ్మ ముసి ముసిగా నవ్వింది. ఆండాళమ్మను ఓరకంటితో చూచింది. చెయ్యి కడుగుకొని కంఠీరవాన్ని అమాంతంగా ఎత్తుకొని "పోయిరా పో నాయనా" అని ముద్దు పెట్టుకొన్నది.

"బాగుంది గారాబం. దున్నపోతున్నట్టున్నాడు. ఎందుకెత్తుకున్నవు? కడుపునొప్పి లేస్తుంది" అని పైకిమాత్రం అన్నది. కాని తన కొడుకుపై పంతులమ్మ చూపే ప్రేమకు లోలోన ఆనందించింది ఆండాళమ్మ.

"ఎందుకమ్మ దున్నపోతంటారు? బంగారంలాంటి కొడుకును? మాకిచ్చేయండి మేము సాదుకుంటాం" అని పంతులమ్మ కంఠీరవాన్ని కిందికి దింపింది. "అన్నం తినగానే పంపండి. వస్తావుకదు" పంతులమ్మ గారాబంగా కంఠీరవాన్ని చూచింది.

కంఠీరవం ముఖం మాడ్చుకొని, తల్లి చేయిపట్టుకొని ఇంటికి వెళ్ళాడు. ఆండాళమ్మ బస్తాసంచి పైకెత్తి ఇచ్చి విస్తరాకులకు పంపింది. పిల్లలసాయంతో, ధున్నపోతు మీద ఎక్కించి, కాల్వదాటిందాకా ఇవతలి ఒడ్డున నిలుచున్నది ఆండాళమ్మ. కంచెకువెళ్ళేవరకు అక్కడ కొమరయ్య సాహచర్యం దొరికింది. కొమరయ్య మండలు కోస్తున్నాడు. కంఠీరవం మండలు ఏరి ఒక చోట కుప్ప చేస్తున్నాడు. తర్వాత ఇద్దరూ కూర్చొని మండనుంచి ఆకులు తుంచ మొదలుపెట్టారు.

"మా అయ్య మా ఆవును దొరకిచ్చిండు" కొమరయ్య అన్నాడు.

"మీకు మరి?" కంఠీరవం వెంటనే ఆవేదనతో అడిగాడు.

"మా అయ్య ఇంకోటి తెస్తానన్నాడు. కాని ఎన్నడు లేంది నువ్వు ఇయ్యాల ఇస్తరాకుల కొచ్చిన వెందుకు?"

"మా నాయనగారు, అన్నయ్య సంచారం పోయిన్రు. ఇవ్వాళదొర యింటికి చుట్టాలొస్తున్నారట. ఇరవై ఇస్తళ్ళు మా అమ్మ కుట్టివ్వాలట."

"అవును! చుట్టాలొస్తున్నారట. మా అయ్య మిరపకాయలు, ఆనగపు పిందెలు, వంకాయలు తీస్కపోయిండు."

ఆలోచనాధోరణిలో – "ఊం మీరు కూరగాయలు, ఆవును ఇస్తున్నారు. ఇస్తళ్లు మా అమ్మ కుట్టిస్తున్నది. వాండ్లింటికి చుట్టాలొస్తే అంతా మనకే వచ్చిందే!" అన్నాడు కంఠీరవం.

"అదే నిన్నడుగుదామనుకుంటున్న. దొరకు గతిలేదా యేం? ఆ చుట్టాలతోటి మా ఆవును పంపుతాడట."

"ఎందుకు?"

"మా ఆవును దొర తన బిడ్డకు ఇస్తాడట."

"మీ ఆవును దొరబిడ్డకు ఇవ్వడమేమిటి?"

"అవన్నీ అడుగొద్దంటాడు మా అయ్య."

"మనం ఏమీ అడుగొద్దంటే, మనతో ఆ దొరకు పని చేయించడమెందుకో! మరి అయితే ఇస్తళ్ళు కుట్టడానికి మా అమ్మను కూడా దొరబిడ్డ వెంట తోల్తారేమో!!"

"ఏమో! మీ అమ్మను అడుగు."

"అడుగుత. మా నాయనగారు, మా అన్నయ్యకూడా ఊళ్ళోలేరు. మా అమ్మకూడా లేకుండాపోతే నాకు అన్నం ఎట్ల?"

"బడిపంతులు ఉన్నాడుగా?" కొమరయ్య నవ్వుతూ అన్నాడు.

"ఛా! అతడు తురకనాయె. వాండ్లు గుడ్లు, చేపలు తింటారు. నేను తినకూడదాయె."

"వేరేవాండ్లతో వేరే ఏమన్న వండించి పెట్టడు పంతులు."

"అవును. అది కూడా అమ్మను అడుగుత."

మాటల్లో మొత్తం ఆకులు తుంచారు. తర్వాత ఇద్దరు ఆకులను సంచిలో

నింపారు. కంఠీరవం కాసేపు, కొమరయ్య కాసేపు కొంతదూరం సంచిని మోసుకుంటూ వచ్చారు. ఇద్దరూ అలసిపోయారు. ఆ సంచిని గైకత్తికి మధ్యన కట్టారు. కావడిగాచేసి ఇద్దరూ చెరొక వైపున భుజాన పెట్టుకొని కాల్వవరకు వచ్చారు. దున్నపోతుల సాయంతో కాల్వ దాటారు. మళ్ళా కావడిగా చేసుకొని కంఠీరవం ఇంటికి చేరారు.

ఇంటికి వచ్చేవరకు ఆండాళమ్మ విస్తరి పుల్లలు చీరుకు కూర్చున్నది. విస్తళ్ళు కుట్టడానికి సహాయానికై పిలిపించుకున్న సాతాని మంగమ్మకూడా పుల్లలు చీరుతున్నది.

ఆండాళమ్మ లేచి "తెచ్చినావు కొడుక." అన్నది. సంచి తెచ్చి మంగమ్మ కూర్చున్నచోట విప్పి ఆకులు కుమ్మరించింది. "నీకెవరో జంట దొరికిన్రే?" కొమరయ్యను చూస్తూ – "ఎవరి కొడుకువు పిల్లగా?" అడిగింది.

"మొదట బళ్ళో నాతోటే చదివిండే. ఇప్పుడు బడికి రావటం లేదు. బాయిదగ్గరికి పోతున్నడు." కంఠీరవం సమాధాన మిచ్చాడు.

"మీ నాయన పేరేంది పిల్లగా?" సాతాని మంగమ్మ అడిగింది.

"గొట్టం కోటయ్య."

"మీ ఆవునేనా దొర తోలకపోయింది?" మంగమ్మ ఆతురతలో అడిగింది.

బిక్కముఖంతో "అవును" అన్నాడు.

కొమరయ్య, కంఠీరవం ఆకుల తొడిమలు తీస్తూ కూర్చున్నారు.

"నేను చెప్పలేదా? ఇదే సంగతి. పాపము! బిడ్డడు కడుపునిండా పాలు తాగిండో లేదో!! మొన్న మొన్ననే ఈనిందట. ఎవడి కంట్లో మన్ను పోసుకున్నడో, పాలు బాగా యిస్తుందని దొరకు తెలిసింది. ఇంకేముంది?. కావాలన్నాడు" మంగమ్మ మూతి విరిచింది. తొడిమెలు తీసిన ఆకులు కిందుమీదుచేస్తూ పెద్ద ఆకులు ఏరింది.

"అమ్మా! దొరబిడ్డ ఊళ్ళో ఇస్తళ్ళు కుట్టివ్వడానికి దొర నిన్ను పొమ్మంటే పోతావా? నాకు అన్నం ఎవరు పెడ్తారు? పంతులు తురకనాయె. ఆయనింట్లో తినకూడదాయె" కంఠీరవం అడిగాడు.

"మా ఆవును దొరబిడ్డతో పంపుతారట" కొమరయ్య అన్నాడు.

"అదా సంగతి? చూచావమ్మా? పోరడు గింత వున్నడో లేదో అన్నీ తెలుసుకున్నడు. బిడ్డకు అరణం ఇస్తున్నాడు గామాలు ఆవును" మంగమ్మ ఆశ్చర్యంగా అన్నది. విస్తళ్లు కుట్టసాగింది.

"మరి నిన్నుగూడ రమ్మంటారా అమ్మ" తిరిగి కంఠీరవం అడిగాడు.

"పిచ్చితండ్రి! ఆ ఊళ్ళో ఇస్తళ్ళు కుట్టేవాండ్లున్నారు. నేనేం పోను" అని ఆండాళమ్మ తల నిమిరింది. "నీకు అన్నీ ఆదుకోవడానికి పంతులు, పంతులమ్మ లేరు? అక్కడే తిను" ముసిముసిగా నవ్వుతూ అండాళమ్మ అన్నది.

"అయితే, ప్రతి ఊళ్ళో ఇట్లా కుట్టేవాళ్ళుంటారా అమ్మ?"

"ఉంటారు, ఎందుకుండరు? మీ తాతకాలంలో ఈదొర తండ్రిని ఆశ్రయించుకొనే ఇక్కడికి వస్తిమి. ఆ దొర చచ్చి స్వర్గంలో ఉన్నాడు. మహారాజు చెరువుకింద నిక్షేపంలాంటి పొలమిచ్చిండె. ఓ అయ్యను ఆశ్రయించకుండా గుట్టుగా కాలం వెళ్ళేది. ఆ దొర చచ్చిండు. పొలం పోయింది. కాని మంగమ్మా! చాకిరిమాత్రం తప్పటంలేదు. అక్షరజ్ఞానంలేని పెద్దవాడిని వెంటేసుకొని పెద్దమనిషి ఇల్లనక, వాకిలనక, ఒళ్ళనక దేశాలు తిరిగితేగాని ఈమాత్రం సంసారం నడవటంలేదు. నీకు తెలియదా మంగమ్మ? ఆ దొర చచ్చిం తర్వాత ఒకటికొకటి విపరీతాలు పుట్టుకొస్తున్నాయి కాని" ఆండాళమ్మ అంటుండగా గుడ్లలో నీళ్ళు తిరిగాయి.

"నీకు ఎరికే ఉండొచ్చు, మొన్న కిస్తులో మా ఇంటాయనను ఫజీతాచేసి వసూలు చేసిన సంగతి" మంగమ్మ తన ఇబ్బందిని తెలుపుకుంది.

"చచ్చిన దొర రోజులలో గడీలో ఏది జరిగినా ఊరంతా పెండ్లి వోలె ఉండేది. ఆ మామూళ్ళు, మర్యాదలు ఇప్పుడు లేకపోయినా సాగించుకోవడం మాత్రం తప్పడంలేదు" ఆండాళమ్మ అన్నది.

"అవును. అంతే. ఇంగువకట్టిన గుడ్డ" మంగమ్మ తోడుపలికింది.

"చిన్న, పెద్ద విచక్షణ లేకుండా కూడా పోతున్నది మంగమ్మ. నీవేమన్నా అను, ఆ దొర లేమంటారో ఏమోకాని మధ్యముండా కొడుకులున్నారే, ఒక్కొక్కడు మిడిసిపడిపోతున్నారు. ఇస్తళ్ళు కావాలని చెప్పవచ్చిన ఆడబాప రంగడు కూడా మాట్లాడే పద్ధతి చూస్తే నాకు ఒళ్ళు మండిపోయింది" ఆండాళమ్మ అన్నది.

మంగమ్మ, ఆండాళమ్మ సంభాషణ శ్రద్ధగా వింటూ కొమరయ్య, కంఠీరవం అప్పుడప్పుడు ఒకరిముఖాలు ఒకరు చూచుకొంటున్నారు.

"వాండ్లనంటే ఏంలాభం? సాగే అవకాశముంటే సాగుతుంటుంది. పైవాండ్ల ఆసరా ఉంటేనే కిందివాండ్లు ఎగురుతుంటారు. ఇంతకు ఎన్ని అయినట్లు ఇస్తళ్ళు? మావాడు పొద్దున ఏమీ తినకుండానే పోయిండమ్మ బడికి. రోజు ఏం పెడ్తాం? ఎక్కడనుంచొస్తాయ్? నోటిలో తడిలేని పుటకలు. ఇంకా అయిదు ఇస్తళ్ళు కుట్టి పోతానమ్మ" మంగమ్మ విస్తళ్ళు లెక్కపెడ్తూ అన్నది.

ఆకుల తొడిమెలు తీస్తున్న కంఠీరవం "మడి ఎప్పుడే కట్టుకునేది" తల్లి నడిగాడు.

"ఇవి కావొద్ద కొడుక. కొడుకు ఎన్నడు లేంది ఆకులకు పోయిండమ్మ. కొడుకు ఎంతకష్టపడ్డడో" కంఠీరవం నెత్తిని నిమురుతూ తల్లి అన్నది.

"అయితే నేను పంతులు దగ్గరికి పోతా, పంతులు వచ్చుండొచ్చు. లే కొమరయ్య పోదాం రా" అని కంఠీరవం లేచి నిలుచున్నాడు.

"నేను బడికి రాను, పంతులు కోప్పడతాడు. మా అయ్య నన్ను బళ్ళోంచి తీసినప్పుడు మా అయ్యతో పంచాయితి పెట్టుకుండు."

"సరే అయితే, ఇంటికి పో" అని కంఠీరవం బడిదోవ పట్టాడు.

కొంతసేపట్లో ఆడబాప రంగడు విస్తళ్ళ కొరకు వచ్చాడు. గదిలోకి కావలసిన మొత్తం విస్తళ్ళు ఇరవై అయినా కుట్టిఉన్న యిరవై మూడు విస్తళ్ళు కూడా అవసరముందని తీసికెళ్ళాడు. ఒక విస్తరి చేత బట్టుకపోదామనుకున్న మంగమ్మ నిరుత్సాహంతో ఏదో గొణుగుకుంటూ ఇంటికిపోయింది. "ఏదో వైపరీత్యానికే వచ్చింది" ఆండాళమ్మ తనకు తానే అనుకుంటూ ఇంటిలోకి వెళ్ళిపోయింది.

కంఠీరవం తండ్రి రఘునాథాచార్యులు తండ్రితోపాటు ఆ గ్రామం చేరుకొని ఎంతోకాలం అయింది. రామభూపాల్‌రావు తండ్రి భుజంగరావు బ్రతికి ఉన్నప్పుడు, రఘునాథాచార్యులు చాలా మన్ననలు పొందాడు. రఘునాథాచార్యులు యొక్క పాండిత్య ప్రతిభను మిక్కిలి కొనియాడేవారు. భుజంగరావు మరణించిన తర్వాత రామభూపాల్‌రావు వ్యవహారం, పద్ధతి రఘునాథాచార్యులకు నచ్చలేదు. రఘునాథా చార్యుల అసంతృప్తికి ప్రబలమైన ఏకారణం లేకపోయినా రామభూపాల్‌రావు మాటల వైఖరి, ప్రజలతో వ్యవహరించే విధానం, వ్యక్తిగత జీవితం మొదలైన అతని దైనందిన జీవిత విధానమే రఘునాథాచార్యులకు ఏవగింపుగా తోచింది. ముఖ్యంగా భుజంగరావులో కనిపించిన విశాలభావము, ఠీవి, మర్యాద, మన్నన, విచక్షణా జ్ఞానము రామభూపాల్‌రావులో లేవని రఘునాథాచార్యులు తెలుసుకున్నాడు. దానితో రామభూపాల్ రావు అంటే రఘునాథాచార్యులకు ఒకవిధమైన నిర్లక్ష్యము, నిరసనభావం ఏర్పడింది. రఘునాథాచార్యులకు, చదువుకున్నాననే ధీమా, గర్వము ఎక్కువ ఉందని రామభూపాల్‌రావుకు ఒక అభిప్రాయమేర్పడింది. ఈ విధంగా పరస్పరం సుముఖత లేకుండా కొన్నాళ్ళు గడిచాయి. ఇట్టి వాతావరణానికి తోడు రామభూపాల్‌రావు బిడ్డ పెండ్లి సందర్భమున జరిగిన ఒక సంఘటనలో రామభూపాల్‌రావుకు, రఘునాథాచార్యులకు ఇంకా బెడిసిపోయింది.

పెండ్లి ఆడంబరం, అట్టహాసంతో ఊరి ప్రజలంతా ఉబ్బితబ్బిబ్బైపోయారు. పనిపాటలవాండ్లకు ఊపిరి మెసలకుండా అయిపోయింది. పెండ్లి అయిదురోజులకు కావల్సిన కూరగాయలు అందించే బాధ్యత రైతులకు ఒప్పజెప్పబడింది. ప్రజలు తమ ఇండ్లలోని పాలనుండి వెన్నను భద్రపరచి నెయ్యి సిద్ధం చేయించి వీలున్న ప్రతిచోట మంచి నెయ్యి సేకరించి అందించే బాధ్యత, పెండ్లిరోజుల్లో సామాను గది నిర్వహించి తినుపదార్థాలను అందించే బాధ్యత గ్రామవైశ్యుల నెత్తిన బడ్డది. గ్రామంలో ఉన్న బల్లెపీటలు, మంచాలు అతిథుల అవసరాలకై ప్రత్యేకించబడ్డవి. అతిథుల పశువులకు మేత కొరత రాకుండా చూచే బాధ్యత కొందరి రైతులకు అప్పగించబడ్డది. వీధుల పరిశుభ్రత, గుర్రాలను అరుచుకొనే భారం బేగారివాండ్లపై బడ్డది. ముఖ్యంగా ఆ పెండ్లి దిగ్విజయంగా జరిగి, రామభూపాల్‌రావు ఘనతకు ఏలాటి లోటు రాకుండా చూచే బాధ్యత గ్రామ ప్రజల కర్తవ్యంగా నిర్ణయించబడ్డది. ఆ పెండ్లిని గురించి, అందుకై చేస్తున్న సన్నాహాలను గురించి, జరుగబోయే వినోదాలను గురించి, చుట్టుపట్ల పది గ్రామాలవరకు ప్రజలు వింతగా చెప్పుకున్నారు. మంగళగిరి నుండి

సన్నాయిమేళాన్ని, బెజవాడనుంచి ప్రవీణులైన సంగీత పాటకులను, కూచిపూడి భాగవతుల వాండ్లను, హైద్రాబాదునుండి బ్యాండు వాండ్లను, నౌబత్‌వాండ్లను, భోగంమేళాన్ని పిలిపించాడు. తోటలో ఉన్న బంగళా అధికారులకు అతిథిగృహంగా ఏర్పాటు చేయబడ్డది. విశాలమైన ధర్మశాల భోగంవాండ్లకు నివాసస్థలంగా మార్చబడ్డది. రఘునాథాచార్యుల యింటిముందర, పెరట్లో పందిళ్ళు వేయించి వైష్ణవులకు, గడి వెనుకనున్న తోటలో శైవులకు వసతి, భోజన ఏర్పాట్లు చేయబడ్డవి. రామభూపాల్‌రావు ఇంటినుండి తోటవరకు వెళ్ళేమార్గంలో ఇండ్లవాండ్లందరూ వారి వారి ఇండ్లకు అలుకులు, సున్నాలు, తోరణాలతో అలంకరించాలని రామభూపాల్‌రావు ఆజ్ఞాపించాడు. ఇండ్లలోనుండి బయటికి నీరు రాకుండా జాలార్లు మూసివేయబడ్డవి. రామభూపాల్‌రావు స్నానము నీటివరద ఆ ఊరివారికి గడియారంవలె పనిచేస్తుంది. రామభూపాల్‌రావు స్నానముచేస్తే ఇండ్లముందర నుండి ప్రవహించే నీటివరద వడినిబట్టి ఆయా ఇండ్ల వాండ్లు ప్రొద్దు యొక్క గమనాన్ని అర్థము చేసుకుంటారు. ఇంచుమించు అరఘర్లాంగు వరకు ఆ విధంగా ప్రవహించే ఆ కాల్వ తోటమార్గాన్నే ఉండటంబట్టి, ఆ ప్రవాహాన్ని తాత్కాలికంగా వేరే సందులోకి మలిపివేసినారు.

పెండ్లినాడు పెండ్లికొడుకును ఎదుర్కొని వచ్చేటప్పుడు ఊరంతా పిల్లజల్ల, ఆడ మగ కదలిపోయారు. చుట్టుపట్ల గ్రామాలనుండి కూడా వందలకొద్ది ప్రజలు వచ్చారు. మొదట వరుసలో డప్పుల వాండ్లు, కొమ్ముల వాండ్లు, తర్వాత చుట్టు ప్రక్కల గ్రామాలకు చెందిన సన్నాయి వాండ్లు, పిమ్మట ప్రత్యేకంగా పిలిపించబడిన సన్నాయివాండ్లు, ఆ తర్వాత బ్యాండువాండ్లు చుట్టూ రామభూపాల్ రావు బంధువులైన యువకులు తమ గుర్రాలను బ్యాండు చప్పుడుకు అనుగుణంగా, నాట్యం చేస్తూ వలయాకారంగా తిరుగుతూ మెల్ల మెల్లగా ముందుకు సాగుతున్నారు. వారి వెనుక నౌబత్ వాయిద్యము, దాని తర్వాత భోగం వారి పాటలు, కూచిపూడి భాగవతుల కీర్తనలు, ఆ తర్వాత బంధువులు, పరివారం, ప్రత్యేకాహ్వానితులు, వారి ననుసరిస్తూ వైష్ణవులు, శైవులు, సాతానివాండ్లు, భట్రాజులు - ఈ విధంగా ఊరేగింపు బయలుదేరింది. ఊరేగింపుకు రెండు వైపుల ప్రజలు క్రిక్కిరిసి నిలబడి చూస్తున్నారు. అక్కడక్కడ అప్పుడప్పుడు రకరకాల మందులు కాల్చబడుతున్నాయి. ఆ ఊరేగింపు వల్ల ఒక వైపు ప్రజలకు ఆనందం కలగుతున్నది. రెండోవైపు అంతమంది దొరల హడావుడిని చూచి భయంకూడా కలుగుతున్నది. ఆ రోజు రాత్రి వివాహం చాలా వైభవంగా జరిగింది.

ప్రత్యేకంగా ఆహ్వానించబడిన మోహనాచార్యులు ఫిడేలుతో బెజవాడనుండి లగ్నం అయిన మరునాడు మధ్యాహ్నం వరకు చేరుకున్నాడు. భోజనాల వేళైంది. ఇతర వైష్ణవులతోపాటు మోహనాచార్యులకు రఘునాథాచార్యుల ఇంటిలోనే బస ఏర్పాటు జరిగింది. మోహనాచార్యులు కనీ కనబడనట్టు తిరుమణి చూర్ణముతో బొట్టు పెట్టుకున్నాడు. ఆయనా అతని వేషం, ఆ క్రాపింగు ఆ మొత్తం వైష్ణవుల్లో వేరేసినట్టు

కనుపించింది. భోజనానికై ఆయత్తపడుతున్న ఇతర వైష్ణవులు వింతగా మోహనాచార్యులను చూచారు. కొందరు గుసగుసలు సాగించారు. కొందరు కోపానికి వస్తున్నారు. వారిలో ఒకడు వస్తున్న కోపాన్ని పట్టలేక, "ఆ అప్రాచ్యుడితో పంక్తి భోజనానికి నేను ఒప్పుకోను. నేను కాదు, మీరెవ్వరూకూడా ఒప్పుకోవద్దని నా అభిప్రాయం" అధికార ధ్వనిలో శాసించాడు. వడ్డన పనులలో లీనమైయున్న రఘునాథాచార్యులు ఆ నిర్ణయం సక్రమమైందేనని ఒప్పుకొన్నాడు.

"ఒక్కని గురించి అందరం మాదుగుల్లో కలవాల్నా?" ఇంకొకడు చేయూతనిచ్చాడు.

"సరే! బాగానే ఉంది, కాని మరి ముందు కర్తవ్యం ఏమిటో తేల్చివేయండి" ఇంకొకడు అందుకొన్నాడు.

ఒక్కొక్కరు ఇంటి వెనుక భోజనం పందిరికింద తలా ఓ తీరు మాట్లాడుతున్నారు.

"దొరవారు పిలిపిస్తే వచ్చినవాడు కదా! మన వైఖరితో దొరవారికి కోపంరాదా?" ఒకడు ఆలోచనలో పడ్డాడు.

"అయితే? ఇందులో తిండిలేక పొట్ట చేతబట్టుకొని వచ్చిందెవరూ లేరు. ఎవరి ఆచారాలు, గౌరవమర్యాదలు వాండ్లకున్నవి. మన కట్టుబాట్లు సంప్రదాయాలు మంట కలిసింతర్వాత బ్రతికినా ఒక్కటే, చచ్చినా ఒక్కటే" రామభూపాల్‌రావు ఆచార్యులైన తిరువేంగడాచార్యులు గట్టిగా అన్నాడు.

అతని ధోరణితో అందరికి ఆత్మ విశ్వాసం కలిగింది.

"తిరువేంగడాచార్యులవారు సాయించింది చాలా బాగుంది. భ్రష్టులు కావడానికి ఎవడు ఒప్పుకుంటాడు?" గుంపులో నుండి ఒకడన్నాడు.

"నే నిప్పుడే దొరవారిని పిలుపించుతాను. ఇందులో మనం చేస్తున్న తప్పేమీ లేదు. మంచిని మంచిగా చెడ్డను చెడ్డగా హితవు చెప్పుతూ, వర్ణాశ్రమ ధర్మాలు కాపాడబడేట్టు చూడాల్సింది మనం. రఘునాథాచార్యులవారు! మీరే వెళ్ళి దొరవారిని పిలుచుకవస్తే బాగుంటుంది" తిరువేంగడాచార్యులు అన్నాడు.

రఘునాథాచార్యులు ఆతురతతో బయలుదేరాడు. యింటి ముందర పందిట్లో కూర్చుని ఉన్న మోహనాచార్యులను అసహ్యంగా చూస్తూ గడీ వైపు వెళ్ళాడు.

కొద్ది దూరాన ఉన్న ధర్మశాలలో భోగంవాండ్లు పాడుతున్న పాటలకు తన ఫిడేలుకు స్వరాన్ని తన మనస్సులో కలుపుకుంటూ మోహనాచార్యులు పగలు జరుగాల్సి యున్న పాట కచ్చేరిలో ప్రదర్శించాల్సిన ప్రావీణ్యతకై పథకం వేసుకుంటున్నాడు.

రఘునాథాచార్యులు గడీలోకి వెళ్ళేవరకు దొరలంతా విస్తళ్ళ మీద కూర్చుని ఉన్నారు. వడ్డన జరుగుతూవుంది. మెల్లగా రామభూపాల్‌రావును సమీపించి "మిమ్ములను తిరువేంగడాచార్యులుగారు అందాక రమ్మంటున్నారు" అన్నాడు.

"ఇంకా మీరు ఇక్కడే ఉన్నారే. ఇంకా సాపాట్లు కాలేదన్న మాట. అప్పటినుంచి ఏం చేస్తున్నారు?" అని రామభూపాల్‌రావు బయలుదేరాడు.

"ఆ సాపాట్ల విషయమే మిమ్ములను రమ్మనడం" రఘునాథాచార్యులు నడుస్తూనే సమాధానమిచ్చాడు.

మోహనాచార్యులు ఒక్కడే పందిట్లో కూర్చుని కూనిరాగాలు తీయడం రామభూపాల్‌రావుకు వింతగా తోచింది.

"మీకు సాపాటుకు చాలా పొద్దుపోయింది. చాలా దూరం నుండి వచ్చినారు. అలసి వుంటారు. వంట ఎప్పుడో అయిందికదా! ఇంకా ఆలస్యం ఎందుకవుతున్నదో అర్థంకావడంలేదు" మోహనాచార్యులతో అన్నాడు ఆరాటంతో. రఘునాథాచార్యులను అనుసరిస్తూ పెరట్లోకి వెళ్ళాడు. మోహనాచార్యులుకూడా వెంట వెళ్ళాడు.

రామభూపాల్‌రావు సమీపించగానే తిరువేంగడాచార్యులు ఆచార్య పురుషుని ధీమాతో - "అయ్యా! నా కండ్ల ముందరే ఇట్టి భ్రష్టత్వం సంభవిస్తే చూచి వూరుకోలేను. అనుకోకుండా ఒకటి మా నెత్తిమీద తెచ్చిపెట్టి మమ్ములను పరీక్షిస్తున్నారా?. పరీక్షించడానికి సమయం ఇప్పుడే దొరికిందా? (మోహనాచార్యులను చూపుతూ) వారు గొప్ప ప్రవీణులు కావచ్చును. వారి కళాకౌశలం మెచ్చుకో తగ్గది. కాని వారు జుట్టు పెంచడం, వారితో సహపంక్తి భోజనం చేయడం మాత్రం మేము ఒప్పుకోం. ఇందులో మీరు బాధపడాల్సిందేమీ లేదు. నేను మీకు అచార్యుణ్ణి, దైవసమానుణ్ణి. ఆచార్య పురుషుడుగా మీకు హితవు చేయడం నా విధి. ఆ ప్రకారం మీరు నడవడం, శిరసావహించడం మీ కర్తవ్యం. ఇదీసంగతి" గుక్క తిరగకుండ రౌద్రముతో ఏకరువు పెట్టాడు.

మోహనాచార్యులకు తల కొట్టినంత బాధ కలిగింది. ముఖం వెల వెల బోయింది. అతని జీవితంలో అలాంటి సంఘటన ఎన్నడూ జరగలేదు. వెంటనే ఊరు విడిచి వెళ్ళిపోదామన్నంత బాధపడ్డాడు. కాని రామభూపాల్‌రావు అధికారబలాన్ని ఆసరా చేసుకుని నిలుచున్నాడు. ఫలిత మేమవుతుందో తెల్సుకుందామని నిర్ణయించుకుని ఓపిక పట్టాడు.

రామభూపాల్‌రావు మొత్తం వైష్ణవులను, మోహనాచార్యులను గంభీరంగా ఒకసారి చూచి, తల నేలకు వేశాడు. కండ్లలో నుండి నిప్పులు కురుస్తున్నాయి. కోపంతో వణికిపోతున్నాడు. "అయితే ఇప్పుడేమంటారు?" అధికారధ్వనిలో అన్నాడు.

"ఇంకేమన మంటారు? జరుగవలసిన శుభకార్యం జరిగిపోయింది. సంతోషం. ఇక భోజనాల సంగతేకదా! ఈ ఒక్కపూట తినకపోయినంత మాత్రాన ప్రాణాలు పోతాయా? ఎవరి ఇండ్లకు వాండ్లు చేరుకుంటారు. సిద్ధం చేసిన వంట పనివాండ్లకో, కుక్కలకో వేయించండి" రఘునాథాచార్యులు అన్నాడు.

రామభూపాల్‌రావు కోపము మించిపోయింది. "ఆలోచించకుండ, ఆవేశంలో మాట్లాడుతున్నారా? శుభకార్యాలలో మీరన్నట్టు జరగడం మంచిదంటారా?" గుడ్లు మిటకరించి రఘునాథాచార్యులను ఉరిమిచూచాడు.

"మీ శుభాని కేమి లోటు జరిగింది, మా ఖర్మ కాలింది కాని" రఘునాథాచార్యులు వెంటనే అందుకున్నాడు.

"నా శుభం మీ శుభంగా తలవని మీ మాటలు, నాకేమీ నచ్చటంలేదు." రామభూపాల్‌రావు గొంతు చించుకుని అరిచాడు.

"తనవాడిని పరాయివాడుగా తలచే ఈ వైష్ణవులతో తినడం కంటె మర్యాదగా మీ పంక్తిలో భోజనం చేయడమే ఉత్తమ మనుకొంటాను" మోహనాచార్యులు రామభూపాల్‌రావు నుద్దేశించి అంటూ గిరుక్కున అక్కడి నుండి బయలుదేరాడు. రామభూపాల్‌రావు దెబ్బతిన్న పామువలె బుసకొట్టుకొంటూ గడికి చేరుకొని మోహనాచార్యులకు ప్రత్యేకంగా ఒక గదిలో వడ్డన చేయించాడు. వైష్ణవుల పట్టుదల, మోహనాచార్యుల నిర్ణయం ఎంతవరకు సవ్యంగా ఉందో దొరలెవరూ వెంటనే నిర్ణయించలేక ఆలోచనలో పడ్డారు. వైష్ణవులంతా విజయోత్సాహంతో అయిదు రోజులు హాయిగా కాలం గడిపారు.

నాటి సంఘటన రామభూపాల్‌రావు అధికార గర్వానికి గొడ్డలి పెట్టుగాను, తన ఆచార్యత్వానికి అమోఘ విజయంగాను తలచి రఘునాథాచార్యులు ఉబ్బిపోయాడు.

పెండ్లి సందడి ముగిసిన తర్వాత, రామభూపాల్‌రావు రఘునాథాచార్యులను పిలిపించాడు. "మేమిచ్చిన భూమిమీద ఇకమీదట మీకేమీ జోక్యం ఉండబోదు. ఆ విషయం చెప్పుదామనే పిలిపించింది. ఇక వెళ్ళవచ్చు" అన్నాడు.

"సరే! మీ చిత్తం. ఇచ్చింది మీరే. తీసుకుంటున్నది మీరే. ధర్మదృష్టితో మీ నాయనగారు ఇచ్చారు. ధర్మ నిర్వహణం కారణంగానే మీరు ఆ భూమిని తీసుకుంటున్నారు. కాల వైపరీత్యం, మంచిది. ఏదైనా పెరుమాండ్ల కృపే" రఘునాథాచార్యులు వెనుకకు తిరిగి వెళ్ళాడు.

ఆనాటి నుండి రఘునాథాచార్యులు నిరాశ్రయుడైనాడు. కేవలం పండితుడుగా, ఆచార్యపురుషుడుగా గడించే ఆదాయమే అతని కుటుంబ పోషణకు ప్రధాన ఆధారమైంది. అయినా అవసరమున్నప్పుడల్లా ఇదివరకు వలెనే గడిలో చాకిరి తప్పడం లేదు.

2

రామభూపాల్‌రావు దొర బంకుల్లో అల్లుడు కొండలరావుతో కాలమాన పరిస్థితులను గురించి మాట్లాడుతూ కూర్చున్నాడు. పెద్ద గుమాస్తా హైదరలీ పత్రికను శ్రద్ధగా చూస్తున్నాడు. హైదరలీ ఆశ్చర్యంతోలేచి, "చూచారా దొరవారు! ఒక పిల్లకు రెండు తలలట, అదేదో ఊళ్ళో ఒక హరిజన స్త్రీకి పుట్టిందట. ఈ

హరిజనులనే వాండ్లు ఏ దేశంలో ఉంటారు దొరవారు?" పత్రికను రామభూపాల్‌రావుకు అందిస్తూ అన్నాడు.

"ఏ దేశమేందయ్యా! అగాధం మనిషివి. మాలమాదిగలకు గాంధీ ఆపేరు పెట్టాడు." కొండల్‌రావు హేళనగా నవ్వుతూ అన్నాడు.

"ఎక్కడ తోచక లేనిపోనివి ఏవేవో లేవదీస్తుంటారు. హరిజనుడైతేమి, ఆది దేవుడై తేమి, మాల మాలే, మాదిగ మాదిగే, ఉండలేని చేష్టలుగాని" రామభూపాల్‌రావు పత్రికను చూస్తూనే అన్నాడు.

"అయితే ఇకమీద మాల మాదిగలను హరిజను లనాలని సర్కారు ఖానూన్ చేస్తుందా దొరవారు?" అమాయకంగా అడిగాడు హైదరలీ.

"సర్కారు ఖానును కాదు. గాంధీ అని ఒక కాంగ్రెసు వాడున్నాడు. ఆయన ముద్దుగా ఆ పేరు పెట్టాడు. దేవుని మనుషులని దాని అర్థమట" కొండల్‌రావు వివరించాడు.

"మనమంతా దేవుని మనుషులం కాకపోతే దయ్యాలకు పుట్టినమా? సరేగాని దొరవారు! మాలమాదిగలంటే యాదికొచ్చింది. ఇయ్యాల రేపు అందరికి మాలమాదిగలంటే దయగలుగుతున్న దెందుకో? ఈ గాంధే గామాలు. మాలమాదిగలు వేరే మతాల్లో చేరితే, చచ్చిందాకా ఉపవాసము జేస్తానన్నాడట. ఎవరో వాండ్లు వీండ్లు పోగై గాంధీని సమ్మతి పరిచినారట నిజమేనా? ఏది నిజమో ఏది అబద్ధమో, మొన్న నిజామాబాదులో మా అల్లుని ఇంట్లో అనుకుంటే వింటి." హైదరలీ అన్నాడు.

"ఏమిటో జరుగుతుంటాయి" రామభూపాల్‌రావు ఆవలింతదీసి చిటికెలు వేశాడు. హైదరలీ నుద్దేశించి "చూడు, నేను చెప్ప మరిచిపోయిన. కోమటి శంభయ్యను పేటకు పొమ్మని అనుంటిని. వాడు అశ్రద్ధ మనిషి. నీవే స్వయంగావెళ్ళి వెంట ఉండి పంపించు. తెల్లవారే వరకు రావాలని చెప్పు. అటే పోతు పోతు, నాగబోయిన యల్లడికి, ఈరబోయిన రంగడికి చెప్పి రేపు కచ్చడాలకు ఎడ్లు కావాలని చెప్పంపు" అన్నాడు.

"మన కచ్చడపుటెడ్లు అవసరమేమోనని ఇవ్వాళ్ళ రేపు బాగా మేపండని కొట్టంలో కట్టించిన" హైదరలీ కండ్లద్దాలు పెట్టెలో పెడ్తూ అన్నాడు.

ఇవ్వాళనే నడిచి నడిచి వచ్చినవాయె. రేపు మళ్ళీపోవాలంటే ఎట్లా? యల్లడి, గంగడి గిత్తలు కచ్చడానికి బాగా అలవాటైనవి" రామభూపాల్‌రావు అన్నాడు.

"అట్లైతే సరే!" అంటు హైదరలీ వెళ్ళిపోయాడు.

తండ్రి చెప్పిన విషయాలు మామతో ఏ విధంగా చెప్పాలని కొండలరావు ఆలోచిస్తున్నాడు. చేతికర్రను వింతగా పరీక్షిస్తున్నాడు.

"మీ వైపు బాగా వర్షాలు ఉన్నట్టేనా?" రామభూపాల్‌రావు అడిగాడు.

"వర్షాలు అట్టట్లనే ఉన్నయి. ఈ సంవత్సరం పశువులు కూడా చాలా నష్టపడ్డవి. రెండు ఇంజన్లు పెట్టిద్దామని నాయన అనుకుంటున్నాడు. డబ్బు తెమలక ఇబ్బందిగా ఉందని మీతో చెప్పమన్నాడు" కొండల్‌రావు అవకాశాన్ని పురస్కరించుకొని అనేశాడు.

అల్లుని మాటలు వరదక్షిణ పైకం కావాలంటున్నట్టు రామభూపాల్‌రావు పసికట్టాడు. ఇదివరకే ఎన్నో వాయిదాలు పెట్టాడు. ఈ పర్యాయం ఏం చెప్పాలో వెంటనే తలపురాక గొంతు సరాయించుకున్నాడు. "మాకు వర్షాలుండగనే అయిపోయింది? ఎన్ని వనరులు అనుకూలంగా ఉండాలె" గొణిగినట్లు పైకి అన్నాడు.

"పెండ్లి బాపతు పైకం ఈ పర్యాయం పూర్తిగా తీసికొని రమ్మన్నాడు" కొండల్‌రావు కుండ బద్దలు కొట్టినట్టు అనేశాడు.

"మీనాయనకేం? మహారాజు, అనుకున్నట్టల్లా సాగుతూ ఉంది. ఏమైనా అంటాడు. ఆయనకే ఇబ్బందిగా ఉంటే నా కెట్లా ఉండొచ్చు. కొంచె మీ నాయనను ఆలోచించమను" రామభూపాల్‌రావు మందహాసముతో అన్నాడు.

కొండల్‌రావు ఇక మాట్లాడటం లాభం లేదనుకున్నాడు. కాని వరదక్షిణ పైకం వసూలు చేసికోలేని అసమర్థుడని తండ్రి కోప్పడతాడని ఆరాటపడ్డాడు. ఇంతలో దాసీవాడు వచ్చి స్నానానికి రమ్మని పిలిచాడు. కొండల్‌రావు లోపలికి వెళ్ళిపోయాడు.

ఇంతలో హైదరలీ వచ్చాడు. కోమటి శంభయ్యను ప్రయాణం చేయించానని, ఎడ్లకు ఏర్పాటు జరిగిందని చెప్పాడు. కండ్లద్దాలు తగిలించుకొని దఫ్తరాల గూడు వద్దకు వెళ్ళాడు.

రామభూపాల్‌రావు చేత్తో సైగచేసి దగ్గరికి పిలిపించు కొన్నాడు. "చూడు, నీకు చెప్పడం మరచిన. ఖుర్ఫీ వచ్చినప్పుడు మన గర్సెలోవున్న ఏడు పుట్ల వడ్లు శంభయ్య ఇంట్లో దాచి పెట్టింటిమి గదా! వాటికి ధరకట్టి డబ్బిస్తానన్నాడు శంభయ్య. వాడు పేట నుంచి రాగానే ఆ పైకం రాబట్టు."

"మీ బాకీ కింద చెల్లు పెడ్తానని మీతో ఒకసారి అన్నట్లు జ్ఞాపకం."

"అన్నాడనుకో! అనగానే అయిపోతుందా?. మన అవసరాలు కూడా చూచుకోవాలె గాని. అదీగాక, ఆ వడ్లు బాకీకింద చెల్లు బెట్టుకోవాలని కాదుగా వాడికి ఇచ్చింది? గింజలు జప్తు కాకుండా వాడి దగ్గర దాస్తే ఇప్పుడు చేతిలో గింజలు చిక్కాయని అట్లా అంటున్నాడు. ఇట్లయితే వ్యవహారా లెట్లా సాగుతాయి? నీవైన ఆలోచించవద్దు? అతనన్నదే ఖానూనైందని నీవు ఊరుకోవడ మేమిటి? ఇట్లయితే బాగానే యిక" రామభూపాల్‌రావు కొంచెం కటువుగా హైదరలీని మందలించాడు.

"సరే! పేట నుంచి వస్తాడు కద! వసూలు చేస్తాను. డబ్బు లేకపోతే గింజలు తెప్పిస్తా" అన్నాడు హైదరలీ.

"గింజ లెందుకు? శంభయ్య ధర కూడా నిర్ణయం చేసుకున్నాడు. ఇప్పుడు గింజలు తీసికొంటే అప్పటి ధరకు అమ్ముడు పోతయా? నీకు చిలుకకు చెప్పినట్లు నేర్పాల్సి వస్తున్నదే?"

హైదరలీకి అటువంటి పోటుమాటలు, చీదరింపులు అలవాటే. అద్దాల సందుల్లోంచి వింతగా ఒక క్షణంపాటు రామభూపాల్‌రావును చూచి తన పనిలో లీనమైనాడు.

వంటవాని పిలుపు రాగానే రామభూపాల్‌రావు ఇంట్లోకి వెళ్ళిపోయాడు.

మరునాడు మేనాలో బిడ్డను, కచ్చడంలో అల్లుడిని సాగ నంపాడు. మేనాకు రెండు వైపుల ఇద్దరు దాసీలు, అల్లుడు బండి తొట్లో దాసీవాడు, బండి ముందర మాదిగవాడు, బండి వెనక చాకలివాడు; ఇంకో కచ్చడం ఖాళీగా, దాని వెనుక కోటయ్య వద్ద తీసుకున్న ఆవు బయలుదేరాయి.

మేనా, బండ్లు బయలుదేరక ముందే ఇద్దరు సేతు సింధీలు బాటముందు హడావుడిగా వెళ్ళి కుండలతో ఎవరూ ఎదురు గాకుండాను, అరుగుల మీద ఎవరూ కూర్చొనకుండాను ఏర్పాటు చేశారు. మేనా చప్పుడు మూగల చప్పుడు విని, ఆనందంతో అల్లరి చేస్తూ, అడ్డం వచ్చిన పిల్లవాండ్లను అదలించి పక్క సందుల్లోంచి తరిమారు. వీధులు ఇంచుమించు నిర్మానుష్యమైనాయి. ప్రజల ముఖాల్లో భయము, హేయభావము తాండవించాయి. రామభూపాల్‌రావు బిడ్డ, అల్లుడు ఊరు విడిచి వెళ్ళిపోయారు.

3

కంఠీరవం వయసు మీరుతున్నకొద్దీ బడికి పోవడం తక్కువై పోయింది.

ఒకనాడు భోజనాల కని, మరోనాడు వేరే ఊరికి సంభావనకని, ఇంకొకనాడు దొర వెంట ఎక్కడికో వెళ్ళాడని బడిపంతులుకు తెలిసినప్పుడల్లా బడిపంతులు చికాకు పడేవాడు. మొత్తముపై కంఠీరవం అటు ఇటు తిరగడం, చదువుకు దూరం కావడం పంతులుకు సహించరాని విషయమైంది. తన సొంత కొడుకునే ఇతరులు బలవంతంగా పెడమార్గాన పెడ్తున్నారన్నంత బాధ పడ్డాడు.

ఒకనాడు రఘునాథాచార్యులను బడికి పిలిపించుకున్నాడు పంతులు. "పెద్ద కొడుకును చెడగొట్టింది చాలక, చిన్న కొడుకును కూడా తయారుచేస్తున్నారు." పంతులు కటువుగా అన్నాడు.

పెద్ద కొడుకైన వెంకటాచార్యులను, ఒకనాడు బడిలో నుండి ఏ విధంగా లాగుకొని పోయిందీ, రఘునాథాచార్యులకు తటాలున జ్ఞాపకం వచ్చింది.

రఘునాథాచార్యులు శిష్య సంచారం నుండి ఒకనాడు బడి ముందర నుండి యింటికి వెళ్ళుతున్నాడు. బడిలో పిల్లల ఏడ్పు వినిపించింది. ఆగిపోయి ఆవేదనతో

బడిలోకి తొంగి చూచాడు. సాతాని పంతులు సపుకుచేతిలో పట్టుకొని నిలబడి వున్నాడు. కోదండంపై నల్గురు పిల్లలు వేలాడుతున్నారు. అందరికంటే కిందవున్న వెంకటాచార్యులు పెద్దగా బొబ్బలు పెట్టి ఏడుస్తున్నాడు. సాతాని పంతులు సపుకుతో పధాలున నాలుగు దెబ్బలు వేశాడు. రఘునాథాచార్యులు ఉగ్రుడై పోయాడు. "పంతులువా పశువువా? ఎవడురా నీకు ఉద్యోగం ఇచ్చింది? పోరగాండ్రను చంపుతున్నావు. నీ చదువు పాడుగాను" అంటూ పంతులు చేతిలోని సపుకును గుంజి వడిగా గోడ ఆవలికి విసిరి వేశాడు. పంతులు కోపంతో వణికి రఘునాథాచార్యులను బెదరి చూచాడు. రఘునాథాచార్యులు వేలాడుతున్న పిల్లలను కిందికి దింపి, వెంకటాచార్యులను కౌగిలించుకొన్నాడు. వీపు నిమిరాడు. ఎర్రపడి, వంకర తిరిగిన వేళ్ళను పంతులుకు చూపుతూ "కండ్లుంటే చూడు, మనిషివా, రాక్షసుడవా?" అని వెంకటాచార్యులను వెంటబెట్టుకొని ఇంటికి వచ్చాడు. భార్య అండాళమ్మకు కొడుకు చేతులు చూపాడు. "ఇక మీద నా కొడుకును బడికి పంపను. నీవు పంపావంటే చూడు, ఏం చేస్తానో, అది బడి కాదు, బందెర దొడ్డి" అన్నాడు.

రఘునాథాచార్యులకు ఈ సంఘటన జ్ఞాపకం రాగానే, "అవును నా పెద్దవాడిని బడి నుండీ, పంతులు క్రౌర్యం నుండీ రక్షించుకున్నాను. కాని విద్యావంతునిగా మాత్రం చేయజాలలేదు. అందుకే ఈనాడు వాడు నాకు చావు బరువుగా తయారైనాడు" గంభీరంగా అన్నాడు.

"ఆనాటి పరిస్థితిలో ఆ విధంగా జరిగిందేమో, కాని యిప్పుడు కంఠీరవానికి ఎట్టి బాధలు లేవని మీరు నమ్మరా?" పంతులు ప్రశ్నించాడు.

"రామానుజ! అపచారము!! అటువంటి మూర్ఖుడననుకున్నారా? కాని ఏమి చేయమంటారు? విధి లేదు. మా ఆర్థిక పరిస్థితులు మమ్ములను అరాజక స్థితికి తెచ్చినవి" రఘునాథాచార్యులు సూక్ష్మంగా సూచించాడు.

"అందరికి విద్యాబుద్ధులు చెప్పి ప్రోత్సహించాల్సిన మీరే మీ పిల్లల విషయంలో ఈ విధంగా అశ్రద్ధ చేస్తే, మీరు నేర్చుకున్న దేమిటి? సమాజానికి నేర్పే దేమిటి?" పంతులు మూల ప్రశ్ననే తవ్వాడు.

"నా అంతటి వాళ్ళు నా కొడుకులు కావాలని నాకు లేదనుకుంటారా? కాని బడులు పెట్టించిన ప్రభుత్వం బ్రతుకుతెరువు గురించి ఆలోచించదాయె. మావి ఆదరవు లేని బ్రతుకులు. యాచించో, దీవించో కాలం వెళ్ళబుచ్చుతున్నాము" ఆర్థిక నిస్సహాయతను వివరించాడు రఘునాథాచార్యులు.

"అవును! మీరన్నది నిజమే. కాని, చూచిన వేళా విశేష మేమిటో కాని మీ కంఠీరవం పూర్తిగా మావాడై పోయిండు. వయసుకు మించిన బుద్ధులు, ఆలోచనలు, అణకువ, అపేక్ష లున్నాయి. అవకాశముంటే ఆదర్శనీయుడు కాగల అంశ కలవాడు. అతనితో కాలం గడుపుతుంటే నాకు సంతానంలేని లోపం కూడా తీరిపోతుంది. నేను యిక్కడ శాశ్వతంగా ఉంటానా? ఉన్నప్పుడే అతని నొక మార్గంలో పడవేస్తే

అల్లుకపోతాడని అనుకుంటున్నాను. మీతో ప్రార్థించేదేమంటే, మీ కులవృత్తి గొడవలోకి అతడిని ఈడ్చుకండి దయచేసి." పంతులు దీనంగా అన్నాడు.

"చెడకొట్టుకోవాల్నని మేము మాత్రం ఎందుకనుకుంటాం? మా పెద్దవాడు విద్యకేకాదు, విధేయతకు, విచక్షణా జ్ఞానానికి కూడా దూరమైపోయాడు. నా కడుపులో అటువంటివాడు పుట్టడమే మా వంశానికి తీరనిలోటు. కాని ఏం చేయగలం? అధికారి రాగానే బేగారివానికై వెదికించినట్లు, మేము దొరకు అవసరమున్నప్పుడల్లా వంట మనుషులుగా తలచబడతాం. తప్పించుకోలేం. కాదంటే కాలం గడవదు. కడుపుమాడి చావవల్సిందే. అందుకే ఇన్ని అవస్థలు. కడుపు చీల్చుకుంటే కాళ్ళమీదపడ్తాయి. ఏనాటి తపఃఫలమో మీరు మావాడికి పట్టుగొమ్మై నిలిచారు. సాధ్యమైనంతవరకు బడికి పంపించుటకై శ్రద్ధతీసికొంటాను. ఇక వెళ్ళుత," అంటూ రఘునాథాచార్యులు వెళ్ళబోయాడు.

"సాధ్యాసాధ్యాలు నాకే వదిలివేయండి" అంటూ పంతులు రఘునాథాచార్యులకు నమస్కరించాడు.

కొన్నాళ్ళకు ఆ బడిపంతులు వేరే ఊరికి మార్చబడ్డాడు. ఈలోగా కంఠీరవం నాల్గవ తరగతి పూర్తిచేశాడు. ఇంకా ఎక్కువగా చదివించాలంటే వేరే చోటికి పంపించాలె. అది ఆ యింటివాండ్లకు సాధ్యంకాని పని.

ఇంట్లో వెంకటాచార్యులకు, కంఠీరవానికి ఏ విషయంలోను ఏకాభిప్రాయం కుదరటంలేదు. వారిద్దరికి పంచాయతీ ఏర్పడినపుడల్లా తల్లి కంఠీరవం వైపు. తండ్రి వెంకటాచార్యుల వైపు వాదించేవారు. రఘునాథాచార్యులు వృద్ధుడైకూడా ఎక్కడికైనా ఆదరువుకై శిష్యసంచారం వెళ్ళక తప్పేదికాదు. ఎక్కడికైనా వంట చేయడానికో, యాచనకో, సంభావనకో వెంకటాచార్యులు వెళ్తుండేది. ఆవిధంగా కలిగే ఆదాయమే ఆ కుటుంబ పోషణకు ప్రధానమైంది. కంఠీరవం మాత్రం కులవృత్తిగా తలచబడే అలాంటి పనులకు వెళ్ళ నిరాకరించేవాడు. అందువల్ల కంఠీరవం ఆయింట్లో పనికిమాలిన సోమరిగా తలచబడేవాడు. చిన్నతనమునందున్న చురుకుతనము, చొరవ, తెలివి, తెగింపు అన్నీ శూన్యమైపోయాయని, ఏమీరాని వెంకటాచారే ప్రయోజకుడైనాడని తలచబడేది. వైష్ణవుల కులవృత్తిగా తలచబడుతున్న వాటిని గురించి కంఠీరవం అపుడపుడు తండ్రితో వాదిస్తుండేది. తండ్రి కొడుకు వాదనపై, వైష్ణవజాతి పొందిన పతనస్థితిపై చాలా బాధపడేవాడు.

"దొర నీకంటే ఎక్కువ చదువుకున్నవాడా నాయనగారూ" కంఠీరవం ఒకసారి తండ్రిని ప్రశ్నించాడు.

"వాండ్ల అధికారానికి, చదువులకు సంబంధం లేదు. అశక్తుల నణచివేయడమే వాండ్ల గొప్పతనం. ఇంత ఆర్భాటం చేసే రామభూపాల్‌రావు ఒక పోలీసు జవానుకు, తహశీలు చప్రాసికి దాసోహమంటాడు. వాండ్ల పశుబలముకింద చదువులు, సంప్రదాయాలు, కట్టుబాట్లు పనికిరాని రోజులు తండ్రి" ఇంకా ఏమో అనబోయి ఒక నిట్టూర్పు విడిచాడు రఘునాథాచార్యులు.

"విజ్ఞానానికి విలువకట్టని సమాజానికి వృద్ధిలేదు. వికాసము చెందదు." తిరిగి బరువైన ధ్వనిలో అన్నాడు.

కంఠీరవం తీవ్రంగా ఆలోచనలో పడ్డాడు. ఆలోచిస్తూనే ఊరి బయట చెరువు కట్టమీదికి వెళ్ళాడు. సూర్యాస్తమయ సమయము. పశువులు ఇండ్లకు చేరుకుంటున్నాయి. పక్షులు అరుస్తూ గూళ్ళలోకి చేరి భార్యభర్తలు, తల్లీ పిల్లలు కిచకిచమంటున్నాయి. కూలీకి వెళ్ళిన కూలీ స్త్రీలు జంటలు జంటలుగా పాడుకుంటూ ఇండ్లకు చేరుకుంటున్నారు. ప్రొద్దస్తమానము కష్టించినా ఆ కూలీల కెంతో ఆనందం కలుగుతున్నది. కాలుకదపక, గుట్టుగా కూర్చునే తన ఇంట్లో ఆ ఆనందం లేదు. కంఠీరవం ఆందోళన పడ్డాడు. తనను తాను మరిచి స్త్రీల పాటల్లో లీనమైనాడు. స్త్రీలు వెళ్ళిపోగానే తిరిగి తన కుటుంబస్థాయిపై, వైష్ణవుల జీవనస్థితిపై ఆలోచించ మొదలుపెట్టాడు. కూటికి లేకున్నా కూలిచేసుకోకూడదు. ఆ పూటకు తిండిలో ఉప్పులేకున్నా ఊళ్ళో అందరికంటే అగ్రజాతివారు. అయినా అగ్రజాతికున్న గౌరవమేముంది? సంభావనకై చేసే ఆరాటము, పోరాటము, దబాయింపు, దర్పము జ్ఞప్తికివచ్చి సిగ్గనిపించింది. వంటవాండ్లుగా పొందిన పతనస్థితి బల్లెంపోటువలె బాధించింది. కురూపముతో కొట్టవస్తున్నట్టుండి నేడు చలామణి అవుతున్న అలవాట్లకు పునాది భక్తి, భయము, గౌరములని కంఠీరవానికి ఒకసారి తండ్రి చెప్పాడు. భక్తితో పుణ్యబుద్ధితో సంభావన ఇచ్చేవాడు బలవంతం చేసినా ససేమి అంటున్నాడు. శక్తిలేదని వాపోయే వానికి ముక్తి కలుగుతుందని స్వార్థులు శాస్త్రాలను సాగదీస్తున్నారు. ఈ విధంగా ఆలోచనలో మునిగి తేలుతున్న కంఠీరవం పిచ్చివానివలె చెరువు కట్టపై నిలుచుండి పోయాడు.

చేనునుండి వస్తున్న కొమరయ్య సమీపించే వరకు చూడలేదు. కొమరయ్య మందలించితే తెప్పరిల్లి, "కొమరయ్యా!" ఆనందంతో కేకవేశాడు.

"ఇదిగో! కంకులు, నీ కోసమే తెస్తున్నా." చేతిలోని సజ్జ కంకుల కట్టను, ధోతిలోని దోసపిందెలు, పెసరకాయలు కంఠీరవం పైపంచెలో పోశాడు. కంఠీరవం, కొమరయ్య ఆ మాట ఈ మాట మాట్లాడుతూ కొమరయ్య ఇంటికి చేరుకున్నారు. కొమరయ్య ఇల్లు ఆ రోజు కంఠీరవానికి చాలా ఆకర్షణీయంగా కనిపించింది. ఇంటిముందర గుంజకు కట్టివేసిన బర్రెదూడలు, తల్లికై అవి చేస్తూన్న ఆరాటము, వాటి పెండవాసన. ఇంకొకవైపు పచ్చిమేత కుప్పలో నుండి అలము, గడ్డి వాసన, కుడితి వాసన, దోమల స్వైరవిహారము, ఓ మూలకి జల్ల, గుమ్మి, ఓ మూలకు మోటబొక్కెన, పలుపులు, తాళ్ళు, కుంపట్లోనుండి మెల్లగా పైకి లేస్తున్న పొగ, వంటింట్లోనుండి కూరగాయల వాసన-ఇవన్నీ కంఠీరవానికి ఒక నూతన వాతావరణంగా తోచింది. "వస్తాను కొమరయ్య" అని అక్కడి నుంచి లేచి ఇంటి దోవబట్టాడు. కొమరయ్య వలె కష్టించి బ్రతికే ప్రయోజకుడు కాజాలనందుకు లోలోన కుందుతూ యింటికి చేరుకున్నాడు.

4

కొన్నాళ్ళకు గొట్టం కోటయ్య మరణించాడు. కోటయ్య జీవించి ఉన్నప్పుడే కొమరయ్యకు పెండ్లి చేశాడు. తల్లి అన్నమ్మ అనుభవాన్ని ఊతగా తీసుకొని కొమరయ్య వ్యవసాయం పొదుపుగా సాగిస్తున్నాడు. కొమరయ్యకు ఒక కొడుకుకూడా పుట్టాడు. తండ్రి పేరే పెట్టుకున్నాడు కొడుకుకు. ఒకసారి కంఠీరవం కోటయ్యను యెత్తుకొని ముద్దులాడ్తు. "కొమరయ్యా! కోటయ్య పేరేమీ బాగులేదు. 'ముద్దులకోట' అని పెట్టు" అన్నాడు. అన్నమ్మ సంతోషంతో ఉప్పొంగిపోయింది. కోడలు కనకమ్మ క్షణంపాటు కొడుకును చూచి, ఒక చిరునవ్వు విసిరింది. కొమరయ్య కొడుకును చిటికెలతో పిలిచి "టర్" అన్నాడు. కోటయ్య బోసినోరును విప్పి కండ్లన్ని మూతలు పడంగ కడుపునిండా నవ్వాడు. ఎత్తుకొమ్మన్నట్లు తండ్రివైపు చేతులు చాపాడు. కొమరయ్య కొడుకును కంఠీరవం నుండి తీసికొని తనివితీరా ముద్దులు కురిపించి "నా కోట, నా బంగారుకోట, పెట్టనికోట, ముద్దుల కోట." అంటూ రెండు చేతులతో పైకిఎత్తి "టర్" అన్నాడు. ఇంతలో సేతుసింధీవచ్చి "దొర రమ్మంటున్నాడు" అని కొమరయ్యతో అన్నాడు. "ఆ కండ్లు, ముక్కు, అంతా కోటయ్యే!" ఆ ఇంట్లోవారంతా అనుభవిస్తున్న ఆనందంతో తానుకూడా పాల్గొన్నాడు సేతుసింధీ.

"ఎందుకు? ఏం పనంటావు?" అని కొమరయ్య కొడుకును తల్లికి అందించి బయలుదేరి సేతుసింధీతో వెళ్ళాడు.

రామభూపాల్‌రావు పడకకుర్చీలో కూర్చొని పొగచుట్టను పొతం చేసుకుంటున్నాడు. కొమరయ్య వెళ్ళగానే "తోటబావి భూమి నేను ఇంకోండ్లకు కౌలుకు ఇవ్వాలనుకుంటున్నాను. రబ్బీపైర్లు అయిపోయిన తర్వాత నువ్వు పునాసకోసం భూమి పొతం చేయవద్దు" అన్నాడు.

"కౌలుకిస్తారా? ఎవరికండీ? అసలు కౌలు కివ్వడమంటే నాకేం తోచటంలేదు" దిగులుగా అన్నాడు కొమరయ్య.

"అవును! కౌలుకిస్తాను. ఎప్పటికి నీవే శాశ్వతమా? నీ సొంత భూమి కాదుగా! ఎప్పటికి నీవే ఉండటానికి?"

"ఏందో! అంత గందరగోళంగా మాట్లాడుతున్నరు."

"గందరగోళమేం లేదు. అసలా భూమి మీది కాదు. మీ అయ్య కౌలుకు తీసుకున్నాడు. అదన్నా తెలుసుగద?"

"ఆ మాత్రం తెలుసులే. కాని ఆభూమి ఎవరో బామ్మనోళ్ళ దట గదుండీ?"

"మరి నే నన్న దేంటి? అందుకే ఆ భూమి మీది కాదంటున్నాను."

"మరి ఆ బామ్మనాయనతోటే మేము మాట్లాడుకుంటం."

"ఆ బ్రాహ్మడికి కౌలు కట్టినవా ఎప్పుడైన?"

"ఆరి జాడ జవాబే లేకపాయె. ఎవరికి కట్టు?"

"ఊఁ! కౌలు తీసికొనేవాడు లేడుకాబట్టి భూమి నీ దంటావు? అంతేనా? సరేపో. తర్వాత మాట్లాడుకుందాం" రామభూపాల్‌రావు తీవ్రంగా ఆలోచిస్తూ కుర్చీలోంచి లేచి ఇంట్లోకి వెళ్ళాడు.

కొమరయ్య అయోమయ స్థితిలో అక్కడినుండి బయలుదేరి కంఠీరవం ఇంటి దోవ బట్టాడు.

కంఠీరవం తండ్రి కూడా మరణించి చాలాకాలమైంది. మరణదశ రోజుల్లో పెద్దకొడుకు వెంకటాచారి ఇంట్లో లేడు. రఘునాథాచార్యులు భార్య అండాళమ్మను, కంఠీరవాన్ని పిలుచుకొని కన్నీరు తీశాడు. దీనంగా భార్యవైపు చూచాడు. అండాళమ్మ లోలోన కుమిలిపోతున్నది. రఘునాథాచార్యులు కంఠీరవం చేతిని గట్టిగా పట్టుకున్నాడు. దుఃఖాన్ని దిగమింగుతూ గద్గదస్వరంతో మనోబాధను వెళ్ళకక్కాడు. "నాయనా! మన కుటుంబ స్థాయికి, నీ ఆలోచనలకు పొంతనలేదు. ఏమవుతావో కొడుక; నా గౌరవం కాపాడుతావుకదు కొడుక? అన్నయ్యకు నీకు దేంట్లోను పడిరాదు. నేనా! ఎట్లా పుట్టానో అట్లాగే పోతున్నాను. నావి ఎప్పుడూ వట్టిచేతులే. కాని ఒకమాట కొడుక! నేలవిడిచి సాముచేయకు! ఆవేదనను మాత్రం చంపుకోకు. ఈమాటలే నీకు నేనిచ్చే ఆస్తి" అని పలికిన మాటలు కంఠీరవాన్ని ఎల్లప్పుడూ కలిచివేస్తుంటాయి. ఆమాటలు జ్ఞాపకమురాగానే దిగ్భ్రాంతుడై దిక్కులు పరికించిచూస్తాడు. ఎవరో పిలుస్తున్నట్టు నలువైపుల చూస్తాడు.

కొమరయ్య రామభూపాల్‌రావు ఇంటికి వెళ్ళగానే కంఠీరవం కొమరయ్య ఇంటినుండి బయలుదేరి తన ఇంటికి వెళ్ళాడు. కొమరయ్య ఇంటి వాతావరణం, వాండ్ల కుటుంబం, వ్యవసాయం, కొడుకుతో ఆటలు, వాండ్లు పొందుతున్న ఆనందాన్ని తలుచుకుంటూ ఇల్లు చేరుకున్నాడు. ఇంటికి వచ్చేవరకు తల్లి ఏడుస్తూ ఓ మూలకు కూర్చొని వుంది. అన్న వెంకటాచార్యులు తల్లిని దుర్భాషలాడుతున్నాడు. అండాళమ్మ నెత్తి ముడి ఊడి, వెంట్రుకలు చెల్లాచెదరై ఉన్నవి. అండాళమ్మను కొట్టడం తిట్టడం వెంకటాచారికి మామూలై పోయింది. ఆరోజున తిరిగి జరిగిందని కంఠీరవం గ్రహించాడు.

కంఠీరవం తన ఇంట్లో ఆ దృశ్యాన్ని చూడలేకపోయాడు. "దేన్ని చూచుకొని ఈ మాత్సర్యం?" వెంకటాచార్యులపై కండ్ల నురిమించి అన్నాడు.

"పెద్దవాడు, అన్నయ్యను అట్లా అనగూడదు నాయనా!" అండాళమ్మ బలవంతంగా దుఃఖాన్ని చంపుకొని అన్నది.

"పెత్తనము ఇట్లా ఉంటుందా? పెత్తనము రక్షించుకునేవాడే పెద్దవాడనిపించుకుంటాడు. సాగిందల్లా పెత్తనమనిపించుకోదు." కంఠీరవం గొంతు చించుకొని అన్నాడు.

ఆండాళమ్మ అక్కడినుంచి లేచి వంటింట్లోకి వెళ్ళింది.

“నా పెత్తనానికి అర్థాలుతీసే ధైర్యంకూడా కలిగింది నీకు. నోరెత్తావంటే చీల్చేస్తా” వెంకటాచారి ఉగ్రుడై అన్నాడు.

“అది, అసలు నీ పెత్తనం. తల్లిపై చేయిచేసుకునే నీవు, తమ్ముడిని చీల్చేస్తే ఆశ్చర్యం ఏం లేదు.”

“మాట మాటకి అమ్మని వెనుకేసుకొని వస్తావు! ఏమిటి నీ ప్రయోజకత్వం? పెట్టి సాద్తున్నావా? కష్టపడి సంపాదిస్తున్నావా? రండగా బ్రతుకుతున్న నీకే అంత నీల్గుడుంటే నేను నీకు భయపడ్తాననుకున్నావా? ఈ ఇంటికి నేను పెద్దను. మంచికి, చెడ్డకు నేను బాధ్యుణ్ణి. నాకెవరు అడ్డం వచ్చినా నే నూరుకోను. ఇంకా నోరెత్తావంటే వీపు పగులుతుంది. ఏమనుకొంటున్నావో” వెంకటాచారి కొట్టేంత కోపంతో అన్నాడు.

“వీపు పగులగొట్టి? ఆ తర్వాత? ఇంకేం చేస్తావు? వెళ్ళగొట్టవు?”

“సిగ్గు, లజ్జ అనేవి ఉంటే ఇంకా అనాల్నా?”

కంఠీరవం గిరుక్కున ఇల్లు వదలి బయటపడ్డాడు.

“పో! ఎక్కడికి పోతావో, పో! ఈ బెదరింపులు నా దగ్గరనా? ఒక్క గవ్వ ఆదలేకున్నా నెత్తిన కూర్చునేవారే. అప్రయోజకపు ముండాకొడుక, మళ్ళా ఇంట్లో కాలుపెట్టావంటే చూడు” అని వెంకటాచారి మంచం దబాలున వేసుకొని, తత్తరపడ్తు కూర్చున్నాడు.

ఆండాళమ్మ ఆవేదనతో “ఎటుపాయె? ఎక్కడికి పోతడు?” అంటూ ఇంటి బయటికివెళ్ళి నాలుగువైపుల సందులు పరికించింది. కంఠీరవం కనబడలేదు. “ఎంత మొండిపుట్టుక నాది, ఇవ్వన్ని చూడటానికే ఆ పరమాత్ముడు నన్ను బ్రతికిస్తున్నాడు. పోయినవాండ్లే మహారాజులు” అనుకుంటూ, వెంకటాచారిని భయంతో చూస్తూ తిరిగి వంటింట్లోకి వెళ్లింది.

వెంకటాచారి తానొక ఘనకార్యం చేసినంత సంతృప్తితో, తమ్మునిపై వచ్చిన కోపాన్ని చల్లార్చుకుంటున్నాడు.

“దొర మిమ్ముల రమ్మంటున్నాడు'.' అని ఆడబాప రంగడు నిలుచున్నాడు.

“ఎవరు నాయనా! ఎందుకు?” అండాళమ్మ వడిగా వంటింట్లోంచి బయటికి వచ్చి అడిగింది.

వెంకటాచారి ఇల్లు వదలి వచ్చిన వానితో వెళ్ళిపోయాడు.

ఆండాళమ్మ పసిపిల్లవలె కుమిలి కుమిలి ఏడ్వసాగింది.

5

కంఠీరవం పట్టలేని, భరింపరాని అవమానముతో చెరువు కట్టమీద నుండి పోతున్నాడు. ఎక్కడికి పోతున్నాడో, ఎవరి దగ్గరికి పోతున్నాడో, ఏమి చేయనున్నాడో, అతనికే తెలియదు. సుమారు ఒకటిన్నర మైలు పోయినాక ఒకచేనులో దోవ పక్కనే ఉన్న పాతగుడిలో ప్రవేశించాడు. కాళ్ళు బారవేశాడు. ముఖంనిండా పైపంచె కప్పుకున్నాడు. ఆలోచనలో లీనమయ్యాడు. సరిగా రెండు జాములవేళ. ఆకలితో కడుపు దహించుక పోతున్నది. ఆవేదనతో హృదయం తల్లడిల్లుతున్నది. అతనికి, అన్నకు జరిగిన వాదన మెదడులో మారు మోగుతున్నది. తల్లిని అన్న కొట్టే దృశ్యాలు జ్ఞాపకం రాసాగాయి. "అమ్మా" అని బావురుమంటూ ఏడ్చాడు.

మంచె కింద నీడన అన్నంతింటున్న చేను కాపరులు ఆ ఏడ్పువిని ఆశ్చర్యపడి, మెల్లగా వెతుక్కుంటూ, ఆ గుడి ముందరికి వచ్చి చకితులై చూశారు. వాండ్లకు ఎటూతోచలేదు. వాండ్లలో వాండ్లు ఏవో గొణుగ మొదలు పెట్టారు. కంఠీరవం ఏడుస్తూనే ఆ అలికిడిని కనిపెట్టి, ముఖం మీద బట్టతీసాడు. ఎదురుగా నిలుచున్న పిల్లలను చూచాడు. తిరిగి ఇంకా బావురుమని ఏడ్చాడు.

ఆ పిల్లల్లో ఒకడు. "అయ్యగారి తమ్ముడురా!" అన్నాడు.

"ఇక్కడెందు కేడుస్తున్నడో?" ఇంకొక డన్నాడు.

"కడుపు నొప్పి లేస్తున్నదేమో." మరొక డన్నాడు.

"ఏడ్వవద్దని చెప్పరాదురా?" ఒకడు ఇంకొడికి సలహా చెప్పాడు.

"ఆకలి అవుతుండొచ్చు, నెత్తిమీదికి పొద్దొచ్చింది. మొఖాన బొట్టులేదు."

"నేనుపోయి ఇన్ని దోసకాయలు, పెసరకాయ కంకులుతెస్తా. దారా పోదాం" అని ఒకడు ఇద్దరిని వెంటబెట్టుకొని వెళ్ళాడు.

కంఠీరవం వాండ్ల మాటలను, వాండ్ల అమాయకపు చూపులను శ్రద్ధగా గమనిస్తూ దుఃఖాన్ని అదుపులోకి తెచ్చుకున్నాడు. ఆ పిల్లలకు అడ్డంగా అప్పుడప్పుడు సజ్జకర్రలు ఊగుతుంటే, వాటికున్న కంకులు తమ ఆహారంగా అర్పిస్తున్నట్టనిపించింది. ఆ కర్రల మమతను కంఠీరవం ఆనందంతో అనుభవించాడు.

"ఈ చేను మీదేనా?" బొంగురుపోయిన గొంతుతో కంఠీరవం ఆ పిల్లలను ప్రశ్నించాడు.

"అవును మాదే. ఎందుకు? కంకులు కావాలా" పట్టరాని ఆనందంతో అని ఒక పిల్లవాడు ఇతర పిల్లవాండ్లను వికసించిన ముఖంతో చూచాడు.

"మనోళ్ళు ఎప్పుడొస్తారో? మనం తెంపుదాం" అని ఇద్దరు పిల్లలు కంకులు తెంపసాగారు.

"ఇట్టి అమృత హృదయాలుగల పిల్లలు పుట్టిన ఈ గ్రామంలో నా అన్నవంటి వాండ్లెట్లాపుట్టారో!" కంఠీరవం హృదయం కొట్టుకున్నది.

మొదట కంకులకై వెళ్ళిన పిల్లలు వచ్చారు. వెంట కట్టెపుల్లలు తెచ్చారు. వాండ్లలో అందరికంటె పెద్దవాడైన కనకయ్య తన నడుముకు చుట్టిఉన్న జకముకి సంచి తీసి నిప్పుకొట్టి ఆ పుల్లలకు అంటించి మంటపెట్టాడు. కొందరు కంకులు కాలుస్తున్నారు. కొందరు దోస పిందెలచెక్కు తీస్తున్నారు. కొందరు పెసరకాయలు ఒలుస్తున్నారు.

కంఠీరవం పిచ్చివానివలె ఆ పిల్లల ఆరాటానికి, ఆప్యాయతకు ముగ్ధుడై ఆలోచిస్తున్నాడు. వీరెవరు? నే నెవరు? వీరికి నాకు ఏమిటి సంబంధం? నా ఆకలికి వీరి మనసు లెందుకు చలించాయి? నా ఏడుపు వీరి నెందుకింత కలవర పరచింది? అడుగనిదే ఏమిటి వీరి పరిచర్య, స్నేహభావము, ప్రేమ, మన్నన? ఎవరు నేర్పారు వీరి కివన్నీ? మంచి నేర్చుకోనవసరం లేదేమో! నేర్చుకోవలసినవి చెడ్డ విషయాలే కాబోలు! కంఠీరవం హృదయంలో తుఫాను రేగింది.

ఒక పిల్లవాడు దోసకాయలను ఎనిమిది భాగాలుగా కోసి కంఠీరవం ముందర పెట్టాడు.

కంఠీరవానికి తల్లి జ్ఞాపకం వచ్చింది. ఏ విధంగాను సంబంధంలేని ఆ పిల్లలు ఆ విధంగా ఆత్మీయులై ఆదుకొని తహతహలాడ్తున్నారు. ఇక కన్నతల్లి తనకై ఎంత కుమిలిపోతున్నదో అని ఖేదపడ్డాడు. అతనికై విలపిస్తున్న తల్లిని అన్న ఎన్ని దుర్భాషలాడుతున్నాడో, ఇంటిలో ఎంత గంద్రగోళం జరుగుతున్నదో అని ఆలోచనలో పడ్డాడు.

రెండు దోసపిందెలు తిని చాలు నన్నాడు కంఠీరవం. కాల్చిన సజ్జలను పిల్లలు అందించారు. "మన మంతా కలసి తిందాం" అంటూ కంఠీరవం అందరి మధ్యలో కూర్చున్నాడు.

"ఇక ఏడ్వవు కద?" ఒకపిల్లవాడు అమాయకంగా అడిగాడు.

"ఏడ్వను" ఆ పిల్లవాని వీపు నిమిరాడు కంఠీరవం.

"నాకింకో సహాయం చేయాలె మీరు" అని కంఠీరవం ఇంకా ఏదో చెప్పబోతుండగనే "ఓ" అని పిల్లలంతా అన్నారు.

"మీలో ఎవరైనా వెళ్ళి గొట్టం కొమరయ్యను యిక్కడికి తీస్కరావాలె. నే నిక్కడ ఉన్న సంగతి మావాండ్లకు, మీవాండ్లకు ఎవరికి తెలియవద్దు" కంఠీరవం దీనంగా అన్నాడు.

"నేను వెళ్తా, నేను వెళ్తా" అని ఒకరికొకరు పోటీ పడ్డారు. కనకయ్య ముగ్గురు పిల్లలను పంపాడు.

"ఒరే! నీ గురిగి కడిగి అయ్యగారికి మంచినీళ్ళు తేనా?" ఒక పిల్లవాడు అన్నాడు.

"మనం తెస్తే అయ్యగారు తాగుతాడురా!" కనకయ్య వెంటనే అందుకొని, కంఠీరవాన్ని చూశాడు.

"అరె! ఎందుకు తాగను?" కంఠీరవం పరధ్యానంలో అన్నాడు.

"నిజంగా తాగుతవా?" ఒక పిల్లవాడు గట్టిగా అడిగాడు.

కంఠీరవానికి ఆ పిల్లవాడు అంటున్నది అప్పుడు తెలిసింది. వాండ్లు తెస్తే త్రాగడానికి అతనికి మనస్కరించక పోయినా, ఆ విషయం వాండ్లతో చెప్పడం బాగుండ దనుకున్నాడు.

"మీరు తేవడ మెందుకు? మనమే పోదాం. దగ్గరేనా కాలువ?" అంటూ కంఠీరవం లేచాడు. పిల్లలుకూడా లేచారు.

"మరి నేను ఒలిచిన పెసరగింజలు మరి?" ఒక పిల్లవాడు ముఖం మాడ్చుకొని అడిగాడు.

"మంచినీళ్ళు తాగి మంచెమీద కూచొని తిందాం" కంఠీరవం సమాధానం చెప్పాడు.

అంతా మంచినీళ్ళు తాగి మంచె మీదికి చేరుకున్నారు.

కంఠీరవం దిగాలుపడి తనగ్రామం వైపు చూస్తూ మంచె పై నిలుచున్నాడు.

"పుట్టి పెరిగిన గ్రామాన్ని విడిచి, నేను ఎల్లప్పటికి దూరం కావల్సిందే? నాకు, అన్నయ్యకు మధ్య ఏర్పడిన అగాధ మిట్లనే ఉంటుందా! మాకోసం మా అమ్మ యీ విధంగా ఎన్నాళ్ళు కృశించుతుండాలె? నాకు ఆదుకొనే దిక్కేలేదా? ఈ అన్యాయాలను అన్యాయాలుగా అనేవాడు, అడ్డుకొనేవాడే లేడా! అయితే ఈవిధంగా చూస్తూ ఊరుకోవడమేనా?" కంఠీరవం హృదయం కొట్టుకొన్నది.

పక్కన నిలుచున్న కనకయ్య నాలుగు వైపుల చూసి, "ఎవరోయ్" అని కేకవేశాడు.

కంఠీరవం తడబడుతు లేచి నిలుచున్నాడు. నాలుగు వైపుల చూచి "ఎవరు? ఎక్కడ? ఏరి? ఎవరూలేరే? కొమరయ్య వస్తున్నాడేమో" అన్నాడు.

కనకయ్య ఒకవైపు చూపుతూ "అగో! అటు చూడు. తెలతెల్లగా కనపడుతున్నరు. వీండ్లకోసమే మేము చేలలో కావలుండేది. వీండ్లతో ఏగలేం, కంకుల కాల మొచ్చిందంటే" అన్నాడు.

"ఎవరు వాండ్లు?" కంఠీరవం అడిగాడు.

"ఎవరో దిక్కులేని వాండ్లు, వాండ్లకిదేపని. సమయం కనిపెట్టి ఎవరి చేలనో జొరబడి అయినన్ని కంకులో, కాయలో తెంపుతరు. వాటితో ఆ రోజు గడిచిపోతది. పుట్టగతిలేనోండ్లు. ఇట్లా పదిమంది చేలోపడితే ఏచేనూ ఆగదు. మిగిలేది చొప్పే" అంటూ కనకయ్య మంచె దిగబోయి, తిరిగి ఒక కేక వేశాడు. పరీక్షగా చేనువైపు చూచాడు.

చేనులోనుండి యిద్దరు వ్యక్తులు బాటకు చేరి చేతులు పైకిలేపి ఏమీ తెంపలేదన్నట్లు చేతులు తిప్పారు. ముందుకు నడిచి పోయారు.

"దొంగ ముండా కొడుకులు. చూచి కేక పెట్టకపోతే యాభై కంకుల కట్టయిన కట్టుకపోదురు. కనిపెట్టి కేకపెడ్తే, కంకులు తెంపలేదని బుద్ధిమంతులోలె వెళ్ళిపోతున్నారు" అన్నాడు కనకయ్య.

అతిశ్రద్ధగా కనకయ్య మాటలు వింటున్న కంఠీరవం "అయితే నాకు పెట్టిన కంకులు, దోసకాయలు, పెసరకాయవల్ల మీకు నష్టమే నంటావా?" అన్నాడు.

"అట్లనుకుంటే ఎట్ల? మేం మాత్రం అప్పుడప్పుడు కంకులు అవో ఇవో తింటూనే ఉంటం. కష్టాల్లో ఉన్న నీకు పెడ్తే మంచిదేగా, పైగా మీరు పెద్దలు. మీ కెంత పెడ్తే మా కంత పుణ్యముంటది. పని పాటలేక, జీతం నాతం లేక బతికే యీ అలగాజనంతోటి వస్తుంది కష్టం. అసలు పని లేకుండా ఎట్లా బతుకుతరో, నాకేం తోచదు. ఎండకాలంలో మాకు చేను పనులు లేకుండోర్కె మాకెక్కడ తోచదు. ఏదన్న పని మొదలు పెట్టుకుంటం" ఈ విధంగా కనకయ్య చెప్తున్న విషయాలు కంఠీరవం హృదయంలో నాటుక పోతున్నాయి. ఎవరో ఉపదేశం చేస్తున్నట్లనిపించింది. కనకయ్య మాటలకు వ్యాఖ్యానంగాని, అర్థం కాని చెప్పనవసరం లేకుండానే మానవ ప్రవృత్తిని, సహజ భావాలను ప్రతిబింబింప చేస్తున్నాయని కంఠీరవం భావించాడు. కాని తన కులంవాండ్లను కనకయ్య అన్న మాటల్లో సోమరులుగా తలవక పోవడం కనకయ్య ఆలోచనా లోపమని కంఠీరవం అనుకున్నాడు.

"అయితే మేము పనిచేయక బ్రతికినా ఫర్వాలేదంటావా?"

"మీ కెట్లైనా రోజులు గడుస్తయి."

"బిచ్చ మెత్తుకొని వెళ్ళ తీసినను మంచిదంటావా?"

"అది బిచ్చ మెందు కైతది?"

"అది నేను బిచ్చమంటా గౌరవ మర్యాద లేని బ్రతుకంటా. సోమరితనమంటా."

"మీరనేది నిజమైతే అది తప్పే" అంటూ కనకయ్య లేచి నిల్చొన్నాడు. ఒళ్ళు విరుచుకొని, చేను నాలుగు దిక్కులు చూచాడు. అరచేయి కండ్లకు కప్పుగా చేసికొని ఒకవైపు శ్రద్ధగాచూచి, "కొమరయ్య వస్తున్నట్టుంది" అన్నాడు.

కంఠీరవం ఆతురతతో లేచి నిలుచున్నాడు. "ఏడి? నిజంగానా? ఎక్కడినుండి వస్తున్నాడ"ని కనకయ్య పక్కకు నిలుచుండి కనకయ్య చూస్తున్న వైపు చూచాడు.

కంఠీరవం కొమరయ్యను రానైతే రమ్మన్నాడు కాని ఎందుకు పిలిపించింది, ఏమి అడగాల్సింది ఆలోచించనేలేదు.

కొమరయ్య దగ్గరికి వస్తున్న కొద్దీ కంఠీరవం దుఃఖం ఉబికి రాసాగింది. తన హృదయావేదనను విని అతని దుఃఖంలో, ఆవేదనలో, అభిప్రాయాల్లో భాగస్వామియై మానసిక భారాన్ని కొమరయ్య తీర్చగలడని అప్పుడు కంఠీరవానికి ఆశ కలిగింది.

కొమరయ్య, అతనికై వెళ్ళిన పిల్లలతోసహా సమీపానికి రాగానే కంఠీరవం వడిగా మంచెదిగాడు. తల్లి లేనప్పుడు పరాయిపిల్లలతో దెబ్బలు తిన్న చిన్న పిల్లవాడు కన్నతల్లిరాగానే పైనబడి ఏడ్చినట్లు, కంఠీరవం కొమరయ్యను అమాంతంగా కౌగిలించుకొని ఏడ్చాడు. కొమరయ్యకు ఏమీ అర్థంకాలేదు. అంతగా కుమిలిపోవడానికి కారణంకూడా తెలియదు. పిల్లలు పిలువగానే చేనునుండి నేరుగా అక్కడికి వచ్చాడు.

"మగవాడివి ఆవిధంగా ఏడుస్తావా? ఏమీ చెప్పకుండా అట్లా ఏడిస్తే ఎట్లా తెలుస్తుంది? రా! అటుపోయి కూర్చుందాం" అన్నాడు కొమరయ్య.

"పాపం! ప్రొద్దటినించి అన్నం తినలేదు. ఇన్ని సజ్జలు, దోసపిందెలే తిన్నడు" కనకయ్య దీనంగా అన్నాడు.

కొమరయ్య ఆశ్చర్యంగా కనకయ్యను చూచాడు. "ఏంది కనకయ్యా! నువ్వు ఈ చేనుకాడ ఉన్నవు?" అన్నాడు.

"కోమటి శంభయ్యది ఈ చేను. నేను జీతానికున్న."

"మీ చేనేమైంది?"

"మా చేను అమ్మినంగదన్న? ఏయేటికి ఆయేడు శిస్తు యెళ్ళటమే కష్టమైంది. మాఅయ్య చచ్చేముందే అమ్మేసి కోమటి శంభయ్యకు బాకీ కట్టినం. శంభయ్యే పాపమని జీతాని కుండమన్నడు" అంటూ కండ్లకు నీళ్ళు తీసుకొన్నాడు కనకయ్య. "సరే! నా దేందిగాని, అయ్యగారి సంగతేందో కనుక్కో ముంజాత" అన్నాడు కనకయ్య.

కంఠీరవం కనకయ్య మాటలు శ్రద్ధగావింటూ తన దుఃఖాన్ని ఆపుకున్నాడు.

"ఊళ్ళోకి పోదాం పద, ఏమొచ్చింది అడవిలో పడి ఉంటానికి" కొమరయ్య కంఠీరవాన్నుద్దేశించి అన్నాడు.

కంఠీరవం దిగులుగా దిక్కులు పరికించాడు. "మనసు పట్టలేక నిన్ను పిలిపించిన, నీ పనులేమీ చెడిపోవుకదా! నాకు నీవుతప్ప ఎవరు లేరని అనిపించింది." ఒక్కొక్కటి తూచినట్టన్నాడు.

"మళ్ళా మీ అన్నకు నీకు నడిచిందన్నమాట. నేను ముందరే దొర పిలిస్తే పోతిగద! ఆడ్నించి మీ ఇంటికే వచ్చిన. మీఇంట్లో ఎవరూ లేరు. మీ అన్న నాకు దోవలో కనపడ్డడు. దొరోరింటికి పోతుండె. సరే, అదంత పోనీయిగాని, ఊళ్ళోకి పోదాంపద! మా యింటకిరా! నీకేం భయంలేదు. లే పోదాం" కొమరయ్య బలవంతం చేశాడు.

"కొద్దిగా చీకటి పడని. లేకుంటే మావాండ్లకు తెలుస్తుంది. మా అమ్మవచ్చి ఆరాటం చేస్తుంది. అప్పుడు ఇంటికిపోక తప్పదు. మాఅన్నయ్యను కలిసికోక తప్పదు. అతను ఏదో అంటాడు. నేను ఊరుకోను. పైగా మా అన్నయ్య నన్ను ఇంట్లోంచి వెళ్ళి పొమ్మన్నాడు కూడా" కంఠీరవం అన్నాడు.

"మీ అన్నయ్య అనగానే అయింది? పెద్దమనిషి మీఅమ్మ లేదు? ఊళ్ళో పెద్దమనుషులు లేరు? మంచీ, చెడ్డా ఏమీలేకుండా ఇట్లా జరుగుతుంటుంటే ఎవరు ఊరుకుంటారు?" కొమరయ్య ధైర్యంగా మాట్లాడాడు. "ఏందో పాడు ఊరు. అన్నిటికీ దొరేనాయె. ఏం నాయం పొడైతది" తిరిగి కొమరయ్య నిరుత్సాహపడ్డాడు. "సరే నీ యిష్టం, చీకటి పడ్డాకనే పోదాం" అని ఇద్దరూ ప్రత్యేకంగా ఒకచోట కూర్చున్నారు. అన్నకు తనకు జరిగిన పంచాయతీ వివరాలు కంఠీరవం చెప్పాడు. ముసి ముసి చీకటి పడగానే ఊరివైపు బయలుదేరారు. చేనుకాపరి పిల్లలు దీనంగా కంఠీరవాన్ని చూచారు. ఒక పిల్లవాడు "మళ్ళా రేపు వస్తే చాలా కంకులు తెంపిపెడ్తం" అన్నాడు.

"దండం అయ్యగారు" కనకయ్య అన్నాడు. వెంటనే పిల్లలంతా "దండం అయ్యగారు" అని వికసించిన ముఖాలతో ఒకరినొకరు చూచుకున్నారు.

6

'పాపం మీనాయనగారు పెద్దమనిషి. ఆయన గతించినప్పటినుండి అన్నీ చిక్కులేనని విన్నాను" రామభూపాల్‌రావు మాట్లాడటానికి పిలిపించిన వెంకటాచారితో పరామర్శగా అన్నాడు.

రామభూపాల్‌రావు ఆవిధంగా శాంతంగా, చనువుగా మాట్లాడటం వెంకటాచారికి ఆశ్చర్యం వేసింది. రామభూపాల్‌రావు ఎల్లప్పుడు అధికార ధ్వనిలో మాట్లాడటం అతనికి తెలిసిన సంగతి. రామభూపాల్‌రావు అంటే వెంకటాచారికి భయం కూడాను.

"మీకు తెలియందేముంది?" వెంకటాచారి నీళ్ళు మింగుతూ అన్నాడు.

"మీ నాయనగారు పాపం చదువుకున్నవాడే. పూజనీయుడే. కాని చదువుకున్నాననే గర్వం మాత్రం బాగావుండేది. అదే ఆయనకు చెరుపు చేసింది. ఉన్న ఆకాస్త భూమిని పోగొట్టుకొని మీ అందరికి కష్టాలు తెచ్చాడు" రఘునాథాచార్యులు గురించి తన అభిప్రాయం ప్రకటించాడు రామభూపాల్‌రావు.

ఏమి సమాధానం ఇవ్వాల్సింది వెంకటాచారికి తోచలేదు. తల నేలకు వేసి రామభూపాల్‌రావు అంటున్న దేమిటో ఆలోచించసాగాడు.

"మీ తమ్ముడు నీకు ఎదురు తిరగబడతాడట నిజమేనా? తమ్ముడిని హద్దుల్లో పెట్టుకోలేకపోయావా?" ఓరకంటితో వెంకటాచారిని చూస్తూ రామభూపాల్‌రావు అన్నాడు.

"చిన్నప్పటినుంచి మా అమ్మ గారాబంతో వాడావిధంగా చెడిపోయిండు" వెంకటాచారి సమాధాన మిచ్చాడు.

"నిన్ను మీ నాయన పోకిరివాణ్ణి చేసిండని ఊరంతా అనుకుంటుంది. నువ్వు మీ అమ్మను కొడతావటగదు! కన్నతల్లిని కొడతారయ్యా ఎన్నడన్నా" రామభూపాల్‌రావు కొంచెము అధికార ధ్వనిలో అన్నాడు.

"మా తమ్ముడు చెప్పేడా ఆ సంగతి?" అంటూ వెంకటాచారి భయంగా చూచాడు.

"ఎవరు చెప్పితేం, సంగతైతే నిజమేగదా? మీ తమ్ముడు పిలిస్తేనే ముఖం తప్పించుకొని తిరుగుతాడు. మీ నాయనకంటే రెండింతలు గర్వం ఎక్కువుంది మీ తమ్ముడికి. సరేగాని ఒక విషయం అడుగుదామని పిలిపించాను. మీ మేలుకే, ఇందులో నా కొచ్చేదేమీ లేదు." గొంతు సవరించుకున్నాడు రామభూపాల్‌రావు.

"మీరనడం, నేను కాదనటమా? ఎప్పుడైనా అట్లా జరిగిందా?" వెంకటాచారి వినయంగా అన్నాడు.

"నేను రేపు తహశీలుకు పోతున్నాను. నీవుకూడా వస్తే మీ భూమిని నీ పేరుమీద చేయించి వేస్తా. ఇంకా నీకు పెండ్లి కావలసివుంది. ఈడు ముదిరిపోతున్నది. కౌలుకో, పొత్తుకో భూమి ఇచ్చావంటే దిగులు లేకుండా జరిగిపోతుంది. మీ అమ్మ పెద్దమనిషై పోయింది. నీకు రెండు ముళ్ళు పడ్డాయంటే కోడలు, సంసారంతో ఆనందంగా బతుకుతుంది. ఇది చెప్పుదామనే పిలిపించాను. రేపు భోంచేసి బయలుదేరుతున్నాను" అంటూ రామభూపాల్‌రావు కూర్చీలోంచి లేచి వెళ్ళబోయాడు.

"సరే! మీ దయ. వెళ్ళొస్తాను" అంటూ రామభూపాల్‌రావు దండం పెట్టకున్నా వెంకటాచారి దండం స్వీకరించినట్టు చేతులు ఆడించి ఇంటికి వెళ్ళాడు.

వెంకటాచారి ఎంతో గొప్పవాడుగా, ఏదో సాధించినట్టుగా ఒళ్ళు మరచి ఇంటికి చేరాడు. ఆ సంగతి తల్లికి చెప్పుదామనుకున్నాడు మొదట. కాని "ఏమిటి చెప్పేది? చెపితే ఆమె చేసేదేముంది? చిన్నకొడుకు వెళ్ళిపోవడంవల్ల వచ్చిన కోపం, దుఃఖంలో నా యోగ్యత, గొప్పతనం ఆమెకేమి అర్థమవుతుంది?" అనుకున్నాడు. భోజనం చేస్తున్నపుడు "రేపు దొరవారితో కామారెడ్డికి పోతున్నాను" ముఖం వంచుకుని అన్నాడు.

దొరవారితో అప్పుడప్పుడు ఆ విధంగా వెళ్ళడం మామూలే. అందువల్ల ఆమె ఏమీ అనలేదు. "తమ్ముని జాడ ఏమైన తెలిసిందా!" మెల్లగా అడిగింది తల్లి.

"ఎక్కడ తెలిసే, అప్పుడు పొయ్యి యిప్పుడు వస్తునేవుంటిని. ఇహ నీకు పనేముంది? అన్నం తిని అదే పని చెయ్యి. గారాబాల కొడుకు లేకపోతే నువ్వు వుండలేవుగా!" హేళనగా వెంకటాచారి అన్నాడు.

"నీకు మాత్రం ప్రేమ లేదు? ఏదో ఉద్రేకంలో ఆవిధంగా మాట్లాడుతున్నావు కాని ఒక కడుపున పుట్టినవాండ్లకు ప్రేమలుండకపోతే ఇంకెవరికుంటాయి కొడుకా?" గుడ్డలో నీరుతీస్తు గద్గద స్వరంతో తల్లి అన్నది.

"ఇవన్నీ చిన్నప్పటినుంచి వాడికి చెప్పితే వాడింతవరకు రాకనే పోవు. వాడికి చిన్నప్పటినుంచి మంది సహవాసమేనాయె. తురకపంతులు శిక్షణ, శూద్రుల సహవాసం. పెద్ద బుద్ధులు ఎట్లా వస్తాయి?" అంటూ లేచి చేతులు కడిగి వంటఇంటినుండి బయటికి వచ్చేశాడు.

తల్లి ఆండాళమ్మ వంటింట్లో అన్ని సదిరిపెట్టి, మైలుపడి తుంగచాప పరుచుకొని పండుకొన్నది. పైటకొంగును ముఖంనిండా కప్పుకొని లోలోపల కుమలసాగింది.

వెంకటాచారి ఏదో గొణుగుకొంటూ తాంబూలం వేసికొన్నాడు. హడావిడిగా యిల్లు వదలి ఊళ్ళోకి వెళ్ళాడు.

మరునాడు భోజనం చేసుకొని రామభూపాల్‌రావుతో వెంకటాచారి కామాంరెడ్డికి బయలుదేరాడు. కచ్చడంలో రామభూపాల్‌రావు కూర్చున్నాడు. కచ్చడం తొట్లో వెంకటాచారి కూర్చొని బండి తోలుతున్నాడు. కచ్చడం ముందట ఒక మనిషి, వెనుక ఒక మనిషి ఉరుకుతున్నారు. కచ్చడపుటెడ్ల మెడకు కట్టిన మూగల గల్లు గల్లు చప్పుడుతో, దుమ్ము రేపుతూ కచ్చడం వడిగా పోతున్నది.

"కొంచెం మెల్లగా పోనియ్యి" రామభూపాల్‌రావు అన్నాడు.

వెంకటాచారి ఎడ్ల తోకలను వదిలాడు. ఎడ్లు ఉరికి ఉరికి వాటంతట అవే మెల్లగా నడవసాగాయి.

"నిన్న నీకు చెప్ప మరచిపోయిన. నీతో ఇంకొక పని ఉంది. అంతా గుట్టుగా వెళ్ళిపోవాలె. నీవు తొందరపడొద్దు. నీవు భయపడాల్సిందేమీ లేదు" రామభూపాల్‌రావు సంభాషణ సాగించాడు.

"ఏదో ఆ పని. సెలవివ్వండి" అంటూ వెంకటాచారి రామభూపాల్‌రావు వైపు తిరిగి కూర్చున్నాడు.

"కోటయ్య కొడుకు కొమరయ్య తోటబావి ఎరికేగా?"

"అదే, చెరువు అవతలిది. మామిడి చెట్లుకూడా ఉన్నాయి."

"ఆc. అదే. అవును కదు! ఎన్నిసార్లు నీవు మామిడి పిందెలు తెంపుక రాలేదు గడీలోకి. ఆ తోటబావి ఉందే, న్యాయంగా చూస్తే కొమరయ్యది కాదు."

"అట్లాగా? తనది కాందే బావికి రాతికట్టం, మామిడిచెట్లు - ఇవన్ని చేయించాడా?"

"ఎవరూ ఏమీ అనకపోతే తనదేనని మింగేయటానికి అట్లా జరుగుతూంటే, మేము ఇటువంటి అన్యాయాన్ని చూస్తూ ఊరుకుంటామా? అందుకే, ఆ మోటబావి కింది భూమిని నా పేర చేయించుకోవాల్నని అనుకుంటున్నాను."

"కొమరయ్య అందుకు ఒప్పుకుంటాడా?"

"ఆ వెధవను ఎవడు బ్రతిమిలాడుతాడు? ఖానూను ప్రకారం జరుగాలెగాని.

నీవు కొంచెం తెలివిగా పనిచేశావంటే నేను అనుకున్న పని సులభంగా అయిపోతుంది.”

“ఇంతకూ ఆ భూమి ఎవరి దంటారు?”

“అది అసలు అడగాల్సిన ప్రశ్న. మన ఊళ్ళో ఒక బ్రాహ్మణ కుటుంబంకూడా ఉండేది. వాళ్ళది అసలు ఆ భూమి. వాండ్ల అతి గతి ఇప్పుడేమి తెలియడం లేదు. ఆ బ్రాహ్మణుడు చచ్చింతర్వాత అతని భార్య, ఓ చంటి పిల్లవాడు ఊరు వదిలి వెళ్ళిపోయారు. అంతేమరి. పిల్లవాడు చచ్చాడో, బ్రతికాడో ఏమీ తెలియడంలేదు. ఒకవేళ భగవంతుని కృపవల్ల ఆ పిల్లవాడు జీవించి ఉండి ఒకనాడు కాకపోతే ఒకనాడైనా వచ్చి “నా భూమి ఏది?” అంటే సమాధానం చెప్పాల్సిన బాధ్యత గ్రామానికి ప్రభువులమైన మాకు ఉంటుంది. కాని ఆ కొమరయ్య కేముంటుంది? పైగా ‘అన్యాయంగా ఒకని భూమి ఇంకొకడు అనుభవిస్తుంటే చూస్తూ ఏం చేస్తున్నారు?’ అని ప్రభుత్వం మమ్ములనే అడుగుతుంది. ఇవన్నీ ఆలోచించి, ఆ భూమిని నా పేర మార్చుకుందామనుకున్నాను. ఎప్పటికైనా ఆబ్రాహ్మణుడు బ్రతికి బాగుపడుతాడు. నాకు ప్రభుత్వంతో మాటరాదు.”

“అంటే ఆ బ్రాహ్మణుడు వచ్చి అడిగినప్పుడు ఆ భూమి అతనికి ఇచ్చి వేయాల్ననేగా మీ అభిప్రాయం? అవునులేండి, మీకేం భూములు తక్కువ గనకనా, ఇతరుల భూమికి ఆశపడేది?”

“అవును మరి. ఇప్పుడు నీ భూమి సంగతే చూడరాదూ? ఏదో కారణమనుకో, ఎప్పుడో తీసికున్న భూమిని ఇప్పుడు నీకు తిరిగి ఇస్తున్నానంటున్నానా లేదా? ఇదికూడా అంతే.”

“అయితే, ఇందులో నన్నేమి చేయమంటారు?”

“ఏమీలేదు. కచేరీలో ‘వెంకటేశ్వర్లు హాజర్ హై’ అని పిలుస్తారు. అప్పుడు నీవే వెంకటేశ్వర్లునని చెప్పాలె. ఆభూమి నాకు అమ్మివేస్తున్నట్టు, దానికింద మొత్తం పైకం ముట్టినట్టు, మీకు ఇంకా ఎవరు వారసులు లేనట్టు చెప్పాలె.”

“నా పేరు వెంకటాచారి గదండీ? మరి వాండ్లు ‘వెంకటేశ్వర్లు’ అని ఎందుకంటారు?”

“అది కాదయ్యా. ఆ బ్రాహ్మణుడు చచ్చినప్పుడు అతనికొక పసి పిల్లవాడున్నాడంటినే అతని పేరు వెంకటేశ్వర్లు. ఆ వెంకటేశ్వర్లు నీవేనని అక్కడ చెప్పాలె. ఈ మాత్రం అర్థంకాదా? నీవు ఒట్టి మొద్దువని అందరనేది నిజమే.” అని రామభూపాల్‌రావు గద్దించాడు.

వెంకటాచారి దేబెముఖం వేశాడు. ఇంకా వివరంగా ఏమేమో అడుగాలని అనుకున్నాడు. కాని రామభూపాల్‌రావు గద్దింపుతో గొంతు నొక్కినట్టయింది. “సరే” అని నీళ్ళు మింగాడు.

“బండిని తొందరగా పోనియ్యి.” రామభూపాల్‌రావు అధికార ధ్వనిలో ఆజ్ఞాపించాడు. “అన్నీ అర్థమైనట్టేనా? మళ్ళా అక్కడకి పోయిన తర్వాత ‘దద్దదా’ అంటావా?” అని మళ్ళా వెంకటాచారిని కోప పడ్డాడు. కచ్చడంలో వెల్లకిల పడుకొని కాళ్ళు చాపాడు.

వెంకటాచారి ముఖం కందిపోయింది. అంగీకారసూచకంగా తల ఊపాడు. తెల్లముఖం వేసుకొని రామభూపాల్‌రావును చూచాడు.

రామభూపాల్‌రావు తన భావి కార్యక్రమాన్ని ఆలోచించ సాగాడు. కండ్లు మూసి, మీసాలను పైకి దువ్వాడు.

బండిని వడిగా ఉరికించాడు వెంకటాచారి. వెంకటాచారి ఆలోచించాల్సిన అవసరమేమీ లేదనుకున్నాడు. ఆలోచించజాలడు కూడా తండ్రి కాలములో పోయిన భూమిని తిరిగి రామభూపాల్‌రావు యిస్తున్నాడన్న సంతోషం ఒక వైపు, ఏమైనా సందేహాలు అడిగితే రామభూపాల్‌రావు కోపపడ్తాడన్న భయం ఒక వైపు కలిగి ఏమీ మాట్లాడక గంభీరించి ఊరుకున్నాడు.

7

ఎవరికీ తెలియకుండా ఆ రాత్రి కొమరయ్య ఇంట్లో తలదాచుకుందామనుకున్న కంఠీరవం తన తల్లిని ఒకసారి కలిసికోవాలని ఆతురతపడ్డాడు. వెంకటాచారికి తెలియకుండా తల్లి ఆండాళమ్మ చీకటిపడ్డ తర్వాత కొమరయ్య ఇంటికి వెళ్ళింది. క్రీనీడను కూర్చొన్న కంఠీరవాన్ని చూచింది. అతడు కొమరయ్యతో మాట్లాడుతున్నాడు. ఆండాళమ్మ కంఠీరవాన్ని అమాంతంగా కౌగిలించుకొని కుమిలి కుమిలి ఏడ్చింది.

“ఆయనే పొద్దుటినుంచి ఏడ్చి ఏడ్చి ఇదైపోయిండు. ఇంకా ఎందుకు ఏడ్పిస్తావు అమ్మగారు” కొమరయ్య దీనంగా అన్నాడు.

“కన్నకడుపు కొడుకా! ఎట్లా ఊరుకుంటుంది?” కొమరయ్యతల్లి అన్నమ్మ మాతృప్రేమ మహిమను తెలిపింది.

“ప్రొద్దటినుంచి ఉపోషమేనా కొడుకా?” దుఃఖాన్ని తగ్గించుకొని ఆండాళమ్మ అడిగింది. కంఠీరవం తల నిమిరి, బుగ్గలను ముద్దాడింది.

“ఉపోషం కాకుంటే ఏం తింటాడు? మీరు పెద్దకులంవాళ్ళు. మావి మీకు పనికిరావాయె, చేలో ఇన్ని కంకులు, దోసపిందెలు పెట్టారంట. ఇక్కడికి వచ్చినాక బలవంతాన ఇన్ని పాలు తాగిండు. ఎంతైనా, అన్నం మీదికి వస్తాదమ్మా” అన్నమ్మ ఆదరంగా అన్నది.

“ఆమాత్రం పాలు ఇచ్చే పుణ్యమన్నా దక్కింది అన్నమ్మ నీకు. నేను కన్నతల్లినైనా ఆమాత్రం సాయం చేయలేకపోతిని కొడుకుకు. పిడికెడు అన్నం

పెట్టలేనుకదా? నేను బ్రతికున్నా లేనిదానితో సమానమైతి. వీడి మాటలు వీడికి, వాడి మదం వాడికి" ఆండాళమ్మ తన దీనావస్థను తల నేలకువేసి భూదేవికి నివేదించుకుంటున్నట్లు అన్నది.

"ఏమంటాడు నీ పెద్దకొడుకు?" కొమరయ్య అడిగాడు.

"ఏమంటాడు? నేను రెక్కలు విరిగిన పక్షివలె కొట్టుకుంటున్నా వాడికి చీమ కుట్టినంతలేదు." కంఠీరవం వైపు తిరిగి, "ఇంటికి పోదాం రారాదు నాయన!" ఆండాళమ్మ ఆలోచనా ధోరణిలో అడిగింది.

"నేను రానమ్మ. రోజు జగడాలు. అన్నదమ్ములం మాకు సుఖం లేదు. నీకు శాంతిలేదు. నేను ఇంట్లో లేకుంటే పంచాయితీలు లేకుండా నన్న ఉంటుంది. ఇట్లాగే రోజులు గడువనియ్యి. కాలంవస్తే నాలో ఏమైనా తప్పుంటే నేను సర్దుకుంటాను. అన్నయ్యకూడా ఒకనాడు కాకపోతే ఒకనాడైనా ఆలోచించకపోడు. ముఖ్యంగా నేను సుఖంగా ఉండటమేకదా అమ్మ నీకు కావల్సింది? కొమరయ్యవంటి ఆప్తులకు, అన్నదాతలకు కరువులేదు. ఎక్కడైనా ఏదోవిధంగా కాలం వెళ్ళబోసుకుంటాను. నా క్షేమ సమాచారాలు తెలుపుతుంటాను. నా బదులు ఈ కొమరయ్య నీ కొడుకు అనుకో. అతడు మనకు అన్నివిధాలా ఆత్మీయుడమ్మా. నేను ఈ ఊళ్ళోనే ఉండతలచుకోలేదు. ఎక్కడైనా కష్టించి బ్రతికి కాలం వెళ్ళ బుచ్చుకుంటాను. ఇక నీవు వెళ్ళమ్మా. అన్నయ్యకు తెలిస్తే అదొక రాద్ధాంత మవుతుంది. నావల్ల నీకు కలిగే సుఖం లేకున్నా కొట్లు, తిట్లు మాత్రం తప్పడం లేదు." కంఠీరవం బాధగా ఒక్కొక్కటి అన్నాడు.

"కొడ్తాడా అమ్మా?" అన్నమ్మ బెదిరినట్టు అడిగింది.

"దానిమీదనే ఇద్దరికీ బెడిసి ఇంతవరకు వచ్చింది. ఒకటికాదు తల్లి, చెప్పుకోటానికి" అంటూ ఆండాళమ్మ పైటకొంగుతో ముక్కు తుడుచుకుంది.

"ఎక్కడికో పోతానంటాడు. కాని ఎక్కడికి పోతాడో ఏమో! నాకే భయంవేస్తున్నది." కొమరయ్య దిగులుగా ఆండాళమ్మను చూస్తూ అన్నాడు.

"అదే నాయనా, నాకు దిగులు" ఆండాళమ్మ దీనంగా కొడుకును చూస్తూ అన్నది.

"కొమరయ్యా! నీవంటి హృదయం గల రైతులు, అన్నదాతలు, ఆప్తులు ప్రతిచోట ఉన్నారని నాకు ధైర్యంఉంది. ఎక్కడైనా వేళకు తాగడానికి ఇన్ని నీళ్ళు దొరకవనుకోకు. అమ్మా! వెళ్తాను. దిగులుపడకు. కొమరయ్యా! చికాకుగా ఉంది. అట్లా ఊరి బయటికి వెళ్దాంపద" అని లేచాడు కంఠీరవం.

ఆండాళమ్మ కొడుకును కౌగలించుకోబోయింది. కంఠీరవం తల్లి కాళ్ళపైబడి సాష్టాంగ దండప్రణామాలు పెట్టాడు. కండ్ల నిండా నీళ్ళు తిరిగాయి. పరిసరాలు అస్పష్టంగా, అనేక రూపాలతో తాండవం చేశాయి.

"ఇక పొమ్మంటావా తండ్రీ! మళ్ళ ఎప్పుడు కొడుక నిన్ను చూచేదీ?" ఆండాళమ్మ ఎక్కి ఎక్కి ఏడ్చింది.

"దిక్కులేనోండ్లకు దేవుడే దిక్కు, ఎందుకేడుస్తావు తల్లి" అన్నది అన్నమ్మ. కంఠీరవం కాళ్ళకు దండం పెట్టింది. కంఠీరవం, కొమరయ్య ఇల్లువదలి బయటికి వెళ్ళారు.

"నా కొడుకు దిక్కులేనివా డైనాడా అన్నమ్మా? శ్రీయఃపతి అన్నిటికి నీవే ఉన్నావు" ఆండాళమ్మ ఆకాశానికి చేతులు మోడ్చి నివేదించింది. "పోయివస్తా అన్నమ్మ!" ఆండాళమ్మ ఇంటికి బయలుదేరింది.

అన్నమ్మ వాకిలికడపదాక వెంట వచ్చింది. "మనసు గట్టిచేసుకో తల్లి. పెద్ద మనిషివి. అడ్డం పడితే ఎవడు దిక్కు?" అంటూ సాగనంపింది.

8

కంఠీరవానికి కొమరయ్య తన ధోతి, కండువ, ఒక రూపాయి ఇచ్చి తెల్లవారుజామున సాగనంపాడు. కంఠీరవం నిజామాబాదు దోవపట్టాడు. కొంతదూరం బండ్లబాట నడిచి వెళ్ళాడు. మధ్యన రైలుదారి అడ్డువచ్చింది. రైలుదారి వెంట నడవసాగాడు. పక్కచేలలో కనిపించిన కంకులు, కాయలు తినుకుంటూ బావుల్లో నీళ్ళు తాగుతూ పొద్దుతిరిగే వరకు డిచ్పెల్లికి చేరుకున్నాడు. గడిచినరోజు సరిగా తిండిలేదు; పైగా ఈరోజు చాలా నడిచాడు కూడా. అలసిపోయి, రైలుస్టేషన్‌లో కొంతసేపు పడుకున్నాడు. ఇంతలో హైదరాబాదుకు వెళ్ళే రైలు వచ్చి ఆగింది. కంఠీరవం లేచి కటకటాలను పట్టుకొని రైలుబండి ఎక్కుతున్న దిగుతున్న ప్రయాణీకులను వింతగా చూస్తూ నిల్చున్నాడు. రైలు వెళ్ళిపోయింది. రైలు పోలీసు ఒక ప్రయాణీకుని తీసుకొచ్చి ఒకచోట కూర్చోబెట్టి స్టేషన్ మాష్టరు వద్దకు వెళ్ళాడు. కంఠీరవం మెల్లగా ఆ ప్రయాణీకుని దగ్గరికి వెళ్ళాడు. "నీవేం తప్పుచేశావు?" అడిగాడు.

"ఏమీ లేదు. టిక్కెట్టు లేకుండా రైలెక్కిన."

"ఇప్పుడు నిన్నేమి చేస్తారు?"

"ఏమో ఏం జేస్తరో?"

"అయితే నీకు టిక్కెట్టు ఎందుకు దొరకలేదు? ఎక్కడ దొరకుతాయి?"

"రైలు ఎక్కేచోటే అమ్ముతారు గాని నాకు పైసలు లేక కొనలేదు."

ఇంతలో రైలు పోలీసువాడు వచ్చి ఆ ప్రయణీకుని స్టేషన్ మాష్టరు ఆఫీసులోకి తీసికెళ్ళాడు! కొద్దిసేపైన తర్వాత వదిలి పెట్టారు.

ప్రయాణీకుడు దూరంగా కనిపిస్తున్న చెట్లగుంపువైపు పోసాగాడు. కంఠీరవం కూడా అతన్ని అనుసరిస్తూ "నిలబడు, నేను కూడా వస్తా" నన్నాడు.

ఆ వ్యక్తి వెనుకకు తిరిగి నుంచున్నాడు. "నీ వెక్కడికి పోతావు?" ప్రశ్నించాడు.

"టిక్కెట్టు లేనందుకు వాండ్లేమన్నారు?" కంఠీరవం ప్రశ్నించాడు.

"వెండి దండకడియం తీసుకున్నారు. ఇవ్వనంటే జేలుకు పంపిస్తామని భయపెట్టారు. నేను మా తమ్ముడిని చూడపోతున్నాను" ప్రయాణీకుడన్నాడు.

"ఎక్కడ ఉంటాడు మీ తమ్ముడు? టిక్కెట్టు పైకంకింద సొమ్ములు కూడా తీసుకుంటారా?" అమాయకంగా కంఠీరవం అడిగాడు.

"వాండ్ల చేతిలో చిక్కాం, వాండ్లేమంటే అదే సాగుతది." దూరంగా కనిపిస్తున్న చెట్లవైపు చేయిచూపి "ఆగో! అక్కడ ఉంటాడు. మందు తింటున్నాడు. కుష్టు రోగానికి, అక్కడ దవాఖానాలో కుష్టు రోగులకే మందిస్తారు. తెల్లదొరలు మా మతంవాండ్లకు డబ్బు లేకుండానే మందులిస్తారు" ప్రయాణీకుడు అన్నాడు.

"మీ మతమంటే?" కంఠీరవం అడిగాడు.

"కిరస్తానీ మతం. అంటే తెల్ల దొరలమతం."

కొద్దిసేపు సంభాషణలేకుండా బాటసాగింది.

కంఠీరవానికి బాల్యమునాటి ఒక సంగతి జ్ఞాపకం వచ్చింది. తురకపంతులు ఉన్న రోజుల్లో అతని ఊరికి ఒక తెల్ల దొరవచ్చి ఊరిబయట మామిళ్ళలో మాల మాదిగలను పిలిపించి, ఒకచోట కూర్చోబెట్టి ఏదో చెప్పాడు. తమాషాగా వేరే కులాలవాండ్లు కుడా వెళ్ళి దూరంగా కూర్చుని వింతగా చూచారు; విన్నారు. నామాలు నాకేస్తారని తెలిసి కంఠీరవం వెళ్ళడానికి మొదట భయపడ్డాడు. కాని పంతులుతో ధైర్యంగా వెళ్లాడు. ఆ తెల్లని శరీరాన్ని, నల్లని గడ్డాన్ని, కింది నుంచి మీదిదాక తొడుక్కున్న అంగీని చూచి అంతా వింత పడ్డారు. "ఏం చెప్తున్నాడు పంతులు?" కంఠీరవం ప్రశ్నించాడు.

"అందరూ తన మతములో కలవాలని, అప్పుడు అందరికి చదువు, మందులు దొరుకుతాయని, చచ్చింతర్వాత స్వర్గానికి పోతారని చెప్తున్నాడు.

"మాల మాదిగలకు మన మందులు, బళ్ళు పనికిరావా పంతులు? వాండ్లు కూలిచేసుకుంటరుగదా? మరి ఇంకా కొలువు లెందుకు?"

"వాండ్ల పిల్లలు మన బళ్ళోకివస్తే ఊళ్లోవాండ్లు ఊరుకోరు. మాల మాదిగలను మీరు ముట్టుకోరుగా? మన వైద్యులు మాదిగ గూడానికి వెళ్ళడం కూడా జరగదు. అందుకని ఆ తెల్లవాళ్ళు ఆ ఏర్పాట్లు చేస్తామంటున్నారు" పంతులు వివరించాడు.

"మన ఊళ్ళోవాండ్లంత తెల్లగా ఎందుకుండరు పంతులు?"

"వీండ్లు మనదేశంలో పుట్టినవాండ్లుకారు. వాండ్లది వేరే దేశం. మనకు చాలాదూరంగా సముద్రాలని పెద్ద పెద్ద చెరువులుంటాయి. వాటి అవతల వాండ్ల దేశం."

"అంత దూరం నుండి ఇక్కడికివచ్చి మాల మాదిగలకు బళ్ళు పెట్టి మందులు ఇస్తున్నారన్నమాట."

"వాండ్లదే పనిమీద రాలేదు. సర్కారు నడుపుతున్నదికూడా వాండ్లే."

కంఠీరవం ఆశ్చర్యంగా పంతులును చూచి - "సర్కారును వారే నడుపుతున్నారా పంతులు? మరి మన ఆలాహజ్రత్ ఉన్నాడుగద పంతులు?" అన్నాడు.

"మన ఆలాహజ్రత్ మన హైద్రాబాద్ రాజ్యానికి పెద్ద. కాని ఈ తెల్లవాండ్లు ఢిల్లీలో కూర్చొని మొత్తం భారతదేశాన్ని రాజ్యం చేస్తున్నారు."

కంఠీరవానికి, తన పంతులుకు ఈ విధంగా జరిగిన సంభాషణ జ్ఞాపకం చేసుకుంటూ ఆ వ్యక్తి వెంట వెళ్ళుతున్నాడు.

ఆ వ్యక్తి వెనకకు తిరిగి చూచి "ఏ ఊరుకు పోవలె?" ప్రశ్నించాడు.

కంఠీరవం వెంటనే సమాధాన మివ్వలేక పోయాడు. "నిజామాబాదుకు పోవాలని ఇంటి నుండి బయలుదేరాను. నీవు కనబడ్తే నీ వెంట వస్తున్నాను." మెల్లగా అన్నాడు.

ఆ వ్యక్తి నడకనాపి, "నిజామాబాదు అక్కడ ఉంటుంది. మరిటెందుకు వస్తున్నావు?" అడిగాడు.

"ఈ రోజు ఈ ఊళ్ళోనే ఉందామనుకుంటున్నాను. కాని నాకు ఎవరూ గుర్తులేదు" విచారంగా కంఠీరవం సమాధాన మిచ్చాడు.

"కొత్త చోట ఎక్కడ ఉంటావు? సానా కష్టమైతది. ఇప్పుడు వచ్చిన తోవన రైలు టేషన్‌కు పో. నిజామాబాదుకుపోయే రైలు వస్తది. దాంటో పోరాదు?" ఆ వ్యక్తి అన్నాడు.

రైలుకు ఎన్ని పైస లైతవో! నా రూపాయి చాలునో, లేదో కంఠీరవం తనకుతానే అనుకున్నాడు. "నా దగ్గర ఒక్క రూపాయ ఉంది. నిజామాబాదుకు చాల్తదా?" ఆ వ్యక్తిని ప్రశ్నించాడు.

"నీ తాన రూపాయ ఉందా? నీ కాలు మొక్త. దాంట్లో నీ టిక్కెటు పైసలు పోంగ, ఏమైన మిగులొచ్చు. అవిచ్చి నా దండె కడియం ఇడిపిచ్చుకుంట. నీకు పుణ్య ముంటది. బీదోడ్ని. అన్నాలంగా ఉన్నొక దండె కడియం లేకుండైంది" అంటూ ఆ వ్యక్తి వెనకకు తిరిగి స్టేషన్‌వైపు దోవతీశాడు. కంఠీరవం ఆ వ్యక్తిని అనుసరించాడు. రూపాయ పూర్తిగా ఒకేసారి ఆ విధంగా ఖర్చు కావడం కంఠీరవానికి కష్టమనిపించింది. కాని పైకి తన భావాన్ని ప్రకటించలేదు.

ఆ వ్యక్తి స్టేషన్ మాస్టరు వద్దకు వెళ్ళి రూపాయ యిచ్చాడు. నిజామాబాదు టిక్కెటుకు పైసలు ముదరా బెట్టుకొని, మిగతా పైసలు తన టిక్కెటుకింద తీసికొని దండెకడియం యిమ్మన్నాడు.

స్టేషన్ మాస్టరు క్రోధంతో ఆ వ్యక్తిని చూశాడు. రూపాయను టంగ్‌మని కొట్టి మోగించాడు. నిజామాబాదుకు టిక్కెటు ఇచ్చాడు. దబాలున కిటికి మూశాడు. కంఠీరవం, ఆ వ్యక్తి దిగులబడి ఒకరి నొకరు చూచుకున్నారు. స్టేషన్ మాస్టర్ ఆఫీసు గది నుండి బయటికి వచ్చి కోపంగా ఆ వ్యక్తిని చూచాడు. "బుద్ధి కలిగి ఇక్కడనుంచి పోతావా, పోలీసుకు పట్టివ్వాల్నా?" గొంతుచించుకొని అన్నాడు. కంఠీరవం ఆశ్చర్యపడ్డాడు. అయోమయంగా తోచింది. ఆ రైలు వ్యవహారాలు ఆ విధంగా ఉంటాయేమో అనుకున్నాడు. ఆ వ్యక్తి భయంతో వెనకకు తిరిగి చూడకుండానే, తన మొదటి తోవన వెళ్ళిపోయాడు.

కంఠీరవం మెల్లగా స్టేషన్‌మాస్టరు వద్దకు వెళ్ళి, "నా రూపాయ సరిగ్గా సరిపోయిందా!" వినయంగా అడిగాడు.

"ఇంకా వేరే చెప్పాలా? వచ్చేదుంటే మేము యివ్వం? ఎన్నడు రైలెక్కిన ముఖం కానట్టుందే?" అంటూ స్టేషన్ మాస్టరు రైలు ప్లాటు ఫారం మీదికి వెళ్ళి నిలుచుండి అటు ఇటు చూచాడు.

కంఠీరవం ఉక్కిరి బిక్కిరై పోయాడు. విచారంగా వెళ్ళి ప్లాటు ఫారం మీద నిలుచున్నాడు.

కంఠీరవం వెనుక భాగంలో కటకటాల నానుకొని ఇద్దరు వ్యక్తులు స్టేషన్ మాస్టరు గురించి మాట్లాడు కుంటున్నారు.

"వీడి దశేందో గాని భలే సాగించుకుంటున్నడే, ఏమైనాగాని"

"ఇంక నీకు ఆశ్చర్య మేస్తున్నదా? ఇటువంటోండ్లు అంతటా ఉన్నరు. కొంచెం పై చేయి, కింది చేయి అనుకో. ఎక్కడైనా జరుగుతూనే ఉంటుంది" అంటూ యింకొక్కడు బీడీ ముట్టించాడు.

రైలు రాగానే కంఠీరవం ఎక్కి నిజామాబాదుకు చేరుకున్నాడు. ఎక్కడికి వెళ్ళాల్సింది తోచలేదు. అంత గ్రామాన్ని, ఆ విధంగా దుకాణాలు, దీపాలు, ప్రజల సంచలనం చూడటం కూడా అతనికి మొదటిసారి. వింతగా రెండు వైపుల దుకాణాలను చూస్తూ మెల్లగా రోడ్డు వెంట నడుస్తున్నాడు.

నామాలు పెట్టుకొని బట్టల దుకాణములో మెత్తకానుకొని కూర్చున్న ఒక వర్తకుని వద్దకు వెళ్ళి నిలుచున్నాడు. లక్ష్మీనారాయణ పేరు గల ఆ వర్తకుడు కంఠీరవాన్ని ఎగాదిగా చూచాడు. లైటు వెలుతురుకు కంఠీరవం నొష్టపై నామాల మచ్చలు స్పష్టంగా కనిపించాయి. వైష్ణవ భక్తుడైన ఆ వర్తకుడు చాలా బాధపడ్డాడు. ఒక వైష్ణవుడు ఆవేళ వరకు ముఖాన బొట్టులేక ఉండటం భరించరాని అన్యాయమని ఆశ్చర్యపడ్డాడు.

"మీరు స్వాములా?" చేతిలోని బీడీని నలిపి దూరంగా పారవేసి లక్ష్మీనారాయణ అడిగాడు. "ఏం? ప్రొద్దటినుంచి సాపాటు చేయలేదా? రాండి, అట్లా కూర్చోండి" అన్నాడు.

కంఠీరవం విచారంగా తల నేలకు వేసి నిలుచున్నాడు.

"అయ్యో! నిలబడితిరి? కూర్చోండి! ఏ వూరు స్వామి మనది? ఎక్కడి కొచ్చారు? ఇక్కడెవరైనా బంధువు లున్నారా?" లక్ష్మీనారాయణ ప్రశ్నలు కురిపించాడు.

"నాకీ వూరు క్రొత్త. నాకిక్కడ ఎవరూ గుర్తులేదు." కంఠీరవం దీనంగా జవాబు చెప్పాడు.

"ఊరేది స్వామి?"

"దిమ్మెగూడెం. వేదాల రఘునాథాచార్యులు మా నాయనగారు. మా నాయనగారు కాలం చేశారు. మా నాయనగారు మీ కెరికేనా?" కంఠీరవం సమాధానంగా తిరుగు ప్రశ్నలు వేశాడు.

"ఆం ఏమన్నారు? దిమ్మెగూడెం రఘునాథాచార్యులు కొడుకులా మీరు? రామానుజ, అన్యాయం. ముఖాన బొట్టు లేకుండా ఎన్నడైన మీ నాయనగారు ఊరు వదలి బయటికి వెళ్ళేవారా? మీ నాయన గారిని ఎవరు ఎరుగరు స్వామీ? వారి ఆచారము, సంప్రదాయము, తెలివి, పాండిత్యము ఎరుగని వారెవరు? ఎంతటి మహానుభావులు, ఎంతటి ఘటము? వారిని చూస్తేనే పంచమహా పాతకాలు పోతాయి... ఒరే! వెంకటయ్య ఇటురా. ఈ అయ్యగారిని వేదాంతాచారిగారి ఇంటికి తీసుకపో. వీరు దిమ్మెగూడెం రఘునాథాచార్యుల గారి కుమారులని, ప్రొద్దుటనుంచి సాపాటు చేయలేదని చెప్పు. భోజనానికి ఏర్పాటు చేయించమని చెప్పు" అని లక్ష్మీనారాయణ గుమాస్తాకు చెప్పాడు.

"అయ్యా! మీరు వాడివెంట పోండి. అపచారము. ప్రొద్దుటనుంచి సాపాటు లేదు. ఎంత మాట" అంటూ లక్ష్మీనారాయణ మెత్తమీదనుంచి లేచి "దాసుడిని" అని దండం పెట్టాడు.

కంఠీరవం గుమాస్తా వెంట బయలుదేరాడు. తన తండ్రిని గురించి లక్ష్మీనారాయణ వెలిబుచ్చిన భావాలకు, తన యెడ అతను కనబరచిన ఆప్యాయతకు లోలోన ఆనందంతో పొంగి పోయాడు. తండ్రిని, ఇంటి స్థితిని జ్ఞాపకం చేసుకుంటూ గుమాస్తా వెంట వేదాంతాచార్యుల యింటికి వెళ్ళాడు.

కంఠీరవం విషయం గుమాస్తా ద్వారా వివరాలు తెలిసికొన్నది మొదలు వేదాంతాచార్యులు రఘునాథాచార్యుల ప్రతిభను పొగడడం మొదలు పెట్టాడు. రఘునాథాచార్యుల మరణానికి వగచాడు. అటువంటి పరమ భాగవతోత్తముడిని ఇక చూడడం కష్టమని విచారించాడు. అతని పేరు ప్రతిష్టలు కాపాడాల్సిన బాధ్యత కంఠీరవంపై ఉందని హెచ్చరించాడు.

కంఠీరవం స్నానం ముగించుకున్నాడు. వేదాంతాచార్యుల రెండో కొడుకు మోహనాచార్యులు; కంఠీరవం ఉపాహారం ముగించుకొని వివేకవర్ధని గ్రంథాలయం వైపు వెళ్ళారు.

వేదాంతాచార్యులు - ఆయుర్వేద వైద్యుడుగా ఆ చుట్టు ప్రక్కలా, స్థానికంగా మంచి పేరు ప్రఖ్యాతులు గడించాడు. వైద్య వృత్తికితోడుగా వ్యవసాయంకూడా ఉంది. వైద్యంలో ఎంతశ్రద్ధతో పనిచేస్తాడో, వ్యవసాయంకూడా అంతే శ్రద్ధతో నేయించుకుంటాడు. పెద్ద కొడుకు కస్తూరి రంగాచార్యులు బడిపంతులుగా పనిచేస్తున్నాడు. రెండో కొడుకు మోహనాచార్యులు మెట్రిక్ చదువుతున్నాడు. తర్వాత వకీలు పరీక్షలో కూర్చోవాలని ఆలోచిస్తున్నాడు.

కంఠీరవం, మోహనాచార్యులు గ్రంథాలయానికి వెళ్ళగానే, మోహనాచార్యులు ఒక పత్రికను చేతబట్టి చూడసాగాడు. "మీకు కావలసిన పత్రికేదైన తీసికొని చదువండి" కంఠీరవంతో అన్నాడు. కంఠీరవానికి ఆ ప్రదేశం కన్నుల కింపుగా తోచింది. ఆల్మారాలో అందంగా పేర్చబడియున్న పుస్తకాలు, అంతా నిశ్శబ్దంగా కూర్చొని చదువుతూ ఉన్న చదువరులు, అప్పుడే గ్రంథాలయంలోకి ప్రవేశించి ఒకరి నొకరు మందహాసంతో నమస్కరించుకోవడం కంఠీరవానికి ఆనందంగా తోచింది. అవన్నీ గమనిస్తూ కంఠీరవం కొంతసేపు కాలంగడిపాడు.

గ్రంథాలయం ఆవరణలో నాలుగు వైపుల గోడలకు తగిలించి ఉన్న ఫోటోలను ఒక్కొక్కటి చూస్తూ ఆ ఆవరణమంతా తిరిగాడు. గాంధీ, గోఖ్లే, తిలక్, మోతీలాల్, లజపతిరాయ్, జవాహర్‌లాల్, సరోజినీదేవి, విఠల్ భాయిటేల్, డా॥ అన్సారి, కమలానెహ్రూ, స్వరూపరాణి నెహ్రూ, కమలాదేవి ఛటోపాధ్యాయ, సుభాస్ చంద్రబోస్ చిత్రాలన్నీ తగిలించబడి ఉన్నాయి. ఆ పటాలలో అచ్చైన పేర్లన్నీ ఇంగ్లీషు భాషలో ఉన్నందువల్ల వారంతా ఎవరో కంఠీరవానికి అర్థంకాలేదు. అన్ని పటాలకంటె పెద్దగా ఉండి, ప్రధానమైన స్థలంలో ఉన్న నిజాం పటమును మాత్రము కంఠీరవం గుర్తుపట్టాడు. వరుసగా బల్లలు, వాటికి రెండువైపుల కుర్చీలు, బల్లలపై దిన, వార, పక్ష, మాసపత్రికలు పెట్టబడి ఉన్నాయి. కంఠీరవం ఒక్కొక్కటి తిరగవేస్తూ వాటిలోని బొమ్మలను, వార్తల శీర్షకలను చదువుతూ కొంతసేపు కాలం గడిపాడు.

మోహనాచార్యులు వచ్చి పిలువగానే కంఠీరవం బయలు దేరాడు. మార్గమధ్యంలో మోహనాచార్యుల నడిగి గ్రంథాలయంలోని చిత్రాల వివరాలను తెలిసికొన్నాడు. ఆ చిత్రాలలోని ఒక్కొక్కరిని గురించి మోహనాచార్యులు తనకు తెలిసినవి, విన్నవి వివరించాడు. వారిపై ఆంగ్లేయ ప్రభుత్వం చేసిన, చేస్తున్న దౌర్జన్యాలు, వారిని జేళ్ళలో హింసిస్తున్న పద్ధతులు తెలిపాడు. ఆ వివరాలు కంఠీరవంపై చాలా ప్రభావం కలిగించాయి. తిరిగి ఆ చిత్రాలను చూడాలనే ఆసక్తి హెచ్చింది.

"డిచ్పెల్లిలో వైద్యసహాయం చేస్తున్న తెల్లవాండ్లే అటువంటి అన్యాయమైన పనులు చేస్తున్నారా?" ఆశ్చర్యంతో కంఠీరవం అడిగాడు.

"అవును! ఆ తెల్లజాతివాండ్లే" మోహనాచార్యులు అన్నాడు.

"అంత దయతో రోగులకు చికిత్స చేస్తున్నవాండ్లు అంత కఠినంగా అటువంటి గొప్ప గొప్పవాండ్లను ఎందుకు హింసిస్తున్నారు?" ఆవేదనతో అడిగాడు కంఠీరవం.

ఈ ప్రశ్నకు సమాధానమివ్వడం మోహనాచార్యులకు శక్తికిమించిన విషయమైంది. "అదే అర్థంకావడంలేదు. మా మాస్టారు కూడా తెల్లవాండ్ల పట్టుదల, క్రమశిక్షణ, పరిశోధనాపటిమ, విజ్ఞానప్రియత్వము, సాహసములనుగురించి తెగపొగుడుతుంటాడు. ఈ కాంగ్రెసు వాండ్లెంత కష్టపడ్డా తెల్లవాండ్లతో సరితూగ జాలరని కూడా అంటాడు" అన్నాడు.

"నా అభిప్రాయంలో యిందులో మనకు తెలియని విషయమేదో దాగి ఉంది. లేకపోతే, అట్లా అంత చదువుకున్నవాండ్లు అర్థంలేకుండా కష్టాల ననుభవిస్తున్నారంటే, ఒకవైపు దయను చూపుతూ రెండోవైపు మీరు చెప్పిన దౌర్జన్యాలు తెల్లవాండ్రు చేస్తున్నారంటే ఇందు ఏదో పెద్ద విషయమే దాగిఉంది'.' అన్నాడు కంఠీరవం.

"మనమేమీ చెప్పలేం" మోహనాచార్యులు తన నిస్సహాయతను వ్యక్తపరిచాడు.

ఇంటికి చేరుకోగానే మోహనాచార్యులు, కంఠీరవం భోజనం ముగించుకొని ఒకేచోట పక్కలు వేసుకొని పడుకున్నారు.

మోహనాచార్యులు పడుకొని స్కూలు పుస్తకాలు చదువ మొదలుపెట్టాడు.

కంఠీరవంకూడా ఉండలేక కొన్ని పుస్తకాలను తిరిగవేశాడు. అందులో ఒకటి ఇంగ్లీషు పుస్తకం, రెండోది లెక్కల పుస్తకం! ఆ రెండుకూడా అతడు చదువురానివానిగా తేల్చివేశాయి.

ఆ పుస్తకాలు తనకేమీ అర్థంకానందుకు చింతించాడు. అటువంటి చదువులు పల్లెటూరివాండ్లకు చెప్పకపోవడం,, బస్తీవాండ్లకు మాత్రం చెప్పడం ఎందుకో తెలిసికోజాలలేదు. "మీ బస్తీ చదువులకు, మా పల్లెటూరి చదువులకు చాలా భేదముంది." పుస్తకాలను మోహనాచార్యులకు చూపి, "ఈ చదువు మాకు చెప్పనే లేదు" అన్నాడు.

అతని అమాయకత్వానికి మోహనాచార్యులు తనలో తాను నవ్వుకున్నాడు. "ఇవన్నీ మీరు నేర్చుకుంటారా?" కంఠీరవాన్ని చూస్తూ అన్నాడు.

"నేర్పితే ఎందుకు నేర్చుకోను?" ఆశతో కంఠీరవం అన్నాడు.

"సరే! మంచిది. ఆలోచిద్దాం. చాలా అలసిపోయారు. పడుకోండి" అని మోహనాచార్యులు తిరిగి చదువులో లీనమయ్యాడు.

కంఠీరవం తిరిగి ఆలోచనలో పడ్డాడు. తన భవిష్యత్తు ఏం కానున్నదో, తెల్లవారితే ఏం చేయాల్సుందో అయోమయంగా తోచింది. కొత్తగా వచ్చిన తనకు బస్తీలో ఆదరణ కలగడానికి కారణమైన తన తండ్రి ఘనతకు ఉబ్బిపోయాడు. తండ్రి జీవించి ఉన్నప్పుడు తండ్రికి, తనకు జరుగుతుండే వాదనను జ్ఞాపకము చేసుకొని నిట్టూర్పు విడిచాడు. డిచ్పెల్లి రైలు స్టేషనులో స్టేషను మాస్టరు కరకుతనం,

తెల్లవారి ద్వంద్వ నీతిపై ఆలోచించాడు. బట్టల వర్తకుడు లక్ష్మీనారాయణ ఆప్యాయతను తలచుకొన్నాడు. మరునాడు తిరిగి లక్ష్మీనారాయణను కలిసికోవాలని అనుకుంటూ నిద్రలో లీనమైనాడు.

9

రామభూపాల్‌రావు వెంకటాచార్యుల దొంగ వాఙ్మూలము, అతని తొత్తులైన వారి కుటిల సాక్ష్యాలతో కొమరయ్య తోటబావికింద భూమి తన పేర వ్రాయించుకొని ఎవరికి తెలియకుండానే రెండేండ్లు గడిపాడు. వెంకటాచార్యులకు వాగ్దానం ప్రకారం భూమి యిచ్చానని చెప్పాడు. వెంకటాచార్యులు సొంత సేద్యము చేయడు కాబట్టి, రామభూపాల్‌రావు కౌలు పద్ధతిన సేద్యము చేయిస్తానని చెప్పాడు. ప్రతిసంవత్సరం న్యాయంగా యివ్వాల్సిన భాగము యిస్తానని చెప్పి, ఆ విధంగా ధాన్యమో, డబ్బో తోచినంతవరకు వెంకటాచార్యులకు యిచ్చేవాడు.

వెంకటాచార్యులు రామభూపాల్‌రావు నమ్మిన బంటుల్లో ఒకడైపోయాడు. ప్రజలపై అన్యాయాలుచేసే రౌడీ ముఠాలో చేరాడు. వెంకటాచార్యులకు బాల్యంనుండి అలవడిన చిలిపితనానికి రామభూపాల్‌రావు అండ, ఆదరము ఇంకా తోడైంది. రామభూపాల్‌రావు కూడా ఒక్కొక్కసారి ఉచితజ్ఞత నుపయోగించి, సంకోచించి చేయని పనులు రామభూపాల్‌రావు ఆజ్ఞ, అధికారములేకుండానే వెంకటాచార్యులు చేస్తుండేవాడు. తండ్రి రఘునాథాచార్యులు ఎంత సాత్వికుడని, మర్యాదగలవాడని పేరుపొందాడో వెంకటాచార్యులు అంత మూర్ఖుడుగా, నీచుడుగా ప్రజలు భావించారు. రామభూపాల్‌రావు అండ, అధికారానికి మురిసిన ఒక పెద్దమనిషి తన బిడ్డను వెంకటాచార్యుల కిచ్చి పెండ్లిచేశాడు. ఆండాళమ్మ కోడలును అండగా చేసుకొని తానుమాత్రము ఏ విధంగాను వెలితిపడక, గుట్టుగా సంసారం వెళ్ళతీసుకోసాగింది.

ఒకనాడు రామభూపాల్‌రావు తన పది అర్కలను కొమరయ్య భూమిలోకి పంపి దున్నవలసిందని ఆజ్ఞాపించాడు. హైదరలీ నాయకత్వాన పది అర్కలు జాంపొద్దు ఎక్కేవరకు కొమరయ్య భూమిలోకి ప్రవేశించాయి. దున్నడం మొదలైంది. మామూలుగా కొమరయ్య వెళ్ళేవరకు తన భూమిలో ఇతరుల అర్కలు ఉండటంతో అదిరిపోయాడు. ఆవేదనతో వడిగా వెళ్ళాడు. హైదరలీని బావిగడ్డమీద చూచాడు. రామభూపాల్‌రావు జీతగాండ్లను, ఎడ్లను గుర్తుపట్టాడు. నిలువెల్ల నీరైపోయాడు. ఏమీ తోచలేదు. మెల్లగా హైదరలీ నిల్చున్నచోటికి వెళ్ళి అతనిని బిత్తరపోయి చూచాడు.

"ఏం కొమరయ్య! ఏం చూస్తున్నావ్? ఎట్లా దున్నుతున్నారనా? ఎందుకు దున్నుతున్నారనా? కొట్టంలో గడ్డి, గరప, తాళ్ళు, మేకులు ఏమన్న ఉంటే తీస్కపో తీస్కపోయి ఇంట్లో పెట్టుకో. ఇక్కడ నీ సామాను ఏదీ కూడా ఉంచకు. ఈ

భూమిమీద ఆశ వదులుకో. ఏమన్న చెప్పేదుంటే గడీలకుపోయి దొరకు చెప్పుకో. ఇక్కడ నిలబడతే ఏం లాభం?" హైదరలీ హితోక్తులు పలికాడు.

హైదరలీ మోటమీదనుంచి బావిలోకి తొంగిచూచాడు. "మంది వాటికి ఇంత మరమ్మతు ఏమనుకొని చేయించావ్? లోకం గొడ్డు పోయిందనుకున్నావా? గుడ్డిదనుకున్నావా?" వెటకారంగా అన్నాడు.

కాసేపు మోట బొక్కెనను, తొండాన్ని, మోటమోకును హైదరలీ పరిశీలించాడు. "వీటినన్నా దక్కించుకో. మా జీతగాండ్లు అసలే పోకిరి ముండాకొడుకులు. చూస్తే దక్కనీయరు" అని కొంటెగా నవ్వి చుట్ట వెలిగించాడు.

కొమరయ్య మోటమోకు చుట్టకట్టి, బొక్కెన నెత్తిన పెట్టుకొని, మోటమోకును కట్టెకు తగిలించుకొన్నాడు. హృదయంలో చెలరేగిన తుఫాను అరికట్టుతూ ఆలోచనతో ఇంటికి చేరాడు. తల్లి అన్నమ్మ మనుమడు కోటయ్యను బుజగరిస్తూ, చిటికెలువేస్తూ అన్నం తినిపిస్తున్నది. కోటయ్య తండ్రిని చూడగానే, "అయ్యొచ్చిండు" అని తండ్రి వైపు రాసాగాడు. కొమరయ్య బొక్కెన, తాళ్ళు ఒక మూలకు వేసి, కొడుకు మాటలను లెక్కచేయకనే, అన్నమ్మనుద్దేశించి, "అమ్మా! మన బావి చేనంతా దొరోరి అర్కలు దున్నుతున్నై. దొరకాడికి పొయ్యొస్తా" అని గబగబా ఇల్లు వదలి వెళ్ళిపోయాడు.

అన్నమ్మ అదిరిపోయింది. మనుమనికి పెడ్తున్న అన్నం ముద్ద అట్లాగే పట్టుకొని "దొర అర్కలు మన భూమిని దున్నుతున్నాయా?" అంటూ హడావుడిగా వాకిలి కడపవరకు వచ్చి, కొమరయ్యను చూపు దాటినంతవరకు చూస్తూ నిలుచుంది.

"ఏం పాపపు రోజులొచ్చినయి దేవుడా?" అనుకుంటు ఇంట్లోకి వచ్చింది. మనుమడిని చంకనవేసుకొన్నది. "కనకమ్మా! ఇల్లు చూస్తుండు. ఇప్పుడేవస్తా" కోడలును కేక పెట్టి శివమెత్తినదానిలాగా తోటబావి దోవబట్టింది. రామభూపాల్‌రావు అర్కలు తమభూమిని దున్నుతుంటే, తననే నిలువునా చీలుస్తున్నంత బాధపడింది. "దొరంటే చెప్పిండు; మీ కైనా బుద్ధి ఉండొద్దు? ఒక ఊళ్ళో పుట్టిపెరిగిన మీకు మంది భూములు అన్యాయంగా దున్నటానికి చేతులెట్ల వచ్చినై?" అన్నమ్మ కేకలు పెడుతు భూమిలోకి ప్రవేశించింది. మనుమడిని కిందికి దింపి అర్కలకు అడ్డంగా తిరిగింది. "ఇక దున్నండి. నా ప్రాణంపోయినామానె. ఇప్పుడు భూమి గుంజుకున్నరు. రేపు మెడ పిసికేస్తరు. ఎట్లయినా మావి కుక్కబతుకులె ఎప్పుడో చచ్చేది ఇప్పుడేచస్తా" అంటూ ఒక అర్కను విడవబోయింది. ఆ నాగలి జీతగాడు బిత్తరపోయి, అసమర్థుడుగా నిలబడ్డాడు. ఆ జీతగాడు ఆ విధంగా నిలబడటం దొరగారి జీతగానితనానికే అప్రతిష్ట అన్నంత రోషముతో ఇంకో జీతగాడు వెంకయ్య అన్నమ్మ మీదికి పోబోయాడు. ప్రక్కనే ఉన్న ఇంకొక జీతగాడు కనకయ్యకు వెంకయ్య సాహసానికి కోపం వచ్చింది. "మాదిగోడివి. కాపుమనిషిని

ముట్టుకోపోతున్నవుర" తోడి కులానికి కలుగుతున్న అవమానాన్ని సహించలేక అన్నాడు.

దూరంగా తోటబావి గడ్డమీద కూర్చున్న హైదరలీకి అన్నమ్మ ఆరాటం, జీతగాండ్ల చేష్టలు చూసి కోపం వచ్చింది. వడిగావచ్చి కనకయ్య చేతిలోని ముల్లుకర్రను తీసుకొని కనకయ్యను బలంగా రెండు దెబ్బలు వేశాడు. మూడోసారి కర్రలేబట్టేవరకు కనకయ్య దెబ్బను తప్పించుకోడానికి నాగలిని వదలి దూరంగా ఉరికాడు.

కనకయ్యను కొట్టడం వెంకయ్యతో సహా మొత్తం జీతగాండ్లకు కూడా అన్యాయమనిపించింది. "ఏమిటి ఈ అన్యాయం?" అన్నట్లు జీతగాండ్లంతా హైదరలీని ద్వేషంతో చూచారు.

"ఏం చూస్తున్నారు? సాగనీయండి అర్కలను" హైదరలీ గొంతుచించుకొని అన్నాడు.

"చూస్తగదా ఎట్ల దున్నుతరో" రౌద్రంతో అన్నమ్మ అన్నది. మనుమడిని అందుకొని, చంకకెత్తుకొని, మళ్ళీ నాగండ్లకు అడ్డంగా నిలుచుంది. ఎడ్లు ఆమె చీరె రంగుకు, కేకలకు చెవులు, తోకలు ఆడిస్తూబెదిరి బెదిరి చూచాయి.

హైదరలీ అన్నమ్మను చూడటం ఇదే మొదటిసారి. సామాన్యంగా కాపు ఆడవాండ్లు పాటించే బిడియమేగాక, మహమ్మదీయు డైనందువల్ల అతని కంటపడటం ఇంతవరకు జరుగలేదు. అన్నమ్మ ఆరాటము హైదరలీ ఆలోచనకు కారణమైంది. "కోటయ్య భార్య ఇంతటి మనిషా?" అనుకున్నాడు తనలో.

"మర్యాదగా చెప్తున్న. నీవు ఏం గోలచేసినా లాభంలేదు. వట్టి పుణ్యానికి రచ్చ కెక్కడం తప్ప. నీకొడుక్కు అన్ని తెలుసు, నీకొడుకు దొర దగ్గరకు పోయిండు. మీ ఆడవాండ్లకు ఇవన్ని తెలియవు. కోటయ్య బ్రతికున్నప్పుడు ఆయన, దొర కలసి మెలసి ఉన్నరు. ఇప్పుడు మీరు ఉండలేక పంచాయితీలు లేవదీసుకుంటున్నారు. ఎందుకొచ్చింది? నాగండ్ల ముందటినుంచి జరుగు" హైదరలీ చాకచక్యంగా మాట్లాడాడు.

హైదరలీకి జవాబు చెప్పడమే అన్నమ్మ అనవసర మనుకున్నది. హైదరలీ చెపుతున్నది తనకు కాదన్నట్లు మనుమడిని ఒళ్ళో పెట్టుకని నాగండ్ల ముందర కూర్చున్నది. "ఇంత పగటి దోపిడా?" తనకు తానే గొణుకున్నది.

హైదరలీకి ఏమీ తోచలేదు. జీతగాండ్లు ఒకరి ముఖాలు ఒకరు చూచుకుంటూ నిలుచున్నారు. అర్కల ఎడ్లు నెమరువేస్తూ, ఆ గొడవంతా తమకు పట్టనట్టు చెవులు, తోకలు ఆడిస్తున్నవి. వెంకయ్య పశ్చాత్తాపంతో తల నేలకువేసి ఆలోచిస్తున్నాడు. కనకయ్య నాగండ్లకు దూరంగా చెట్టునీడకు నిలుచుండి హైదరలీని కోపంగా చూస్తున్నాడు. దెబ్బలకు తేలిన దద్దులను చేతితో నిమిరి చూచుకున్నాడు.

హైదరలీ జేబులోనుంచి పొరచుట్టను తీశాడు. ఆలోచిస్తూనే చుట్టముందు వెనకలు పొతంచేశాడు. "ఒక్క ఆడది పదిమంది జీతగాండ్లను, దొరవారి పెద్ద గుమాస్తాను నిలువునా కట్టివేయడమా?" హైదరలీ హృదయంలో తుఫాను రేగింది.

రామభూపాల్‌రావు ఆలోచనలు, ఎత్తుగడలు హైదరలీ కార్యదీక్షతో నేటివరకు అనుకున్నవన్ని అవలీలగా జరుగుతూ వచ్చాయి. కాని అన్నమ్మ క్రింద అవన్ని నీరువలె ఇంకిపోయినవి. హైదరలీ అదరిపోయాడు. కులాభిమానంతో కనకయ్య చేసిన పని హైదరలీకి నిప్పులో దూకినట్లయింది. కనకయ్యను కొర కొర చూపులతో చూస్తూ చుట్ట ముట్టించాడు. "నన్ను దయ్యం పట్టలేదు గదా?" హైదరలీ జంకాడు.

"ఒరే! ఇటురా!" ఒక జీతగాడిని పిలిచాడు.

ఆ జీతగాడు వెళ్ళాలా, వద్దా అన్నట్టు తోటి జీతగాండ్లను చూస్తూ మెల్లగా హైదరలీ వద్దకు వెళ్ళాడు.

"నువ్వు దొరకాడికి పోయి, కొమరయ్య తల్లి అన్నమ్మ అర్కలకు అడ్డంగా నిలబడి దున్ననీయటం లేదని చెప్పు" అంటూ హైదరలీ చుట్టను నేలకు రాసి, మళ్ళీ ముట్టించాడు. జీతగాడు ఊరిదోవ పట్టాడు.

"నాగండ్లను ఇడ్వమంటారా?" ఒక జీతగాడు హైదరలీని చూస్తూ అన్నాడు.

"బువ్వేళ్ళ కూడా అయింది" ఇంకో జీతగాడు అన్నాడు.

"ఎడ్లు ఎండలో ఉండికూడా చాలా 'సేపైంది'.' ఇంకొక జీతగాడు అన్నాడు.

"అయితే యిప్పండి. ఎడ్లను మాత్రం యిక్కడనే కొట్టంలో కట్టేయండి" అన్నాడు హైదరలీ.

"ఎవడి కొట్టం? మా కొట్టంలో ఇంకోండ్ల ఎడ్లు కట్టివేయడానికి వీల్లేదు. ఇయ్యాల అటో ఇటో తేలాల్సిందే!" అన్నమ్మ హైదరలీని చూడకుండానే అన్నది.

హైదరలీ పిచ్చివానివలె అన్నమ్మను చూచాడు. ఏమీ పాలుపోలేదు. తాను ఇన్నాళ్ళ నుండి గర్వించుకుంటున్న శక్తి సామర్థ్యాలను, కార్యదీక్షను ఏదో తెలియజాలని శక్తి హరించి వేసిందని తత్తరపడ్డాడు. కాని ఏమి చేయాల్సింది తోచలేదు. "జీతగాండ్లంతా కనకయ్యవలె మారిపోరు కదా?" అనుమాన పడ్డాడు.

"అదేదో తేలనీయండి. మీరు చెప్తె దొరోరి కొట్టంలోనే ఎడ్లను కట్టేస్తం" ఒక జీతగాడు అన్నాడు.

"అంతవరకు దున్నటం ఆపి ఉంచండి." అని ఆ జీతగాడు అంటున్నట్టు హైదరలీకి తోచింది. హైదరలీ వింతగా ఆ జీతగాణ్ణి చూచి, "సరే! అర్కలను యిడిచి ఎడ్లను దొరోరి కొట్టంలోకే తోల్కపొండి" అన్నాడు. హైదరలీ పై కండువాను దులుపుకుంటూ ఇంటిదోవపట్టాడు.

జీతగాండ్లు నాగండ్లను విడిచారు. కనకయ్య కూడా తన నాగలిని విప్పడానికి దగ్గరికి రాగానే - "దెబ్బలు బాగా తగిలినయ్యా?" జీతగాండ్లు సానుభూతితో పరామర్శించి, పైకి తేలిన దద్దులను పరీక్షించారు.

పైకి తేలిన దద్దులను చూపుతూ, "ఎన్నడు లేంది తురకాయన భలే కొట్టిండే" అన్నాడు కనకయ్య. జీతగాండ్లంతా ఆలోచనా ధోరణిలో ఎడ్లను తోలుకొని ఊళ్లోకిపోయారు. కనకయ్య మాత్రం అన్నమ్మ దగ్గరికి వచ్చి "పెద్దమ్మా! ఎండ బాగా కాస్తున్నది. చంటోడు ఉన్నడు. ఇగ పోరాదు?" అన్నాడు.

"నేను ఊళ్ళోకి పోను కొడుక. యీడ కొట్టంలనే ఉంటా. ఇయ్యాల అటో ఇటో తేలాల్సిందే" అంటూ అన్నమ్మ మనుమడిని నడిపించుకొని కొట్టంలోకి వెళ్ళి దిగాలుపడి కూర్చున్నది. మనుమడు కోటయ్య దిగాలుపడి అన్నమ్మను చూస్తూ ఏడ్పు ముఖం పెట్టాడు. "ఊరుకో, కొడుక" అంటూ అన్నమ్మ మనుమడిని మంచం మీద పండుకోబెట్టి జోకొడ్తు ఆ ప్రదేశాన్ని తీక్షణంగా చూడసాగింది. కనకయ్య వెళ్ళిపోయాడు. మనుమడు నిద్రపోయాడు.

అన్నమ్మ కొట్టంలోంచి బయటికి వచ్చి నాలుగు వైపుల దీనంగా చూచింది. మోటను పట్టుకొని బావిలోకి పరీక్షగా చూచింది. ఆమె కన్నీటి బొట్లు బొట బొట బావిలో పడ్డాయి. నీళ్లు వలయాకారాలతో బావి నిండా విహరించాయి. కప్పలు బెక బెక మన్నాయి. బావిలోకి వంగి ఉన్న తుమ్మచెట్టుకు వేలాడుతున్న పక్షుల గూళ్ళలో నుండి బుర్రన పిట్టలు లేచి యెగిరిపోయాయి. తుమ్మచెట్టు కొమ్మపై కూర్చొని ఉన్న గుడ్లగూబ భయంకరంగా అరిచింది. ఆకాశం నుండి పరుగెడ్తున్న గోరెంకలను వెంబడించడానికి, చెట్టుమీది గుడ్లగూబ రెప రెప రెక్కలు చప్పుడు చేసుకుంటూ వాటిని తరుమసాగింది. ఆ బావిలోని పరిసరాలు అన్నమ్మకు భయంకరంగా తోచాయి. ఒక నిట్టూర్పు విడిచి బావిగడమీద గుడిసెవద్ద నిలుచుండి దిగాలుపడి భూమి నలువైపుల చూచింది. మామిడిచెట్ల కొమ్మలు గాలికి ఊగుతూంటే, అవన్నీ మూగనోటితో ఏమిటో తనకు చెపుతున్నాయని అన్నమ్మ భావించింది. భర్త కోటయ్య, తాను ఆ మామిడిచెట్లను నాటిన రోజులు జ్ఞాపకానికి కొచ్చాయి. అన్నమ్మ కాపురానికి వచ్చిన కొత్తలోనే ఆ చెట్లనాట్లు జరిగాయి. నాడు నాట్ల సమయాన కోటయ్య నీళ్ళ బుంగను తనకు అందిస్తూ చూచిన అతని చూపులు, వికసించిన ముఖము, మందహాసము జ్ఞాపకానికొచ్చాయి. ఆ చెట్లు మొదటసారి కాయలు కాసినప్పుడు ఉగాదినాడు సరసాలాడుతూ పచ్చడి తిన్న రోజు కండ్లలో ఆడింది. మామిడిపండ్లు పండినపుడు ఆ చెట్ల క్రింద కూర్చొని భార్యభర్తలు ఒకరికొకరు పండ్లను అందించుకుంటూ గడిపిన కాలము స్మృతి కొచ్చింది. తన భర్త పేరు పెట్టుకున్న మనుమడు కొట్టంలో మంచంలో పడుకొని ఉన్నాడు. ఒళ్లు మరచి మనుమడి వైపు దృష్టి సారించింది. "నా చిట్టితండ్రి అనుభవించకుండా, ఈ చెట్లన్ని దొర పొట్టనపెట్టుకుంటడా?" హృదయం తల్లడిల్లింది. గుడిసెలోకి తొంగిచూసింది. భర్త కోటయ్య మంచం మీద కూర్చొని తన్నాహ్వానిస్తున్నదృశ్యం కండ్లలో ఆడింది. "కూరలో మసాలా అవి బాగా యేసినవా?" అని భర్త కోటయ్య కొంటెగా తనను చూచి దగ్గరికి తీసుకున్న ఘట్టం ఆమెను పులకరింపచేసింది. అన్నమ్మకు అవన్నీ ఒకటొకటి జ్ఞాపకం రావడంతో ఒళ్ళు స్వాధీనం తప్పింది. గుడిసెలో ఉన్న మంచం

పైపడి రాగాలుతీస్తూ భోరున ఏడ్వసాగింది. ఆ ఏడ్పులో ఆ భూమి కౌలుకు తీసుకొన్నది మొదలు ఆ రోజు వరకు ఆ భూమి విషయంలో చేసిన కృషి, పెట్టిన పెట్టుబడి మొదలుగునవి అన్నీ తన భర్తకు నివేదిస్తూన్నట్లు పేర్కొన్నది. "రెక్కలు బొక్కలు నూరి పొతం చేసుకుంటిమి అయ్యో నా అయ్య"తో మొదలై "ఆఖరికి మంది బొందమీద కొట్టాల్నా అయ్యో ఓ అయ్య"తో, ముగిసింది. చాలాసేపువరకు ఆ విధంగా కృశించి, కుమిలి మెల్లగా మనుమని మంచంలోకి చేరింది. మనుమడి బాహువుల్లోకి అదుముకొని నెత్తిని ముద్దాడింది. ఆలోచిస్తూ పడుకున్నది.

హైదరలీ వద్ద నుంచి రామభూపాల్‌రావు యింటికి వచ్చిన కొమరయ్య బంకుల్లో ఒక్కడే కూర్చొని ఉన్నాడు. కొమరయ్య వచ్చిన సంగతి తెలిసి కూడా చాలాసేపు వరకు రామభూపాల్‌రావు బయటకు రాలేదు. ఎంతోసేపటికి భోజనం ముగించుకొని గంభీరంగా వచ్చి పడక కుర్చీలో కూర్చున్నాడు. కొమరయ్యను చూడనట్టే నటించాడు. కొమరయ్య దండం పెట్టినా లెక్కచేయలేదు. ఏమీ ఎరుగనట్టు కుర్చీలో కాళ్ళు బారచాపుకొని కూనరాగాలు తీయసాగాడు.

కొమరయ్య ఎదురుగా వెళ్ళి తిరిగి దండం పెట్టాడు. చేతులు పిసుక్కుంటూ, "మేమెట్ల బతకాలే, మీ దయలేకపోతే?" దీనంగా అన్నాడు.

"ఏం సంగతి?" రామభూపాల్‌రావు నిర్లక్ష్యంగా కొమరయ్యవైపు ముఖం తిప్పాడు.

"తోటబావి సంగతి. తమ జీతగాండ్లు దున్నుతున్నరు. హైదరలీ మీ దగ్గరికి పొమ్మంటె వచ్చిన. నే నేం తప్పుచేసిన చెప్పండి" కొమరయ్య గుడ్లల్లో నీరుతీసుకొని అన్నాడు.

"అయితే తప్పంత నాదేనా?"

"మీరట్ల మాట్లాడితే ఎట్ల? దయచేసి ఆ భూమి నాకు వదిలేయండి. మీ నీడ చూసుకొని బతికే మాకు ఇంకెవరు దిక్కు చెప్పండి?"

"మంది భూమి కావాలని అంటే ఎట్లా దొరుకుతుంది? ఉండలేని ఆలోచనలుగాని" రామభూపాల్‌రావు కోపంతో అన్నాడు.

"అంతకైతే కౌలు రకం ఏటేట మీకే కట్టమంటే కడ్త. మీరే ఆ బాపనాయనకు ముట్టచెప్పండి. ఎట్లైనా ఆ భూమి మాత్రం గుంజు కోకండి" దీనంగా అంటూ రామభూపాల్‌రావుకు కొంచెం దగ్గరికి వెళ్లాడు కొమరయ్య.

"నీకేం మతిపోయిందా? ఆ భూమి నాది. ఆ బ్రాహ్మడు నాకెప్పుడో అమ్మిండు. నాకిష్ట మొచ్చిన వాడికి కౌలుకిచ్చుకుంట. సొంత సేద్యం చేసుకుంట. ఏమిటి నీ బలవంతం?" రామభూపాల్‌రావు కసురుకుంటూ కుర్చీలోంచి లేచాడు.

కొమరయ్య పిచ్చివానివలె రామభూపాల్‌రావును చూచాడు. అది 'తన భూమి' అని రామభూపాల్‌రావు అనడం కొమరయ్య మీద పిడుగు పడ్డట్టనిపించింది. రామభూపాల్‌రావును గొంతు పిసికి వేద్దామన్నంత కోపం వచ్చింది. "జాడ

జవాబులేని బాపనాయన మీకు భూమి ఎక్కడ్నించి అమ్మెనండి. మా నోట్లో మన్నుకొట్టాలని కాకపోతె" కొంచెం గట్టిగా అన్నాడు.

కొమరయ్య అన్న ఆ మాటలు రామభూపాల్‌రావుకు బల్లెంతో పొడిచినట్టయింది. రామభూపాల్‌రావు ఉగ్రుడై తీవ్రంగా కొమరయ్య పైకి లంఘించాడు. పక్కనే చిలుక్కొయ్యకు తగిలించి ఉన్న కొరడాతో బలంగా దెబ్బమీద దెబ్బ శివమెత్తిన వానివలె కొమరయ్యను కొట్టసాగాడు. కొమరయ్య దెబ్బలకు తాళలేక పెడబొబ్బలు పెట్టాడు. కొమరయ్య కేకలకు గడీలోపల పనిచేస్తున్న పనివాండ్లు వచ్చి తొంగిచూచారు.

"ఎవరక్కడ?" రామభూపాల్‌రావు కొరడాను చేతిలో పట్టుకొని కుర్చీలో చేరగిలబడి అన్నాడు.

"గిద గిద," ఉరుకుతు ఇద్దరు పనివాండ్లు వచ్చి నిలుచున్నారు. "వీణ్ని గుంజకు కట్టివేయండి బద్మాషును. ఒళ్ళు ఒలిపించి వేస్తాను. నా యింటికి వచ్చి నా మీదికి సవారు కావటమా?" అని రామభూపాల్‌రావు అంగీ చేతులు కోపంతో పైకి ఎగచెక్కాడు.

ఆ ఇద్దరు పనివాండ్లు కొమరయ్యను గుంజకు కట్టివేశారు.

"హైదరలీ ఎక్కడున్నాడో వెంబడే రమ్మంటున్నాని చెప్పు" గాండ్రించి ఆజ్ఞపించాడు.

ఇంతలో తోట బావి వద్దనుండి హైదరలీ పంపిన జీతగాడు వచ్చి దండం పెట్టాడు. గుంజకు కట్టి ఉన్న కొమరయ్యను చూచి, "అయ్యో! గుంజకే కట్టిండు కాపాయన్ను" తనలోతను అనుకున్నాడు.

"దున్నటం ఎంతవరకు వచ్చింది? అర్కలు విడిచి అన్నాలకు పోతున్నరా?" వచ్చిన జీతగాడిని రామభూపాల్‌రావు ప్రశ్నించాడు.

"నీకాల్ మొక్త. కొమరయ్య తల్లి అన్నమ్మ అర్కలకు అడ్డం వచ్చి దున్ననీయటంలేదు. గుమస్తగారు దొరకు చెప్పమన్నాడు" చేతులు పిసుక్కుంటూ చెప్పాడు.

"ఏందీ? కొమరయ్య తల్లి అర్కలకు అడ్డం వచ్చింది? దున్నటం ఆగిపోయింది? సిగబట్టి గుంజకొని రాక పదిమంది జీతగాండ్రు, ఓ గుమస్తా గోళ్ళుగిల్లుకుంటూ ఇప్పటిదాకా కూచున్నరన్నమాట. లంజాకొడుక, ఏ ముఖం పెట్టుకొని వచ్చినవురా?" అంటూ అమాంతంగా కుర్చీలోంచి లేచాడు. కచ్చుడంకాడి ఇనుపచిర్రను అందుకొని బలంగా ఆ జీతగాని మీదికి విసిరాడు.

ఆ జీతగాడు దెబ్బను తప్పించుకొని వడిగా గడీని వదిలి వెళ్ళిపోయాడు.

"ఇప్పుడు అర్కలు సాగాల్సిందే. చూస్తాను ఎవడు అడ్డం వస్తాడో" గడీలోంచి గాండ్రించాడు.

గుంజకు కట్టి ఉన్న కొమరయ్య తన తల్లి సాహసానికి నిర్విణ్ణుడైపోయాడు.

రామభూపాల్‌రావు మాటల ధోరణికి బెదిరిపోయాడు. ఆ విషయం పెరిగి ఎక్కడికి దారితీస్తుందోఅని గాబరా పడ్డాడు.

"హైదరలీ ఎక్కడున్నాడో తొందరగారమ్మను పో!" కొమరయ్య పక్కన నిలుచొని ఉన్న పనివానితో రామభూపాల్‌రావు అన్నాడు.

"మంచిది దొర" అని ఆ పనివాడు వెళ్ళిపోయాడు.

"ఇదా నీ పన్నాగం? తల్లిని అటుపంపి నంగనాచోలె నా దగ్గరికి వచ్చినావు? ఇంత కండ్లకు కావరమెక్కింది? మీకు మధ్య మధ్యన వీపులు పగులుతుంటే గాని కుక్కల్లాగ పడి ఉండరు. ఏదో మర్యాదగా కాలం గడుపాలని గంభీరించి ఊరుకుంటే కండ్లు నెత్తికెక్కినై" కుర్చీలో అటు ఇటు పొర్లుతూ రామభూపాల్‌రావు దీర్ఘాలు తీశాడు.

ఇనుప చిర్రను తప్పించుకొని వెళ్ళిపోయిన జీతగాడు దోవలో హైదరలీని కలిసి రామభూపాల్‌రావు ఆరాటం, ఆగ్రహం, కొమరయ్యను కట్టివేసిన సంగతి చెప్పాడు. హైదరలీకి భయం, ఆశ్చర్యం వేసింది. ఆడదానికింద పనికి రానివాడంటాడని, ఎందుకూ చేతకాక పారివచ్చిన పిరికిపంద వంటాడని భయం కలిగింది. కాని కాపుకులం వాడిని రామభూపాల్‌రావు మొదటిసారిగా సాహసించి గుంజకు కట్టివేయడం మాత్రం కొంచెం తొందరపాటేనని భావించాడు. జంకుతో ఒక్కొక్క అడుగువేస్తూ గడీలోకి ప్రవేశించాడు. రామభూపాల్‌రావు ముందట చేతకానివానివలె కనపడితే గౌరవ లోపమనుకున్నాడు. లేని కోపం తెచ్చుకున్నాడు. గుంజకు కట్టియున్న కొమరయ్య నుద్దేశించి, "ఏమి కొడుకువు పుట్టినవు కోటయ్య కడుపులో? కాపుకులానికే వంకతెచ్చినవు. మీ నాయన పెద్దమనిషితనాన్ని మంట్లో కలిపినవు. ఆడమనిషిని రచ్చకీడుస్తవా? ఇదంత కొత్త కొత్తవి మాకు నేర్పడం కాకపోతే ఇంకేంది.? ఎవడి మర్యాద సంగతి వాడు చూచుకోవాలె. కొమరయ్యా! బాగా చెప్తున్న విను! మీ అమ్మను ఇక్కడికి పిలిపించి మర్యాదగా ఉండమని చెప్పు. దొరవారి గౌరవం, మర్యాద కాపాడటానికి ఆడదికదా యని ఊరుకున్న. లేకుంటే ఈ రోజు మీ అమ్మ సంగతేమయ్యేదో తెలిసొచ్చేది" అన్నాడు.

అక్కడినుంచి కదిలి రామభూపాల్‌రావు వైపు వెళ్ళుతూనే ఆయన వైఖరిని ఓ కంట కనిపెడ్తున్నాడు. రామభూపాల్‌రావును సమీపించాడు. "అయ్యా! మీరు చెప్పంది చేయకూడదని గంభీరించి ఊరుకున్న. లేకుంటే ఈ రోజు ఏమైనా చేసేవాడిని. ఇట్లా పెచ్చు పెరిగిపోతుంటే ఊళ్ళో మనం నిల్వటమే కష్టమైపోతుంది. మీ ఆజ్ఞ కోసమనే వచ్చాను" అన్నాడు హైదరలీ.

తిరిగి "జీతగాండ్లు అన్నాలకని పోయిన్రు. రాగానే అర్కలు కట్టించేస్తాను" అనుకుంటూ మూలనున్న చేతికర్రను చేతబట్టాడు.

"ఇంత అన్నం తిని జీతగాండ్లను తీస్కపోత... అం మరచిన ఇంకో సంగతి. మన కనకయ్య లేడూ, బతికి చెడినోడు, వాడిరంగు కూడా మారింది. అన్నమ్మను వెనకేసికొని వచ్చిండు. అన్నమ్మ అర్కలకు అడ్డంరాగానే అందరికంటే ముందర

అర్కలు వదిలిపెట్టి దూరంగా పోయి నిలబడ్డడు. వాడి సంగతికూడా కనుక్కోవాలె. ఒక్కొక్కడికి బాగా వాతలు పెడ్తేగాని దారికిరారు." అని బయలుదేరి కొమరయ్య దగ్గరికివచ్చి నిలుచున్నాడు. రామభూపాల్‌రావువైపు మళ్ళి "వీడి తల్లిని పిలిపించమంటారా?" అన్నాడు.

హైదరలీ మాటల ధోరణి, తన భావి కార్యక్రమమును గురించి దీర్ఘంగా ఆలోచిస్తున్న రామభూపాల్‌రావు, "ఎవరిని పిలిచే అవసరంలేదు, అడిగేదిలేదు. నీపనేదో నువ్వు చూచుకో!" అధికార ధ్వనిలో అన్నాడు.

హైదరలీ "మంచిది" అని వెళ్ళిపోయాడు. కొమరయ్య అయోమయంలో పడ్డాడు. తల్లి గతి ఏమవుతుందో అని బెంగటిల్లాడు. రామభూపాల్‌రావును బ్రతిమిలాడినా లాభంలేదని అనుకున్నాడు.

"ఈ భూమితోటే పోలేదు. కోటయ్య కౌలుకు తీసుకున్నప్పటి నుంచి ఇప్పటివరకు ఏమీ ఇవ్వకుండా మింగుతూ కూర్చున్నదంతా కక్కాల్సి వస్తుంది. తలె, ముంత, ఇల్లు, గొడ్డు, గోదా వేలం వేయిస్తా. నేను మర్యాదకె మనిషిని, కోపం వచ్చిందంటే బ్రహ్మాదులకూడా భయపడేవాడినికాను." మరొకసారి మనసులోని ఉక్రోషాన్ని వెళ్ళగక్కాడు రామభూపాల్‌రావు.

కొమరయ్య పక్కకు నిలుచున్న పనివాడితో, "వాడి కట్టు విప్పేయి. అయ్యే దేమో కానియ్యి చూస్తాను." అంటూ ఆరాటంగా రామభూపాల్‌రావు ఇంట్లోకి వెళ్ళిపోయాడు.

కొమరయ్య భరింపరాని అవమానంతో ఇంటిముఖం పట్టాడు. దోవలో కొందరు రైతులు చెప్పిన సలహా ప్రకారం బావివద్దకు పోయి తల్లిని వెంటతీసుకొని ఇంటికి చేరాడు.

హైదరలీ నిలుచుండి సాయంత్రంవరకు అయినంత భూమిని దున్నించాడు. జీతగాడు కనకయ్య మాత్రం ఇంట్లో లేకుండా ఎక్కడికో పోయాడని తెలిసింది. తొమ్మిది అర్కలతోటే భూమి దున్నడం జరిగింది.

10

కంఠీరవం మరుసటిరోజు మోహనాచార్యులతో పదిగంటలవరకు భోజనం ముగించుకొని లక్ష్మీనారాయణ దుకాణములోకి వెళ్ళాడు. లక్ష్మీనారాయణ అతి మర్యాదచేసి పక్కకు కూర్చోపెట్టాడు. గ్రాహకులు లేనపుడు మధ్య మధ్య కంఠీరవంతో మాట్లాడటం, తేపతేపకు బీడీలు ముట్టించడం కంఠీరవానికి విసుగ్గా తోచింది.

"ఆc అయితే నాయనగారు కాలంచేసి చాలారోజు లైందన్న మాట. వారున్నారే! చాలా గొప్పవారండి. మీరింకా చాలా చిన్న వాండ్లుండొచ్చు, నాకు బాగా తెలుసు వారి గురించి. వారంటే అదేందో గాని నాకు విశ్వాసముండేది. మీరు

నమ్మండి, నమ్మకపోండి" ఇంతలో ఒకస్త్రీ బట్టలు కొనడానికి దుకాణములోకి ప్రవేశించింది. "ఒరే రాములు! ఆమె కేమికావాల్నో చూడు." గుమాస్తాతో అన్నాడు. "రఘునాథాచార్యులుగారున్నారే వారి విగ్రహమే విగ్రహమండి. వారు అంతదూరం నుండి వస్తుంటేనే కనిపెట్టేవాడిని." తిరిగి ఆ స్త్రీని సంబోధిస్తూ, "గజం రూపాయన్నరకు తక్కువ రాదమ్మ. అస్సలు సరుకు, పక్కారంగు, బజార్లో రెండు రూపాయలకు తక్కువ ఇవ్వరు. ఎవరైనా ఇస్తే నేను ఊరికనే ఇస్త. ఎంతకావాలె తల్లి నీకు? గజం ఇటుతేరా! చీరెకా, రవికెకా?" అన్నాడు.

"ధరతేల్చి చెప్పితే చీరకో, రవికెకో తీసుకొంట" ఆ స్త్రీ అన్నది.

"ఒక్కటే మాట, నీ కోసం చెప్తున్న, ఆఖరు మాట రూపాయ ఏడణాలు, ఎన్ని గజాలు చెప్పు?" అంటూ లక్ష్మీనారాయణ బట్టల తాను విప్పాడు.

"రూపాయకు గజమిస్తే ఏడుగజాలు తీసుకొంట." అంటూ ఆమె లేచి దుకాణం దిగింది. పక్కదుకాణం వైపు వెళ్ళబోతుండగా వెంటనే లక్ష్మీనారాయణ ఆ తానును పక్కకుతోసి, అదే రంగులో చౌకరకము ఇంకోతాను తీసి పరుస్తూ, "అట్లా తొందరపడ్తే ఎట్ల తల్లి? మేమిక్కడ కూర్చున్నది బేరం చెయ్యటానికమ్మా. ఇక రూపాయ రెండణాలకు తీస్కపో. ఇగరా, వచ్చిన గిరాకిని పోనివ్వద్దని ఇస్తున్న" అంటూ బట్టను కొలవటం మొదలు పెట్టాడు.

"ఏడు గజాలు చాలు, మంచిగ కొలువాలె" ఆ స్త్రీ తిరిగి దుకాణంలోకి వచ్చింది.

"ఏడు గజాలట కొలిచియ్యర వెంకయ్య" లక్ష్మీనారాయణ తానును గుమాస్తావైపు తోశాడు.

"ఆс అయితే చెప్పరూ? వేదాతాచార్యులుగారింట్లో మీకు బాగా జరిగిందా? వారంతా బహుమంచి వాండ్లండి. వైద్యంలోకూడా మంచి చెయ్యిలేండి. మా ఆడోండ్లు ఎంత చెప్పిన వినరు గాని, నేనెప్పుడూ వారి దగ్గరనే మందు తింటుంట. అసలు నాకు రోగాలు రావడమే తక్కువ. ఎందుకనుకుంటరేమో, నాకు చెడ్డఅలవాట్లు ఏమీ లేవు! ఈ బీడీ మాత్రం ఎంత అనుకున్నా వదలకుండ ఉంది అయ్యగారు. ఒకటి రెండుసార్లు పట్టుపట్టి తాగడం మానుకుంటె అయ్యగారు! ఇగ ఏం చెప్పాలె పొట్ట ఉబ్బిపోయి, బలే ఆయాసమైందండి. అదిగాక మా ఊరు బీడిలున్నాయే చాలా మంచివి లెండి. ఎక్కడెక్కడికో పోతుంటాయి. అయ్యగారు! ఓ మాట చెప్తున్న మీరు మాత్రం వీటి తెరువు పోకండి. పాడు అలవాట్లు." ఇంతలో బీడి చల్లారిపోయింది. అగ్గిపెట్టెలో పుల్లలు కూడా అయిపోయినాయి. "ఒరే వెంకటేశం అగ్గిపెట్టె తేరా!" అన్నాడు.

"ఈ బీడీల్లో ఇదొక చెడ్డ ఉందండి. కొద్దిగ మాటల్లో పడి తాగడం మానుకుంటామా ఆరిపోతది." అని అగ్గిపెట్టె రాగానే బీడీ ముట్టించాడు.

"నేను చదువుకోవాలనుకుంటున్న" తల నేలకువేసి కంఠీరవం అన్నాడు.

"బడి చదువైతే మాత్రం లాభంలేదు. అయ్యగారు! మా దుకాణానికి అన్ని రకాల వాండ్లు వస్తుంటారు. మేము చూస్తుంటాము కద వాండ్ల సంగతి. మీరు నమ్మండి నమ్మకపొండి, ఆ చదువుకున్నోళ్ళకంటే చదువురానోళ్ళే నయం. ఓ పైసా అటో ఇటో తీసుకపోతరు. ఇగ చదువుకున్నోడ్లున్నరే! ఆకుకు అందని, పోకకు పొందని ధరలకు అడిగి, దుకాణమంతా కుప్ప చేయించి ఆఖరుకు ఊర్కనే వెళ్ళిపోతారు. అవేం చదువులోగాని, తెలువుల్లేవండీ!" అన్నాడు. అతని దృష్టి ఒక వ్యక్తి వైపు మళ్ళింది. "ఒరే వెంకటేశం! ఆ ఆసామీ నిట్ల పిలువు" అన్నాడు లక్ష్మీనారాయణ.

బట్ట క్రయము చేసిన స్త్రీ దుకాణం వదలి వెళ్ళిపోయింది. తిరిగి లక్ష్మీనారాయణ కంఠీరవంతో సంభాషణ సాగించాడు. "ఈమె సంగతే చూడండి. భగవత్సాక్షిగా చెప్తుతున్న. వేరేచోట ఆ బట్ట రెండురూపాయలకు గజం ప్రకారం అమ్ముతున్నారండి. మీరు నమ్మండి, నమ్మకపోండి. మరి నేను రూపాయిలు రెండు అణాలకు ఇచ్చినానంటే ఎందుకిచ్చానో మీరు గమనించినారా? లేదు. ఆమె బీదమనిషని చూడంగనే నా కర్థమయింది. పోనీ, మనకు భగవంతు డిచ్చేవాడు ఉన్నాడనుకున్నా" అని అంటుండగా గుమాస్తా ఆసామీని వెంటబెట్టుకొని వచ్చాడు. ఆసామి దుకాణంలో కూర్చోగానే, "ఏమి జానయ్యా? మమ్ముల్ని మరిచిపోయినట్టుంది పూర్తిగా! రాములు! మొన్న తెచ్చిన కోయంబత్తూరు కణుములు, నాగ్పూరు చీరెలు, నువ్వు మొన్న తెచ్చిన రుమాండ్లు సేటుకు చూపించు. జానయ్యా! ఈ తేప మా రాములు ఊరూరు తిరిగి, ఏరేరి తెచ్చిండు. మరిచిన, బీడీ కాల్వవు? ఆc చెప్పవూ? బేరాలెట్లున్నయి? మీకేమిలే విరామం లేకుండ అమ్ముతుంటారు. అవునుగాని మీ పద్దు కొద్దిగా ఉండిపోయింది. చాలా రోజులాయె. చెల్లు బెట్టరాదూ! మరి ఏమన్న పద్దురాయిస్తవా?" గుక్క మెసలకుండ లక్ష్మీనారాయణ ఏకరువు పెట్టాడు.

గుమాస్తా తెచ్చి ముందర వేసిన బట్టలన్నిటిని జానయ్య అటు తిప్పి, ఇటుతిప్పి, "సరే ఉండనియి మళ్ళావస్తా" అంటూ లేచి ఒళ్ళు విరిచాడు.

"మళ్ళ మళ్ళ వస్తుంటయా ఇటువంటివి? మరి పద్దు సంగతేమంటవు?" అనుకుంటూ లక్ష్మీనారాయణకూడా మెత్తమీదినుంచి లేచాడు.

"పద్దు ఎక్కడికి పోద్ది సేటు. మళ్ళ వస్తగద. ఇప్పిస్తలే" జానయ్య దుకాణం వదలి వెళ్ళిపోయాడు.

లక్ష్మీనారాయణ తిరిగి తన దృష్టి కంఠీరవం వైపు తిప్పాడు. "చూచారా అయ్యగారు! దున్యా ఎట్ల ఉందో. ఈ జానయ్య ఉన్నడే, సానా ఉన్నవాడు. ఉండటానికి ఆర్మూరులో ఉంటాడు కాని ఊరూరు తిరిగి బేరం చేసి బాగా సంపాయించిండు. కాని మన్సు మంచిదికాదు అయ్యగారు. అంతటా బాకీలు పెడ్తుంటడు. మనం ఎన్ని వ్యవహారాలు చేసినా మన్సు బాగుండాలె. మనం శాశ్వతమా? మనకి డబ్బు శాశ్వతమా? పోయేటప్పుడు కట్టుకపోతామా? వచ్చినప్పుడు తీసుకొచ్చినమా" అన్నాడు. ఇంకా లక్ష్మీనారాయణ ఏమో

మాట్లాడబోతుండగా దుకాణంలోకి కొందరు గ్రాహకులు గుంపుగా వచ్చారు. లక్ష్మీనారాయణ కంఠీరవానికి దండం పెట్టి, "మంచిది, మళ్ళ కలువండి" అని గద్దెమీదినుంచి గ్రాహకుల వద్దకు వెళ్ళాడు.

కంఠీరవానికి దుకాణములో లక్ష్మీనారాయణ సంభాషణ, చర్యలు కొత్త అనుభవంగా తోచింది. అతని భక్తి, వ్యాపారము, చమత్కారము తలచుకొని తనలో తాను నవ్వుకున్నాడు. ఆ దుకాణం ఈ దుకాణం చూస్తూ పోతుంటే, ప్రతి దుకాణములోని యజమానులంతా లక్ష్మీనారాయణ వలెనే కనిపించారు. ఆ విధంగా ఒక్కొక్క దుకాణం దాటి గ్రంథాలయం చేరుకున్నాడు. అప్పుడు గ్రంథాలయంలో పాఠకులు ఎవరూలేరు. గ్రంథాలయ నిర్వాహకు లిద్దరు కూర్చొని మాట్లాడుకుంటున్నారు. కంఠీరవం ఆసక్తితో ఆవరణములో ఉన్న నాయకుల చిత్రాలను ఉత్తేజితుడై చూడసాగాడు. వారిని గురించి మోహనాచార్యులు చెప్పిన విషయాలు స్మృతికి తెచ్చుకొన్నాడు. మహాత్ముడు ఎర్రవాడ జేలులో కటకటాల వెనుక కూర్చొని ఉన్న భంగిమము, సరోజినీదేవి ముఖంలోకి వర్చస్సు, మోతీలాల్‌నెహ్రూ చూపుల్లో ఉట్టిపడుతున్న శాంతము, లజపతిరాయ్ గాంభీర్యము, తిలక్, గోఖ్లేల నెత్తిపైని పగిడి, కమలానెహ్రూ సౌకుమార్యము, స్వరూపరాణి వృద్ధాప్యములో తొణికిసలాడుతున్న మాతృహృదయము, కమలాదేవి ఛటోపాధ్యాయ్ చురుకుతనము, జవాహర్లాల్‌నెహ్రూ గుర్రము స్వారిలో కనపడుతున్న ఠీవి కంఠీరవమును ఆకర్షించాయి.

చిత్రాలను చూడటం కాగానే గ్రంథాలయ నిర్వాహకుల వద్దకు వెళ్ళి, "ఆ తస్వీర్లకు సంబంధించిన పుస్తకాలున్నాయా?" అని అడిగాడు.

"ఉన్నాయి కాని ఇప్పుడు వేళైపోయింది. సాయంత్రం వస్తే దొరుకుతాయి" అని వారు సమాధాన మిచ్చారు.

కంఠీరవం అక్కడినుండి నేరుగా వేదాంతాచార్యులు ఇంటికి చేరుకున్నాడు. ఆడవాండ్లు కుట్టుపనులలో లీనమై ముచ్చట పెట్టుతున్నారు. కంఠీరవం బయట గదిలో పడక కుర్చీలో కూర్చొని గూళ్ళల్లో పడివున్న పాత పత్రికల్లోని వార్తలన్నీ శ్రద్ధగా చదువసాగాడు. ఆ పత్రికల్లో ముఖ్యంగా గ్రామాల వార్తలు ప్రత్యేకంగా అతన్ని ఆకర్షించాయి. ఆ విధంగా అన్ని వార్తలు ఎట్లా తెలిసికొంటారో అని ఆశ్చర్యపడ్డాడు.

ఇంతలో బయటినుంచి వేదాంతాచార్యులు వచ్చాడు. కంఠీరవం ఆతురతతో కుర్చీలోనుంచి లేచి వినయంగా నిలుచున్నాడు. "కూర్చో కూర్చో" అంటూ వేదాంతాచార్యులు ఇంట్లోకి వెళ్ళాడు.

కంఠీరవం తిరిగి కుర్చీలో కూర్చుని చదువుతూ నిద్రపోయాడు.

ఇంతలో ఒక ముసలి స్త్రీ, జ్వరంతో వణుకుతున్న కొడుకును వెంటబెట్టుకొనివచ్చి, ఇంట్లోకి వెళ్ళి వేదాంతాచార్యులకు తన కొడుకుకు మందు కావాలని అడుగుతూ తన దీనావస్థను సోదిగా చెప్పసాగింది. ఆ అలికిడికి

కంఠీరవం నిద్ర తేలిపోయింది. ముసలి స్త్రీ చెప్పుతున్న విషయం వింటూ కూర్చున్నాడు. తనకొడుకు రైల్వేగ్యాంగు కూలివాడని, మూడు రోజులనుంచి జ్వరం వస్తున్నదని, ప్రభుత్వ వైద్యశాలలో మందు తాగితే తగ్గలేదని, వెతుక్కుంటూ ఇంతదూరం వచ్చానని దీనంగా చెప్పుతున్నది. వేదాంతాచార్యులు మందుల పెట్టెలోని గుళికెలను పైకితీస్తూ, చూస్తూ, ఆ ముసలి స్త్రీ చెప్పే మాటలకు "ఊఁ" కొడ్తున్నాడు. "సీతారాములు ఎక్కడికి వెళ్ళాడే" భార్య నుద్దేశించి వేదాంతాచార్యులు అన్నాడు.

"బోధన్‌కు పంపిన. సాయంత్రం గానిరాడు, ఏమైనా పని ఉందా?" భార్య సీతమ్మ బదులు చెప్పింది.

"అవును! పనిఉండె, బజారుకు పంపించాలె. ఒకటి కొనుక్కురావలె, ముసలిదానికి మందివ్వాలెగద" మందుల పెట్టె సదురుతూ అన్నాడు.

బయట గదిలో కూర్చొని సంభాషణ వింటున్న కంఠీరవం కుర్చీలోంచి లేచివచ్చి, "నేను వెళ్ళితెస్తాను. ఎక్కడ తేవాలో చెప్పండి" అన్నాడు.

పంపడమా? వద్దా? అని వేదాంతాచార్యులు సంకోచించాడు.

"నీకు పున్నెముంటది అయ్యగారూ, నీ కాలుమొక్త, కొడుకు వణికిపోతాండు" ఆ ముసలి కంఠీరవాన్ని బ్రతిమిలాడింది.

వేదాంతాచార్యులు కాగితం మీద వ్రాసి పైకమిచ్చి కంఠీరవాన్ని పంపాడు. కంఠీరవం సేవాభావంతో వేదాంతాచార్యులకు ఆనందం కలిగింది. అప్పుడుగా ఆదుకున్న వేదాంతాచార్యులకు ఆ విధంగా సహాయం చేయడం, తీవ్ర జ్వరంతో బాధపడ్తున్న రోగికి సేవచేయడం కంఠీరవానికి ఎంతో సంతోషమనిపించింది. ఆ ఉత్సాహంతో మందు తేగానే వేదాంతాచార్యులు మందును సిద్ధంచేస్తూ, "వైద్యం నేర్చుకుంటావా?" కంఠీరవాన్ని అడిగాడు.

కంఠీరవం వెంటనే సమాధానమివ్వక తల నేలకువేసి కొద్దిసేపు ఆలోచించాడు. "నేర్చుకోవడం మంచిదంటారా?" కంఠీరవం అడిగాడు.

"ఇందులో చెరుపేముంది? మానవుని జీవితం సాఫల్యమవుతుంది. మానవసేవే మాధవసేవ అన్నారు పెద్దలు. తోడి మానవుడికి కష్టకాలంలో ఆదుకోవడంకంటె మించిన సేవ ఇంకేముంటుంది? జీవకోటిలో ఉత్తమోత్తమ జీవియైన మానవునికి వైద్యుడు ప్రాణభిక్ష పెట్టేవాడంటే అతిశయోక్తికాదు" అంటూ వేదాంతాచార్యులు మందుతెచ్చి రోగి నోట్లో పోసి రెండు పొట్లాలు ముసలి స్త్రీకి ఇచ్చి, వాటి ఉపయోగ పద్ధతులు, పథ్యము వివరాలు చెప్పి వారిని పొమ్మన్నాడు.

"ఎన్ని పైసలో చెప్పురైతిరి బాంచను!" పొట్లాలు చేతిలో పట్టుకొని దండం పెడ్తూ ఆ ముసలిది అడిగింది.

"మూడురోజుల వరకు నేను పైకం తీసుకోను. మూడు రోజులకు కూడా జ్వరం తగ్గకపోతే తర్వాత చూద్దాం" అంటూ వేదాంతాచార్యులు ఇంట్లోకి వెళ్లాడు.

"నీ కడుపు చల్లగుండ తండ్రీ" ముసలిది దీవించి, కొడుకును ఒక చేతితో పట్టుకొని వెళ్ళిపోయింది.

కంఠీరవం సానను కడిగి, మందుల పెట్టెను సదిరి, మూసిపెట్టాడు. బయట గదిలోకివెళ్ళి కూర్చున్నాడు. వేదాంతాచార్యులు వైద్యవృత్తి గొప్పతనం గురించి చెప్పిన విషయం పై ఆలోచించసాగాడు.

వేదాంతాచార్యుల భార్య సీతమ్మ బయటికి వచ్చి చూసేవరకు సాన కడిగి ఉండటం, పెట్టె సదిరిపెట్టి ఉండటం చూచి ఆశ్చర్యపడింది. భర్తకు ఆ సంగతి చెప్పింది. "అతడు పరమ భాగవతోత్తముడు రఘునాధాచార్యుల కొడుకే! ఏమనుకున్నావు మరి? గర్వంలేని మనుష్యులు. కపటమెరుగని కష్టజీవులు అట్లాగే ఉంటారు." అని వేదాంతాచార్యులు చరక సంహిత గ్రంథం పుటలు తిప్పసాగాడు.

సాయంత్రం మోహనాచార్యులు స్కూల్‌నుండి రాగానే కంఠీరవంతో ఉపాహారానికి కూర్చున్నాడు.

"మోహనా! కంఠీరవం చాలా ఉత్తముడురా. కష్టించే స్వభావము కలవాడు." వేదాంతాచార్యులు ఉపాహారం తీసుకుంటూ ప్రశంసించాడు.

"అవును నాయనగారు, గ్రంథాలయములోని పటాలను గురించి ఎంతో శ్రద్ధగా అడిగి వివరాలు తెలుసుకున్నాడు. కాంగ్రెసువాండ్లపై ఇంగ్లీషువాండ్లు చేస్తున్న అన్యాయాలు చెబితే ఏమన్నాడో విన్నావా నాయనగారు! 'డిచ్పల్లిలో దవాఖానపెట్టి సేవచేస్తున్నవాండ్లు ఇటువంటి పనులెందుకు చేస్తున్నారో' అన్నాడు. నిజంగా మనమీ విషయం ఎన్నడు అనుకోలేదు. పాపం! చదువుకోవాల్నని కూడా ఇష్టముంది" మోహనాచార్యులు అన్నాడు.

"నా చేతికింద వేసుకుని వైద్యం నేర్పితే బాగుండదు?" ఆలోచనా ధోరణిలో కొడుకు నడిగాడు.

"ఏమి వైద్యంలేండి. ఏదైన ఆలోచించి, ఇంత చదివిస్తేనే బాగు. తెలివిగలవాడు. చొరవ ఉంది. శ్రద్ధఉంది. ఇంత విద్య కడుపులో పడితే ఉద్యోగమో, సద్యోగమో హాయిగా బ్రతుకుతాడు." అనుకుంటూ భార్య సీతమ్మ గ్లాసుల్లో మంచినీళ్ళు పోసింది.

కంఠీరవం బిడియంతో తల నేలకు వేశాడు. వాండ్లా విధంగా సానుభూతితో మాట్లాడడంతో అభిమానపడ్డాడు. "మీరు నా విషయం ఇంత సానుభూతితో ఆలోచించడం నా అదృష్టం. నా నాయనగారి కడుపున పుట్టిన ఫలితం. మా నాయనగారు కాలంచేసిన తర్వాత నాకు కలిగిన బాధ, నా హృదయావేదన నేడు మీరు చూపుతున్న ఆదరంతో కొంత తగ్గింది. నా అన్నగారి హద్దులకు, అవివేకానికి నేను, నా తల్లి యెర అయినాము. నేను ఉండజాలక ఇల్లు వదలి అయోమయంగా ఇటువచ్చాను. ఇంట్లో నా తల్లి కృశించిపోతున్నది. మీరు నాకు ఆశ్రయం ఇచ్చారు. నా చేతనైన సేవచేసి మీ రుణం తీర్చుకుంటాను. మీకు శుశ్రూషచేసి

వైద్యముతోపాటు విద్యాభ్యాసం కూడా చేయాలని ఉంది. పాఠశాలలో కాకున్నా, ఇంట్లోనే చదువుకుంటాను.” తలెత్తకుండానే దీనంగా ఒక్కొక్క వాక్యం పలికాడు.

గ్లాసుల్లో కాఫీ తెస్తున్న సీతమ్మ కంఠీరవం విచారానికి చలించింది. మాతృ ప్రేమ ఉబికి వచ్చింది. “నీవేమీ దిగులుపడొద్దు నాయనా! మేము పరాయవాండ్లం అనుకోకు. ఎప్పుడు, ఎవరికి ఏమి వస్తాయో తెలియదు. మా పిల్లలలో నీవొకడివి అనుకుంటాం నాయనా! దిగులుపడకు, ఈవయసులో అన్ని ఫికర్లు ఉండటం బాగుండదు. ఇప్పుడు నీకొచ్చే ఆపద ఏమీలేదు. తర్వాత మెల్లగా మీ వాండ్లకు తెలుపుతాం. ఏదీ! ఇటు తలెత్తి పైకి చూడు” అని సీతమ్మ కంఠీరవం ముందర వంగి నిలుచున్నది. కంఠీరవం కన్నీరు అంగీకి తుడుచుకొని, ఎర్రని కండ్లతో దీనంగా సీతమ్మను చూచాడు. “పిచ్చి పిల్లగ, మగవాడివి కన్నీరు పెట్టచ్చు? కాఫీ తాగు” అని సీతమ్మ ఆప్యాయంగా కాఫీ గ్లాసును నోటి కందించింది.

కంఠీరవం వెంటనే గ్లాసునందుకొని వస్తున్న దుఃఖాన్ని ప్రయత్న పూర్వకంగా ఆపుకొన్నాడు. “పాపం! తల్లిని ఎన్నడూ వదిలిపెట్టి ఉండలేదేమో!” సీతమ్మ అన్నది.

వేదాంతాచార్యులు కూడా బాధపడ్డాడు. మోహనాచార్యులకు ఆ వాతావరణం బాధామయ మనిపించింది.

“మీ నాయన గారికి మాకు ఎంతో వాత్సల్యముండేది. సంబంధాలు, ఇచ్చి పుచ్చుకోవడాలు లేకపోయినా, మే మేం కొత్తవాండ్లం కాము. పరాయివాండ్ల ఇంటో ఉన్నాననే ధ్యాస పెట్టుకోవద్దు.” వేదాంతాచార్యులు కూడా ఉపశమనం కలిగించాడు.

“మోహనా! అటు గ్రంథాలయం, స్టేషన్ వైపు తీసుకెళ్ళరాదు! మనోల్లాసంగా ఉంటుంది.” అంటూ వేదాంతాచార్యులు కాఫీ ముగించి లేచాడు.

“అవును నాయనగారూ! గ్రంథాలయానికి వెళ్ళాలెగా” అన్నాడు మోహనాచార్యులు.

ఆలోచనావస్థలోని కంఠీరవం కాఫీ ముగించుకొని లేచాడు. ఇద్దరూ గ్రంథాలయానికి వెళ్ళారు. మార్గమధ్యంలో మోహనాచార్యుల నడిగి గ్రంథాలయ నియమాలు, నిర్వహణ పద్ధతి తెలిసికొన్నాడు. గ్రంథాలయం నుండి మొట్టమొదట గాంధీమహాత్ముని “ఆత్మకథ”ను తెచ్చుకొని చాలా శ్రద్ధగా రెండు మూడుసార్లు చదివాడు. గాంధీమహాత్ముడు వైష్ణవ మతస్థుడని తెలిసి పొందిన ఆనందం అంతింత కాదు. ఆత్మకథలో ఒకచోట మహాత్ముని దిగువ వాక్యాలు కంఠీరవం మనసులో నాటుకొనిపోయాయి.

“ఏమంచి పనైనను, సకాలమున ఉపయోగకరమగునేని తక్షణం ఆనందదాయకమని నా యనుభవం. దంభముచేగాని, పరభీతిచేగాని చేయుచో అది వాని నణచును. అట్టివారు మాసిపోదురు. ఏసేవ చిత్తానందము కలుగజేయదో, అది సేవకునకు ప్రయోజనకారిగాదు. సేవ్యునిగూడ సుఖపెట్టదు. ఏ సేవచే చిత్తమానందమగునో దాని ముందు ఈ భోగములు, ధనోపార్జనములు మొదలగునవన్నియు తుచ్ఛములని తోచును.”

ఆత్మకథలో వేరేచోట చదివిన దిగువ పద్యము కంఠీరవానికి స్మరణీయముగాను, పారాయణంగాను పరిణమించింది.

సీ॥ జలమును నీకియగలవాని కెందేని నొసగుమీ కడుపార నోగిరంబు
వందనంబును జేయువానికి జేయుమీ భక్తిమై సాష్టాంగవందనంబు
దమ్మిడి నీకిచ్చు ధన్యాత్మునకు మాఱుగా నిమ్ము మేల్మిబంగారు కాసు
కష్టంబులందు నక్కఱవచ్చువానికి నీ నెమ్మేని నేని కోసి

ఒకటి యొసగిన బదిరెట్టు లొసగ వలయు
చెట్టుచేసిన మేలును చేయవలయు
ప్రాచీనకాలము నాటి ఈ చేతలెల్ల
ఆనుపూర్వగ సత్య రహస్య మరయ.

కంఠీరవానికి "ఆత్మకథ" ముఖ్యంగా పారాయణగ్రంథంగా పరిణమించింది. ఆంగ్లేయుల అహంకారము, కుటిలనీతి, ద్వంద్వపరిపాలన, బహుముఖ చతురత, మహాత్ముని గొప్పదనము, భారతదేశ యథార్థస్థితి కంఠీరవానికి మచ్చుగా అర్థమైనవి. వీలున్నపుడెల్లా "ఆత్మకథ"ను తిప్పి తిప్పి చూడటం అలవాటైపోయింది.

అప్పుడప్పుడు వేదాంతాచార్యులు ఇంట్లోవున్న చరక సంహిత, అష్టాంగ హృదయం, బసవరాజీయం, యోగరత్నాకరం, చింతామణి, ధన్వంతరీ నిఘంటువు, భస్మప్రదీపిక, శారంగధర సంహిత మొదలగు వైద్యగ్రంథాలు అర్థము అయినా కాకపోయినా చదువుతుండేవాడు. ఔషధాలు సిద్ధము చేయడంలో ప్రత్యేకశ్రద్ధ తీసుకొనేవాడు. మోహనాచార్యుల సహాయమున గ్రంథాలయములోనుండి అనేక గ్రంథాలు, పత్రికలు తెచ్చుకొని విధిగా, విసుగు లేకుండా చదివేవాడు. ఉర్దూను అభివృద్ధి చేయడంలోనూ, ఇంగ్లీషు భాషాభ్యాసంలోను మోహనాచార్యులు ఎంతో తోడ్పడ్డాడు. ఈవిధంగా రెండు సంవత్సరాల కాలంలో అప్పుడప్పుడు కొమరయ్యను కలిసికోవడం, దిమ్మెగూడెం ఉత్తరాలు వ్రాయడం, తల్లి క్షేమసమాచారాలు, అన్న దుడుకుతనం తెలిసికొంటూ ఉన్నాడు. తర్వాత కొన్నాళ్ళకు కొమరయ్య తోట బావి రామభూపాల్‌రావు హరించిన విషయం తెలిసికొని, ఏమీ చేయలేక నిస్సహాయుడుగా నిట్టూర్పు విడిచాడు.

11

అంజుమన్ ఇతైహాదుల్ముసల్మీన్ పక్షమున పరివర్తన కార్యక్రమం తీవ్రముగా జరుగుతున్న రోజులవి. హరిజనులను మహమ్మదీయులుగా మార్చడంతో గ్రామజీవితం తల్లక్రిందై పోతున్న రోజులవి.

దిమ్మెగూడెంలో రామభూపాల్‌రావు వేరేగ్రామాల్లోని వార్తలను వింటూ ఆవేదన పొందుతున్నాడు. అట్టి కార్యక్రమంవల్ల గ్రామంలో తన పలుకుబడి తగ్గిపోవడం తప్పదు. హరిజనులు మహమ్మదీయులుగా మారకుండా ప్రయత్నంచేస్తే అంజుమన్‌కు సర్వసహాయాలు చేస్తున్న ప్రభుత్వంతో మాటవస్తుంది. ప్రభుత్వోద్యోగులతో పొందుతున్న సహాయ, సానుభూతులు లేకుండా పోతాయి. ఈ ఆలోచనలతో సతమతమై పోతున్నాడు. ఈ విషయంలో హైదరలీతో ఆలోచన చేయడంకూడా ప్రమాదమే. హైదరలీ అల్లుడు నిజామాబాదులో వకీలుగాను, అంజుమన్ నాయకుడుగాను పనిచేస్తున్నాడు. అల్లునికి సాయంగాను, తనకు వ్యతిరేకంగాను హరిజనులను సిద్ధంచేసి గ్రామంలో తనకు పోటీగా హైదరలీ పెత్తనం చేయవచ్చునని రామభూపాల్‌రావు తీవ్రంగా ఆలోచించసాగాడు.

ఒకనాడు యర్రగుట్టనుండి వియ్యంకుడు లలితారావు చాలా వివరంగా ఉత్తరం రాశాడు. యర్రగుట్టలో అంజుమన్ వాండ్లు హరిజనులను మహమ్మదీయులను చేస్తే అంజుమన్ వాండ్ల ఆటలు కట్టించడానికి వేసిన ఎత్తులను, పొందిన విజయములను ఆ ఉత్తరంలో దీర్ఘంగా పేర్కొన్నాడు. రామభూపాల్‌రావు ఆ ఉత్తరాన్ని చదివి తీవ్రంగా ఆలోచిస్తూ బంకుల్లో పచారు చేయసాగాడు. ఇంతలో హైదరలీ వచ్చాడు. అల్మారాలో ఉన్న కాగితాల కట్టను విప్పి, కాగితాలను పరిశీలిస్తూ "దొరవారు! నేను రేపు నిజామాబాదుకు వెళ్ళి వద్దామనుకుంటున్నాను" అన్నాడు.

హైదరలీ మతపరివర్తన కార్యక్రమం విషయమై అల్లునితో మాట్లాడటానికే వెళ్ళుతున్నాడని రామభూపాల్‌రావు అనుమానపడ్డాడు. "మీ అల్లుని వకాలత్ బాగా సాగుతున్నట్టేగా?" హైదరలీని అడిగాడు.

"బాగానే సాగుతుండె. కాని ఈ మధ్య అంజుమన్ పనులలో తిరగడం ఎక్కువైంది. అంటిపెట్టుకొనిఉంటే ఏదైనా బాగా నడుస్తది" కాగితాలు చదువుతూ హైదరలీ సమాధాన మిచ్చాడు.

"ఏదో సంఘాలు, సభలు, ఎవరి ఇష్టం వచ్చినట్టు వాండ్లు చేసుకుంటుంటారు. నడుస్తుంటాయి. కాని ఈమధ్య మాల మాదిగలను తుర్కలు చేయడం ఏమీ బాగాలేదు. లేనిపోనివి కల్పించటంతప్ప" ఆలోచనా ధోరణిలో రామభూపాల్‌రావు అన్నాడు.

"దాంట్లో కొత్తేమి ఉంది లేండి, ఎన్నిసార్లు కిరస్తానోళ్ళు మన ఊరుబయట అందరిని కూడగట్టి తమ మతంలో చేరాలని చెప్పలేదు? ఇది కూడా అంతే" రామభూపాల్‌రావుపై తన మాటల ప్రభావం ఎట్లా వుంటుందో కనిపెడ్తూ హైదరలీ అన్నాడు. కాగితాలు తిరిగి కట్టకట్టి అల్మారాలో సదిరి లేచిపోతూ రామభూపాల్‌రావుకు సలాంచేసి వెళ్ళి పోయాడు.

యర్రగుట్టనుండి వియ్యంకుని ఉత్తరంలోని వివరాలు, హైదరలీ సంభాషణా పద్ధతిపై రామభూపాల్‌రావు గంభీరంగా ఆలోచిస్తు పరధ్యానంలో ఉన్నాడు.

ఇంతలో వెంకటాచార్యులు ఉత్సాహంతో వచ్చి, "చూచారాదొర వారు! వీని బర్రెదూడ మనచెరువు లోదట్టులో మేస్తున్నది. నేను బందెర దొడ్లో పెట్టించి కావలిఉంచి వచ్చిన" అన్నాడు.

వెంకటాచార్యులను అనుసరించి వస్తున్న హరిజనుడు రామభూపాల్‌రావుకు వంగి దండం పెట్టాడు. "అయ్యా నీకాలు మొక్త బాంచను. నా దూడ అసలు చెరువు లోదట్టుకు పోనేలేదు దొర. పక్కపొంటె ఏనెరాళ్ళల్ల మేస్తాంటే, అయ్యగారు అన్నాలంగా బక్కదుడ్డెను బందెర్ల పెట్టించిండు నీకాలుమొక్త" అన్నాడు.

"కాదు దొరవారు! నేను సమయానికి అక్కడికి పోకపోతే మేసుకుంటు మేసుకుంటు చెరువు లోదట్టుకు పొయ్యేదే. పైగా పోదని నాతో వాదనకు దిగిండు" వెంకటాచార్యులు లేనికోపం తెచ్చుకొని అన్నాడు.

రామభూపాల్‌రావుకు వెంకటాచార్యుల వాదన చీదరగా తోచినది. "దొడ్డిదగ్గరున్న కావలోడ్ని పిలుచుకరా పో" హరిజనుడితో అన్నాడు. అతడు వెళ్ళిపోయాడు. వెంకటాచార్యుల నుద్దేశించి, "మన చెరువేందయా?" ప్రశ్నించాడు.

"అదే దొరవారు! మనం ప్రతి పర్యాయం శనగచేనువేయం, దొరవారు? అది" అన్నాడు వెంకటాచార్యులు.

రామభూపాల్‌రావు వియ్యంకుని ఉత్తరం విప్పితిరిగి చదువసాగాడు. బందెరదొడ్డి కావలివాడ్ని తీసికొని హరిజనుడు వచ్చాడు. "వీండ్లు కూడ తురకల్లో చేరవచ్చు" మనసులో అనుకున్నాడు. "కావచ్చు. హైదరలీతప్పకుండా ఈ పనిలో శ్రద్ధతీసుకుంటాడు. ప్రభుత్వం ఆసరా చూచుకొని నాకు వ్యతిరేకంగా తయారుకావచ్చు. సరే కాని, చూద్దాం, దాని రంగేమిటో" మధన పడ్డాడు. కావలి వాడ్నుద్దేశించి, "వెంకటాద్రిని రమ్మన్నానని పిలువురా!" అన్నాడు. హరిజనునితో "దూడను తోలుకొనిపో" అన్నాడు. హరిజనుడు "నీకాలు మొక్త బాంచను" అని దండం పెట్టి వెంకటాచార్యులను తీవ్రంగా చూస్తూ వెళ్ళిపోయాడు. "తిని ఉండలేక అయ్యారాయన ఏదో చేస్తుంటడు" అన్నట్టున్నాయి ఆ హరిజనుని చూపులు.

"నువ్వు చెప్పని పనులెందుకు జేస్తవు? అది మనచెరువు అని ఎవరన్నారు నీతో? అది సర్కారిది. ఎరికేనా?" కోపంతో రామభూపాల్‌రావు అన్నాడు. వెంకటాచార్యులు తెల్లముఖంవేసి, అవమానంతో తలనేలకు వేశాడు.

దొరవారివద్ద తన గొప్పతనాన్ని చూపడానికై చేశాననుకున్న ఘనకార్యం ఆ విధంగా అవమానానికి, మందలింపుకు కారణం కావటం వెంకటాచార్యులకు బాధ కలిగింది. ఈ విధంగా తనకుతానే జోక్యం కలిగించుకొని రామభూపాల్‌రావు మనిషిగా గ్రామప్రజలను ఇబ్బంది పెట్టడం వెంకటాచార్యులకు అలవాటయింది. రామభూపాల్‌రావు అంతకటువుగా లోగా ఎప్పుడుకూడా మాట్లాడలేదు. వెంకటాచార్యులు విచారంగా వెళ్ళిపోయాడు. వెంకటాద్రి వచ్చాడు. కావలివాడ్ని వెళ్ళిపొమ్మని, బందెర దొడ్లో దూడను వదిలి పెట్టించానని రామభూపాల్‌రావు చెప్పాడు.

రామభూపాల్‌రావు వెంకటాద్రికి వియ్యంకుని ఉత్తరం అందించాడు. వెంకటాద్రి శ్రద్ధగా ఉత్తరం చదివాడు. "లలితారావుగారి ధైర్యమే వేరు. దేనికైనా తయారే వారు." మందహాసం కురిపిస్తూ ఉత్తరాన్ని రామభూపాల్‌రావుకు అందించాడు.

వెంకటాద్రి కులానికి తెలగవాడైనా అక్షరజ్ఞానం కలిగినవాడు. వ్యవహర్త. వ్యవసాయస్థితి కూడా బాగానేవుంది. గ్రామతగాదాల్లో మధ్యవర్తిగా ఉండి, కోర్టు వ్యవహారాల్లో ఆరితేరినవాడు. రామభూపాల్‌రావుకు ఎల్లప్పుడూ కుడిభుజంగా ఉంటాడు. వ్యూహాలు, ఎత్తుగడలు వేయడంలో దిట్ట. రామభూపాల్‌రావు అధికార బలానికి తన తెలివిని జోడించి చాకచక్యంగా గ్రామంలో పలుకుబడి, పెత్తనం నడుపుతుంటాడు. రామభూపాల్‌రావు మన్ననలను మాత్రం పోగొట్టుకోకుండా తెలివిగా వ్యవహరిస్తుంటాడు.

"మన ఊళ్ళోకూడా మత పరివర్తన పని ప్రారంభమైతే పరిస్థితులు తల్లకిందైతవి. హైదరలీకూడా అల్లుని సాయంతో రంగంలో దూకేటట్టే తోస్తున్నది. నిజామాబాదుకు వెళ్ళాడు. మొత్తానికి గ్రామ ప్రజల్లో మనమంటే ఒకవిధమైన నిర్లక్ష్యం కూడా కలుగవచ్చు" రామభూపాల్‌రావు వెంకటాద్రితో సంభాషణ మొదలు పెట్టాడు.

"అసలు వీళ్ళు ఇప్పుడీపని ఎందుకు మొదలు పెట్టుకున్నట్టు దొరవారు!" వెంకటాద్రి లోతుగా ఆలోచించాడు.

"ఎందుకేమిటి? ఉండలేక, ఎవడో ఒకడు ఇట్లయితే బాగుంటుందని అంటాడు. సరేనని పదిమంది తలలూపుతారు. దాంతో మొదలవుతాయి ఇటువంటి పిచ్చిపనులు" రామభూపాల్‌రావు అన్నాడు.

"అంత ఆలోచనలేకుండా కాదులేండి. ఏదో ఆలోచించే చేస్తుంటరు. అయినా మాల మాదిగలను పిలిపించి ఒకసారి భయం చెప్పి చూస్తా" అని వెంకటాద్రి అంటుండగా వెంకటాచార్యులు వచ్చాడు.

"అయ్యగారితోటి మన హిందూధర్మం గురించి మాల మాదిగలకు చెప్పిద్దాం!" వెంకటాద్రి కొంటెగా నవ్వుతూ వెంకటాచార్యులను చూచాడు.

"ఈ దద్దన్నవల్ల అదేం కాదు" అని హేళనగా వెంకటాచారిని చూచాడు. "మాలమాదిగలంతా తురకల్లో చేరుతారట. వద్దని చెప్తావు?" రామభూపాల్‌రావు అన్నాడు.

"తురకల్లెందుకు కలుస్తారు దొరవారూ?" వెంకటాచార్యులు ఆశ్చర్యంగా అన్నాడు.

"అదంతా తండ్రితోటే పోయింది" వెంకటాద్రి చప్పరించాడు.

"ఎందుకు చెప్పను దొరవారు. మీ ఆజ్ఞయితే తప్పకుండా చెప్తా,

వినరనుకుంటారా? వినకపోతే బొక్క బొక్క విరుగ్గొడ్తానని చెప్తా" వెంకటాచారి ఉత్సాహంతో అన్నాడు.

వెంకటాద్రి, రామభూపాల్‌రావు ఒకరినొకరు చూచుకొని నవ్వారు.

"ఆగమైపోయిండు గాని ఆ తెలివి కంఠీరవానికే ఉంది. తండ్రినిమించే వాడయ్యేవాడు." రామభూపాల్‌రావు అన్నాడు.

"నేను మరచిపోయిన దొరవారు మీకు చెప్పటం. ఆగమైపోయిండను కున్నారా? ఎవరో వైష్ణవుల ఇంట్లో నిజామాబాదులో ఉన్నాడట. మీకు తెలియదన్నమాట" వెంకటాద్రి వెంటనే అందుకున్నాడు.

"అవునా? నిజమేనా?" రామభూపాల్‌రావు వెంకటాచార్యులను ప్రశ్నించాడు.

"ఏమో! ఏమైపోయిండో నాకు వాడి జోలి తెలియదు." నిర్లక్ష్యంగా వెంకటాచార్యులు అన్నాడు.

"హైదరలీ అల్లుడు కూడా మత ప్రచారంలో బాగా పనిచేస్తున్నాడట" తిరిగి రామభూపాల్‌రావు తన హృదయాన్ని ఆందోళన పరుస్తున్న విషయాన్ని బయటపెట్టాడు.

"హైదరలీ వచ్చినాక నేను మెల్లగా తెలుసుకుంటగద! ఈ లోపల మనం కూడా మాల మాదిగలను పిలిపించి చెప్పుదాం. దేనికైనా మంచిది" అంటూ వెంకటాద్రి లేచి నిలుచుండి ఒళ్ళువిరిచాడు. "ఇన్ని మంచినీళ్ళు తెండి అయ్యగారు!" అన్నాడు.

"లేస్తి వెందుకో! కూర్చో, మంచి నీళ్ళేమిటి? ఫలహారం చేద్దువుగాని," అని రామభూపాల్‌రావు అన్నాడు. "లోపలికి వెళ్ళి ఫలహారాలు పెట్టమని చెప్పుపో" వెంకటాచార్యులతో అన్నాడు. వెంకటాచార్యులు గడీలోకి వెళ్ళిపోయాడు.

"ఊళ్ళో కొందరు రైతులను పిలిపించి, లలితారావు చేసినట్లు చేయమని చెప్పితే ఎట్లుంటుంది?" రామభూపాల్‌రావు వెంకటాద్రిని సలహా అడిగాడు.

"ఇప్పుడే మనం ఆ పనికి పూనుకోవద్దు. వాండ్ల మనసులేమీ బాగలేవు. కొమరయ్యను గుంజకు కట్టెయ్యడం కాపువాండ్లకు చాలా కోపంగా ఉంది. వాండ్ల కోపానికి వాడో వీడో పొగేసే వాండ్లు లేరు? అంతా ముఖం తిప్పుకున్నారు. ఇప్పుడు వాండ్ల నేమీ అనవద్దు. ఒకవేళ మన ఊళ్ళో జరిగినప్పుడు కదా! అప్పుడు ఎవడెవడు ఎట్లా మారుతడో, ఎవడి రంగేదో దాన్నిబట్టి అప్పటికప్పుడు ఆలోచించలేమా? ఏమంత మునిగిపోతుంది గనుక." వెంకటాద్రి నిబ్బరంగా మాట్లాడాడు. వెంకటాచార్యులు వచ్చి పిలువగానే లోపలికి ఉపాహారానికై వెళ్ళారు.

12

గొట్టం కొమరయ్య అనుభవంలో ఉన్న తోటబావిని రామభూపాల్‌రావు హరించి వేయడం రామభూపాల్‌రావు చేసే అన్యాయపుపనుల్లో ఒకటిగా గ్రామ ప్రజలు భావించినా, కొమరయ్యను గుంజకు కట్టి కొట్టడం భరింపరాని, అవమానకరమైన విషయంగా కాపుకులంవాండ్లు బాధపడ్డారు.

ఒకనాడు కొంతమంది రైతులు చంద్రయ్య అను రైతుచేనులో కూడినారు. చాలాసేపు చర్చోపచర్చలు చేశారు. రామభూపాల్‌రావు చేష్టలను అందరూ విమర్శించారు. కోపం వెలిబుచ్చారు. కాని అతని చర్యలను అడ్డుకోవడ మెట్లాగో తోచలేదు. పరితాపంతో ఎక్కడి వాండ్లక్కడ చెదిరి పోయారు.

అప్పుడప్పుడు ఒకరో ఇద్దరో రైతులు కూర్చున్నప్పుడల్లా రామభూపాల్‌రావు విషయం చర్చించడం అలవాటై పోయింది.

కొమరయ్య భూమిని దున్నుతున్నపుడు హైదరలీతో దెబ్బలుతిన్న జీతగాడు కనకయ్య చాలరోజుల తర్వాత దిమ్మెగూడెం చేరుకున్నాడు. చంద్రయ్య వద్దకువచ్చి, "పెద్దయ్య! దొరోరికాడ జీతంలెక్క చేసుకోవాల్నె" అన్నాడు.

"పొయ్యి అడగరాదురా?" చంద్రయ్య అన్నాడు.

"ఏమోనే! మల్ల ఏమన్న అంటాడేమోని భయపడ్తున్న, జర అందాక రారాదే" కనకయ్య అన్నాడు.

"అయితే పోదాం పారాదూ! తలకాయకొడ్తడా?" అని చంద్రయ్య, మరికొందరు రైతులను వెంటతీసికొని కనకయ్యతో రామభూపాల్‌రావు వద్దకు వెళ్ళాడు.

"ఆ కొమరయ్య తోటబావికాడ అయ్యాల అన్నమ్మ మీదికి మాదిగోడు పోతే చూడలేక కనకయ్య అడ్డంబోయిండంట. హైదరలీ ఇజ్జర మజ్జరకొట్టె, మీరేమో కొమరయ్యను గుంజుకుకట్టి కొడ్తిరి. కనకయ్యకు అదురుబుట్టి పెద్దమ్మకాడికిపోయి మొన్ననే వచ్చిండు. మరి లెక్కచూచి వచ్చేదుంటే ఇన్ని గింజలిప్పించురి. ఇగవాడు మీ తాన జీతముండబోతాడు?" చంద్రయ్య వచ్చిన పనిని తెలిపాడు.

కనకయ్యను వెనకేసుకొని ఆ విధంగా రైతులు కట్టుగా రావడం రామభూపాల్‌రావుకు హెచ్చరికగా తోచింది. పైకి మాత్రం గంభీరం ప్రకటించాడు. "అంతమాత్రానికి మీరంతా ఎందుకు రావడం?" రామభూపాల్‌రావు అన్నాడు.

"చెప్పకుండ పోయినందుకు మీరేమన్న అంటరని భయపడ్డడు లెండి. మీరు తొందరపడి కోపంతో ఇంకేమన్నాచేస్తే ఎందుకొచ్చిన పంచాయితీ. మీకంటే సాగుతదనుకోరి, మేమేమో నోట్లో నాల్క లేనోళ్ళం" చంద్రయ్య బొటనవేలుతో నేలమీద గీకుతు అన్నాడు.

'మొన్న కొమరయ్యను గుంజకుకట్టి కొట్టడం మాత్రం ఏదొరలకాలంలో జరుగలేదండి" ఇంకొక రైతు అన్నాడు.

"అసలు ఆరోజు మంచిదికాదులే. ఎన్నడు జరుగంది అయ్యాల జరిగిందంటే ఏమనుకోవాలె? ఊళ్ళో ఉన్నోళ్ళం మా కష్టాలేంటో మేము చెప్పుకుంటున్నం. దొరలకు తోచింది మంచో చెడ్డో చెప్పిన్రు. ఇంతవరకు గట్టనే జరుగుతువచ్చింది" ఇంకొక రైతు అన్నాడు.

"దొరల్నంటే ఏం లాభమే! అందాక రాకుండ మనకుమనమే తెల్విగ ఉండాలె. మనం కండ్లు మూసుకొనిపోతే ఏదన్న కాళ్ళకు తగలకూరుకుంటదా? తెల్వని ఏడ్పుగని" చంద్రయ్య గంభీరంగా అన్నాడు.

అందరి మాటలను శ్రద్ధగా వింటున్న రామభూపాల్‌రావు చంద్రయ్య మాటలతో బెదిరాడు. "అంటే చంద్రయ్యా?" లేని శాంతం ప్రదర్శిస్తూ అన్నాడు.

"దీంట్ల మీకు తెలిందేముంది కనుక. ఇంతకూ మేం నోట్లో తడిలేనోళ్ళం. అటువంటోళ్ళకు చెప్పుదెబ్బలు తగ్లక ఏమైతది? వెంకటాద్రయ్య ఉన్నడు. ఆయన మాకంటె కుల మెక్కువోడా? ఆయనకున్న మర్యాద, మాట ముచ్చటా మాదగ్గర లేకపోయె. ఐతే మేం మీకు చేస్తున్న దగాలేదు. వెంకటాద్రయ్య చేస్తున్న మేలులేదు. మా తిప్పలేందో మేం పడ్తున్నం." అంటూ కనకయ్యవైపు తిరిగి, "సరే, ఈమాటలకేంగాని, ఇయ్యి ఓనాటికి తరిగేవా? నీ మన్సుల మాటేందో దొరకు చెప్కొరాదుర!" అన్నాడు చంద్రయ్య.

"మనస్సుల మాటేందే! జీతం చాలించుకుంట. లెక్కసూసి యిస్తె అయిపాయె" కనకయ్య నీళ్ళు మింగుకుంటూ అన్నాడు.

రైతుల సంభాషణా పద్ధతి, వాడుతున్న వాక్యాలు రామభూపాల్‌రావుకు సహించరానివైనవి. కాని ఆ విధంగా రైతులుకట్టుగా రావడంతో, తన ఉద్రిక్తతను లోలోన తమాయించుకొన్నాడు. రామభూపాల్‌రావు అమాయకుడేమీ కాదుకదా! మంచి వ్యవహారకర్త. నిరుత్సాహికూడా కాదు, తెగిందాకా పరిస్థితులను రానిచ్చే స్వభావముకూడా కాదు. దర్పంగా వ్యవహరించడం, అడ్డంకులేమైనా ఏర్పడితే చాకచక్యంగా ప్రక్కకు తొలగి ప్రతిష్ఠకు భంగం రాకుండా మెలగటం అతనికి అలవాటు. కాని కొమరయ్య భూమి తాను పెంచతలచుకున్న తోటకు అన్ని విధాలా అనుకూలంగా ఉండటంవల్ల అతడు తన సహజ రాజనీతికి భిన్నంగా ఆ భూమి విషయంలో త్వరపడ్డాడు.

కనకయ్యకు సమాధానంగా "సరే దీంట్లో బలవంతం ఏముంది? హైదరలీ ఊరికిపోయిండు. వచ్చినాక లెక్క చేయించుకో" నిర్లక్ష్యంగా అన్నాడు రామభూపాల్‌రావు.

కనకయ్య ఏదో గొణుగుకుంటూ వెళ్ళిపోయాడు.

"ఇంకేం సంగతులు చంద్రయ్యా!" ఏదైన సంభాషణ మొదలుపెట్టాలనే అభిప్రాయంతో రామభూపాల్‌రావు అన్నాడు.

"కొత్త సంగతులు మీకు తెలియకుండేమున్నయి చెప్పురి." చంద్రయ్య తల నేలకు వేసి అన్నాడు.

"కొమరయ్య కౌలుకు చేస్తున్న భూమి విషయంలో నీతో మాట్లాడాలని ఎన్నోసార్లు అనుకున్నా. ఏదో కారణమనుకో, వీలుకాలేదు. ఇంతవరకు అట్లాగే గడిచిపోయింది." రామభూపాల్‌రావు అసలు విషయం మొదలు పెట్టాడు.

"మేం తెలిసికోని ఏం చేస్తమంటరు? అన్ని తెలిసిన మారాజులు మీరు." అంటూ చంద్రయ్య ఇంకో రైతును కొంటెగా చూశాడు.

"అదికాదు చంద్రయ్య. ఏదైనా అందరికీ తెలిసుండటం మంచిది కద! ఎట్లైనా ఆ భూమి కొమరయ్య సొంతం కాదాయె. ఎందుకా పట్టుదల కొమరయ్యకు? కొమరయ్య తండ్రికాలం నుంచి కౌలు చెల్లించకుండనే మొన్నటి వరకు అనుభవిస్తున్నాడుకదా; నీవే చెప్పు. నాటినుంచి కౌలు కావాల్నని నేను అనలేదు. అనుభవించిందేమో అయిపోయింది" రామభూపాల్‌రావు చలోక్తిగా అన్నాడు.

"మరి ఆ బాపనాయన కోటయ్యకు కౌలుకిచ్చె కాదుండి?" ఒక రైతు ప్రశ్నించాడు.

"ఎవరు కాదంటున్నారు? కాని ఇప్పుడది ఖానూను ప్రకారం నాదైపోయింది. కాబట్టి నా భూమి నేను తీసుకోవడం న్యాయము కాదంటావా?" రామభూపాల్‌రావు ప్రశ్నించాడు.

"ఆ ఖానూను తెలియకనే గదుండి మాకీ చిక్కులు. మీరు ఖానూను తెలిసినోరు. మేము ఏది మాట్లాడినా తప్పుకిందికి వస్తది." అంటూ చంద్రయ్య లేవగానే, ఇతర రైతులు కూడా లేచి నిలుచున్నారు.

రామభూపాల్‌రావు కూడా లేచి ఒళ్ళు విరిచాడు.

రైతులు ఒకరి ముఖాలు ఒకరు చూచుకొని గడీని వదలి వెళ్ళిపోయారు.

మత పరివర్తన కార్యక్రమము, రైతుల వైఖరి రామభూపాల్‌రావును ఉక్కిరి బిక్కిరి చేసినాయి.

13

కంఠీరవం నిజామాబాదు స్థానిక ప్రజాహిత జీవితంలో ప్రధాన కార్యకర్తగా పరిణితి చెందాడు. గ్రంథాలయ అభివృద్ధికి ఎంతో కృషిచేశాడు. ఎల్లరి ప్రశంసలను బొంది గ్రంథాలయ ప్రధాన కార్యదర్శిగా ఎన్నికైనాడు. కంఠీరవం ఉత్సాహం, పట్టుదల కారణముగా గ్రంథాలయ వార్షికోత్సవము జరుపుటకు నిశ్చయింపబడింది. అందుకై చేయవలసిన సన్నాహాలు ధన సేకరణ మొదలగు పనులు చురుకుగా మొదలైనాయి. హైద్రాబాదునుండి జగపతిరెడ్డిని వార్షిక సభాధ్యక్షునిగా

ఆహ్వానించాలని, వారితోపాటు యితర మేధావులను కూడా ఆహ్వానించాలని నిశ్చయించి అందుకై కంఠీరవం హైద్రాబాదుకు వెళ్ళాడు. వేదాంతాచార్యుల కొడుకు మోహనాచార్యులు హైద్రాబాదులో ఉంటున్నాడు. అతని సాయమున హైద్రాబాదులోని కృష్ణ దేవరాయాంధ్ర భాషానిలయము, స్టేట్ లైబ్రరీ, రెడ్డి హాస్టల్ గ్రంథాలయమును కంఠీరవం చూచి ముగ్ధుడైపోయాడు. జగపతిరెడ్డి అధ్యక్షులుగా ఉండుటకు ఒప్పించి, ఇతర ప్రముఖులను కలిసికొని ఆహ్వానాలు అందించాడు. ప్రముఖుల హితవచనాలు, హైద్రాబాదు పట్టణ వాతావరణము కంఠీరవాన్ని యింకా ఉత్తేజిత పరచాయి. కొత్త కొత్త ఊహలతో, ఆశయాలతో, ఆశలతో హృదయముప్పొంగ తిరిగి నిజామాబాదుకు చేరుకున్నాడు. సభానుమతికై అమలులోనున్న 53 వ గష్తి ప్రకారము ప్రభుత్వానికి విజ్ఞప్తి పెట్టుకోబడింది. కాని చాలా రోజులవరకు అనుమతి లభించలేదు. సభాతేది సమీపిస్తున్నది. అనుమతికి ఆలస్యం కావడం కంఠీరవానికి ఆందోళన కలుగుటకు కారణమైంది. ఎన్నోసార్లు జిల్లాధికారి వద్దకు వెళ్ళి శ్రద్ధకలిగించగా, ఒకనాడు జిల్లా కార్యాలయం నుండి దిగువ ప్రకారం లేఖ వచ్చింది:-

"గ్రంథాలయ సభానుమతికై నీవు పెట్టుకొన్న విజ్ఞప్తికి ప్రత్యుత్తరముగా వ్రాయడమేమనగా, సభాధ్యక్షుని యొక్కయు, ఆహ్వాన సంఘాధ్యక్షుని యొక్కయు ఉపన్యాసములు, మరియు సభలో పాల్గొని ఉపన్యసించువారి యొక్కయు, సభకువచ్చే సందేశముల యొక్కయు సారాంశములు ముందుగా ప్రభుత్వానికి వ్రాసి పంపవలెను. మరియు సారాంశములలో పేర్కొనబడని విషయాలు తరువాత సభాసందర్భమున వ్యక్తీకరింప కూడదు. మీ కార్యక్రమములో ఉదహరించిన భజన, హరికథ విషయములోకూడా ఇప్పుడే ఏ విషయము నిర్ణయింపబడజాలదు. ఏలననగా మస్జిద్ పేష్ ఇమాం జనాబ్ ముర్తజాఖాన్ సాహెబుగారి యొక్కయు యితర ముఖ్యుల యొక్కయు అంగీకారముపైగాని ఆ విషయము పరిష్కరింపబడదు."

ఈ విధంగా జిల్లాధికారి కార్యాలయంనుండి వ్రాసి రావడం గ్రంథాలయ సభానిర్వాహకులకు ఆశాభంగం కలిగింది. కంఠీరవం భరింపరాని అవమానంగా తలచాడు. గ్రంథాలయ నిర్వాహకులతో చర్చించి కంఠీరవం తన ఉద్రిక్తతను కట్టివేసుకొని దిగువవిధంగా తిరుగు లేఖ రాశాడు:-

"ఈ సభ కేవలం గ్రంథాలయమునకు సంబంధించింది. ఇందు ఎట్టి రాజకీయాలుగాని, మత విద్వేషకర విషయాలుగాని ఉపన్యసించబడవు. అంతేగాక గ్రంథాలయాలకు సంబంధించిన ప్రభుత్వ నిబంధనల ననుసరించి, మా గ్రంథాలయ పక్షమున ప్రభుత్వానికి ఒప్పందము పత్రముకూడా నివేదించుకున్నాము. అది ప్రభుత్వము వద్ద ఉన్నది.

"మీరు కోరిన విషయ సంగ్రహము అసందర్భమేగాక, అసంభవముకూడాను. ఉపన్యాసకు లేయే విషయాలను గురించి మాట్లాడెదరో తెలుప సాధ్యమగునుగాని, ఏయే విధంగా వ్యక్తంచేసెదరో,

ఏయే వాక్యాలు, పదాలు వాడెదరో మొదటనే ఊహించడం అసాధ్యమైన విషయము. ఒక విషయముమాత్రము స్పష్టము. రాజకీయాలుండవు. మత విద్వేషము కలిగించబడదు. మేము మొదట విజ్ఞప్తితో జతపరచి పంపిన కరపత్రములో పేర్కొనిన ఉపన్యాస విషయాలవల్ల ఆ సంగతి స్పష్టమే.

"ఇక భజన, హరికథ విషయములో జనాబ్ ముర్తజాఖాన్ సాహెబుగారికిగాని, మరెవరికిగాని ఎట్టి ఆక్షేపణ ఉండకూడదు. అంతేగాక సభాప్రదేశమునకు 500 అడుగుల మేరలో మస్జిద్‌గాని, ఎట్టి ఇతర పవిత్ర మతస్థలముగాని లేవు. కాబట్టి ఎవరికిని భజన, హరికథవల్ల విచారము కలిగి, వారి మత విశ్వాసము సడలిపోవు భయముండ నవసరము లేదు. అందువల్ల మా గ్రంథాలయమును, తద్వారా విజ్ఞానాభివృద్ధి జరుగాల్సిన అవసరమును గుర్తించలేని వేరేవారి అంగీకారము, అనంగీకారముపై మాకు అనుమతి లభించుట ఆధారపడియుందని మీరు పేర్కొనడం ఆశ్చర్యమును కలిగించునదిగా ఉన్నది. కాబట్టి మేము తలపెట్టిన ఈ సభానిర్వహణము జయప్రదముగా జరుగుటకు తోడ్పడి, గ్రంథాలయ నిర్వాహకులు, సభలో పాల్గొనువారెల్లరు దేశహితాభిలాషులుగను ప్రజాహితాభిలాషులుగను, బాధ్యతగల వారుగను గుర్తించి ప్రభుత్వము వారు వారిని విశ్వసించి పరిపూర్ణమైన నమ్మకముతో అనుమతి నొసగి, విశాల హృదయము కలిగి ఉన్నచో నిష్ప్రయోజనము కాజాలదని విశ్వాసము కలిగించు చున్నాము."

ఈ విధంగా వ్రాసి పంపిన తర్వాత గ్రంథాలయ నిర్వాహకులు స్వయంగా జిల్లాధికారితో సమక్షములో మాట్లాడివచ్చారు. గ్రామాల పరిస్థితులు ఆర్యసమాజీయుల హడావుడితో అశాంతిగా ఉందని, అందుకొరకై శాంతి కాపాడుటకై ప్రభుత్వం జాగ్రత్తపడడం అవసరమని జిల్లాధికారి సమాధాన మిచ్చాడు. ప్రభుత్వం శాంతి, భద్రతల దృష్ట్యా కొన్ని విషయాలను గమనించి, అనుమతి ఇవ్వటంలో ఆక్షేపణ చూపదని జిల్లాధికారి సమాధాన మిచ్చాడు. జిల్లాధికారి మాటలు అస్పష్టంగా ఉండటం గ్రంథాలయ నిర్వాహకులకు చికాకుగా తోచింది. "రాత పూర్వకముగా ప్రభుత్వము మీకు వెంటనే తెలుపుతుంది" అని జిల్లాధికారి అన్నాడు. దానితో కంఠీరవం కొంత తృప్తి జెందాడు.

మరునాడు జిల్లాధికారినుండి దిగువ ప్రకారం అనుమతి పత్రం కంఠీరవం పేర వచ్చింది:-

"మీరు గ్రంథాలయం వార్షికోత్సవ సభానుమతికై పెట్టుకొనిన విజ్ఞప్తి సందర్భములో వ్రాయడమేమనగా, ఉపన్యాసములు మొదలగువాటి వివరాలు పంపుట సాధ్యముకాదను విషయమును దృష్టియందుంచుకొని ఇతరులకు, ప్రభుత్వానికి వ్యతిరేకమును పురికొల్పు ఉపన్యాసములు చేయబడవని అంటున్నారు కాబట్టి మీరు అట్టి ఒప్పందం పత్రము వ్రాసి యివ్వవలెను. ఒకవేళ భజనలోగాని, హరికథలోగాని అవమానకరమైనట్టి విషయాలున్నచో

యిక మీద ఎప్పుడూ అనుమతి యివ్వబడక పోవుటయేగాక, చట్టరీత్యా చర్య గైకొనబడును.

"తహశీల్దారుగారికి వ్రాయడ మేమనగా:- మీరు గ్రంథాలయము వారినుండి పై ప్రకారము ఒప్పంద పత్రము వ్రాయించుకొనవలెను. సభాచర్యలను శ్రద్ధగా గమనించ వలెను. నమాజు వేళలలో భజన, హరికథ, ఊరేగింపు మొదలగునవి జరుగకుండా చూడవలెను. గ్రంథాలయ నిర్వాహకులు తహశీలుకు వ్రాసియిచ్చిన తర్వాత పోలీసువారి అనుమతి కూడా పొందవలెను. పోలీసువారు అనుమతించి, ఏర్పాట్లు జరిపిన తర్వాత చాలా శాంతియుతంగా కార్యక్రమాలు నడుపబడవలెను. ఊరేగింపు జరుపకూడదు. నమాజు సమయమును మరచిపోకూడదు. సభాధ్యక్షుడు తన ఉపన్యాసములోని వాక్యాలు చాలా పరిమితిలో పెట్టి ఏ వర్గమునకు వ్యతిరేకముగా ఎట్టి భావ ప్రకటనమును చేయకుండునటుల జాగ్రత్త వహించవలెను."

జిల్లాధికారి నుండి వచ్చిన పై ఆజ్ఞను అనుమతి దొరికినటులనే గ్రంథాలయ నిర్వాహకుల్లో కొందరు భావించారు. కొందరు తికమకపడ్డారు. కంఠీరవం చాలా బాధ పడ్డాడు. తొణకని కుండగావుండే అతనిలో ఎంతో ఆవేదన బయలుదేరింది. ఆత్మగౌరవం పెల్లుబికి వచ్చింది. ప్రభుత్వం నగ్నంగా కండ్ల ముందర నాట్యం చేసింది. జిల్లాధికారి విధించిన నిబంధనలకు లొంగి సభను జరుపడమా, వద్దా అను సమస్య బయలుదేరింది. గ్రంథాలయ నిర్వాహకులు సమావేశమై చర్చలు సాగించారు.

"జిల్లాధికారి విధించిన నిబంధనలు ఉల్లంఘించాలని నాఅభిప్రాయం కాదు. కాని ప్రజలపై అతను కనపరచిన అనుమానం, అవిశ్వాసం నేను ప్రధానంగా తీసుకొంటున్నాను. పరిపాలనా వ్యవహారాల్లోగాని, మతమునకుగాని ఏలాంటి సంబంధంలేని వైజ్ఞానిక సభ విషయంలో ఇన్ని అడ్డంకులు కల్పించడంలో అంతరార్థమును మనం అర్థంచేసుకోవాలని కోరుతున్నాను" కంఠీరవం చర్చను మొదలుపెట్టాడు.

"మన గ్రంథాలయం మంచి చెడ్డలతో ఏలాంటి సంబంధం లేని ముర్తజాఖాన్ మొదలగువారి ఆమోదముపై మనకార్యక్రమ నిర్వహణము ఆధారపడుట సహించరాని విషయం" ఒక విద్యార్థి అన్నాడు.

ప్రభుత్వం నియమాలను మోపడం, వాటిని ఉల్లంఘిస్తారని శంకించడం, భయపడటం చూస్తే ఆ ప్రభుత్వం పెట్టిన నియమాల వెనుక ప్రజాశ్రేయస్సు గాక ప్రజా వ్యతిరేకత ఇమిడి యున్నదను విషయం స్పష్టం" ఒక డాక్టరు.

"ప్రభుత్వం అనవసరంగా అనుమానపడటం తప్పే. అయినా, మనం మన కార్యక్రమ నిర్వహణ ద్వారా అట్టి అనుమానం అర్థరహితమైందని రుజువుచేస్తే జరిగే నష్టమేముండదనుకుంటాను" ఒక వకీలు అన్నాడు.

"అది అనుమానము కాదు. వారి వైఖరి అసహజము కాదు. అసలు ప్రభుత్వం ఆలోచనలే వేరు విధంగా ఉన్నాయి. మహమ్మదీయులను తమ చంకలో ఇరికించుకొని హిందువుల నణచి వేయడమే పనిగా పెట్టుకున్నది. అందువల్లనే మహమ్మదీయేతరుడైన ప్రతివాడిని ముందుకురాకుండా అణచివేయ ప్రయత్నిస్తున్నది" ఒక యువకుడు అన్నాడు.

ఈ విధంగా చాలాసేపు చర్చలు సాగాయి. హైద్రాబాదునుండి వచ్చే పెద్దల అభిప్రాయంపై సభను జరపాల్సింది, మానాల్సింది తేల్చుకుందామని ఒక నిర్ణయానికి వచ్చారు.

అధ్యక్షుడుగా ఎన్నుకోబడిన జగపతిరెడ్డి, ఆహ్వానితులు నియమిత తేదీనాడు రాగానే స్టేషను నుండి గుంపుగా ఎదుర్కొని గ్రంథాలయానికి తీసుకొని వచ్చారు. ఆ విధంగా ఎదుర్కొని రావడం ఊరేగింపు కిందికి వస్తుందా అని కూడా చర్చలు మొదలయినాయి. "ప్రభుత్వ నిర్ణయానికే వదిలేద్దాం" నవ్వుతూ అధ్యక్షు డన్నాడు. కంఠీరవానికి ఆమాట తృప్తి కలిగించింది.

నియమిత కాలానికి గ్రంథాలయావరణలో ప్రత్యేకంగా నిర్మింపబడిన పెండాల్‌లో అంతాకూడారు. మామూలుగా సభజరిపి, కార్యక్రమంమాత్రం నడుపక, జిల్లాధికారి మోపిన నిబంధనలకు అసమ్మతిని ప్రకటించుటతో సభను చాలించాలని తుదకు నిర్ణయం జరిగింది.

అమితోత్సాహంతో సుమారు నెలరోజులనుండి గ్రంథాలయ కార్యకర్తలు సభను పెద్ద ఎత్తున జరపాలనుకొని, తుదకు ఆ విధంగా ముగించడం కొందరికి నిరుత్సాహం కలిగించింది. ఊపిరి మెసలకుండా ఉక్కిరి బిక్కిరి చేస్తున్న దుష్టవాతావరణం నుండి తొలగి ఆ ఒక్క రోజైనా స్వేచ్ఛా వాయువులను పీల్చుదల్చుకుందా మనుకున్నది నిష్ఫలమైంది. "ప్రభుత్వం అనుమానిస్తున్నట్టే మనం తొందరపడి ఆలోచిస్తున్నాం. సభ జరిపితే ఏమవుతుంది?" ఒక ముసలి వకీలు గొణిగాడు. కంఠీరవంమాత్రం చాలా ఉత్సాహంగా ఉన్నాడు. ఆత్మగౌరవం నిలబెట్టుకునే మనోనిబ్బరం విద్యావంతుల్లో కలగడం కంఠీరవానికి మేరువు దొరికినంత సంతోషం కలిగించింది. ప్రభుత్వంపై ఒక ఘన విజయం సాధించినంత ఉప్పొంగిపోయాడు. అసమ్మతిని తెలుపడం ప్రభుత్వానికి తీవ్రమైన హెచ్చరికగాను, కనువిప్పుగాను ఉంటుందని మనస్థిమితం పొందాడు.

సభా స్థలము క్రిక్కిరిసింది. పెండాలు అలంకరణ ఉత్తేజపరచేదిగా ఉంది. గాంధీ మహాత్మునిచిత్రం ప్రత్యేకాలంకరణతో ప్రధానంగా ఒక వైపు, నిజాం ప్రభువు పటం లాంఛనంగా ఒక వైపు వేలాడ గట్టారు. నిజాం ప్రభువు చిత్రానికి ప్రత్యేకత లేకపోవడం ముసలి వకీలుకు కంపరం కలిగించింది. తాను ఆ సభలో పాల్గొనడమే తప్పు అని, ఏ విధంగా నైనా తప్పించుకొని బయటపడాలని ఆలోచించాడు. ఒకసారి తలెత్తి సభకు అధికారు లెవరైనా వచ్చారేమోనని దిగులుగా నలువైపులా చూచాడు. ఎవరు ఇంకా రాలేదు. "వస్తుండొచ్చు. ఎవరైనా?" మనసులో అనుకున్నాడు.

"జిల్లాధికారికి దావత్ పంపారా?" ప్రక్కనే కూర్చున్న ఒకరిని అడిగాడు. "సభే జరగడం లేదు. దావతు లెందుకు?" బాధతో అతను జవాబు చెప్పాడు. "అది సభ కాక ఏందంటారు?" ముసలి వకీలు అంటూ టోపీ తీసి గాలికి విసురుకున్నాడు.

కంఠీరవం లేచి నిలుచున్నాడు "మహాశయులారా! మిత్రులారా!" సంభాషణ మొదలు పెట్టాడు.

"మేము తల పెట్టిన సభ గాని, నిర్వహించుతున్న గ్రంథాలయముగాని రాజకీయాశయము, లక్ష్యము లేక కేవలం విజ్ఞాన వికాసమునకు వీలు కలిగించాలని మాత్రమే ఉద్దేశించబడింది. విజ్ఞాన వికాసము కలిగి వివేకవంతులైన ప్రజ లుండటం ప్రతి ప్రభుత్వము గర్వించుటకును, ఆ దేశము ప్రతిష్ట పొందుటకును కారణా లవుతాయి. ప్రజలపై అవిశ్వాసముతో ప్రభుత్వ మున్నదంటే దానికి ప్రధాన కారణం ప్రభుత్వం తనలో వున్న ఏదో లోపాన్ని గ్రహించి భయపడుతున్నదన్న మాట. అట్టి లోపాన్ని తొలగించుకొనుట వివేకమనిపించు కొనునుగాని, తనతప్పులను కప్పిపుచ్చుకొనుటకు ప్రజలను నిందితులుగా తలచుట అన్యాయం, ప్రమాదకరము." ముసలి వకీలు భయంతో, ఆవేదనతో కంఠీరవం వైపు గుడ్లు మిటకరించి చూస్తున్నాడు. కంఠీరవం సంభాషణా పద్ధతిని శ్రద్ధతో వింటూ గంభీరంగా సభికులను పరికిస్తున్న అధ్యక్షుడు చప్పట్లు కొట్టాడు. సభికులంతా ఉత్సాహంతో చప్పట్లు కొట్టారు. ముసలి వకీలుకు ఎటూ తోచలేదు. బెదురుతూ చప్పట్లు కొడుతున్న వాండ్లను చీదరించుకుంటూ చూచాడు. కంఠీరవం సభాధ్యక్షుని వైపు కృతజ్ఞతా సూచకంగా చూచాడు. తిరిగి మొదలు పెట్టాడు. "అట్టి ప్రమాదమును గ్రహించి దేశములో జ్ఞానాభివృద్ధికి, తద్వారా దేశాభివృద్ధికి దారితీయు ప్రవర్తన కలిగివుండాలని ప్రభుత్వమునకుశ్రద్ధకలిగించుటకే నేనీ రెండు మాటలు చెప్పి ముగిస్తున్నాను. నేటి సభావ్యవహారాలను గురించి అధ్యక్షుల వారు తమ అభిప్రాయాన్ని ప్రకటిస్తారు" అని కంఠీరవం సభికులకు నమస్కరించాడు.

చప్పట్ల మధ్య అధ్యక్షుడు లేచి నిలుచున్నాడు.

"మిత్రులారా!"

"మొదట మన మిక్కడ సభను జరుపుకుందామని నిశ్చయించి యుంటిమి. కాని ఇది సభకాదు. మిత్రుల గోష్ఠి. నేను అధ్యక్షునిగా మీకు కొన్ని విషయాలు విన్నవించాలని తలచితిని. కాని ఇప్పుడు నేను చెప్పబోవునది ఉపన్యాసముకాదు. కొన్నిమాటలు.

"గ్రంథాలయం వంటి ఉత్తమమైన స్థలం పవిత్రమైన స్థలము వేరేలేదని నేను తలుస్తుంటాను. ఒక విధంగా చూస్తే దేవాలయము కంటెకూడా పుణ్యస్థలము. మన దేవాలయాల లోనికి హరిజనులను రానివ్వం. ఆవిధంగా మనం గొప్ప తప్పు, నేరం చేస్తున్నామనవచ్చును." వేదాంతాచార్యులు ముసిముసిగా నవ్వాడు. ముసలి వకీలు, "హరిజనుల సంగతి ఇక్కడెందుకో!" గొణుక్కొన్నాడు. "ఇక్కడ కూర్చొన్నవారిలో హరిజనులెందరున్నారో తెలియదు. ఉంటే నాకు కలిగే సంతోషం చెప్పతరము కాదు.

మనలో చదువుకున్నవాండ్లున్నారు, చదువురానివాండ్లున్నారు. గొప్ప పండితులున్నారు. ఇందరము మనలో ఉన్న భేదాలను కులాలను లక్ష్యంచేయకుండా ఇక్కడ చేరినాము. మనలో కొందరము దరిద్రులము కావచ్చును. కొందరము శ్రీమంతులము గావచ్చును. కాని ఇక్కడ అందరంకలసి కూర్చున్నాము. అంతెందుకు! మహాఘనత వహించిన నిజాం ప్రభువుగారి చిత్రం, గాంధీమహాత్ముని చిత్రం, ఇంకా ఇతర నాయకులచిత్రాలను కూడా పెండాలులో అలంకరించాము. మన ప్రభువుగారి గురించి మనకు బాగా తెలియును. గాంధీమహాత్ముని గురించికూడా బాగా తెలియును. మహాత్ముని గురించి చెప్పబూనుకుంటే రోజులు చాలవు." కంఠీరవం చప్పట్లు కొట్టగానే అంతా చప్పట్లు కొట్టారు. ముసలి వకీలు "గ్రంథాలయము గురించి చెప్పక యివన్నీ ఎందుకు అనవసరంగా" కొంచెం పెద్దగా అన్నాడు. వకీలు మాటలు అధ్యక్షుని చెవిలో పడ్డాయి. అధ్యక్షుడు చిరునవ్వుతో వకీలును చూచి, సభికుల నుద్దేశించి ఈవిధంగా సంభాషించాడు. "ఇక్కడ ఒకరు గ్రంథాలయం గురించి మాట్లాడాలంటున్నారు. మీ గ్రంథాలయం చాలా ప్రాచీన గ్రంథాలయం. ఆంధ్రోద్యమములో ప్రధానవిషయం గ్రంథాలయోద్యమమని మీ రెరుగుదురు. మీ గ్రంథాలయంలో మంచి మంచి పుస్తకాలున్నాయి. ఈ సందర్భమున ఒక శ్లోకం జ్ఞాపకం వచ్చింది. వెనుక మన ప్రాచీనులు ఈ విధంగా తాము వ్రాసే ప్రతిగ్రంథం తుదిలో వ్రాసేవారు:

శ్లో॥ భగ్న పృష్ట కటి గ్రీవః
స్తబ్ధ దృష్టి రధో ముఖం
కష్టేన లిఖితం గ్రంథం
యత్నేన పరిపాలయేత్ ॥

అన్నారు. అనగా గ్రంథము వ్రాయుటలో "నా వీపు, కటి ప్రదేశము, గొంతు పట్లుపట్టుక పోయినవి. దృష్టిమందగించింది. ఇట్టికష్టములు పడి గ్రంథమును వ్రాసినాను, కావున శ్రద్ధతో నీ గ్రంథమును రక్షించుకొనవలసినది." అని అర్థము. కాబట్టి గ్రంథాలయములోని గ్రంథముల విషయములో మీకు అంత శ్రద్ధ అవసరము. ముగిస్తూ ఒకమాట, దీన్ని హెచ్చరిక అంటే బాగుంటుందేమో! ఈ హెచ్చరిక యిక్కడ కూర్చున్న మీకేకాదు, దేశములోని ప్రజలకేకాదు, ప్రజలకు ప్రభుత్వానికి సంబంధించినవారికి హెచ్చరిక, కండ్లు మూసికొని కాలము గడుపాలని తలచే ప్రతివారికి సంబంధించిన హెచ్చరిక. అయితే ఈ హెచ్చరిక నేను చేయడంలేదు. శ్రీమత్ శంకర భగవత్పాదులవారు చేసిన హెచ్చరిక:

"యస్మిన్ దేశీ కాలే
నిమిత్తచ యో దర్మాఽనుష్ఠే యతే
స ఏవ దేశ కాలనిమిత్తాంతరే ష్వ
ధర్మో భవతి"

కాలము మారుకొలది రుచులు, జనుల అభిప్రాయములు మారుచుండును. తదనుగుణంగా వివేకముతో వ్యవహరించుట అందరి విధి. అది లోపించినపుడే ద్వేషాలు, సంఘర్షణలు, సమరములు మొదలవుతాయి." వేదాంతాచార్యులు చప్పట్లు కొట్టాడు. సభికుల చప్పట్లతో సభ మారుమ్రోగింది.

"మనము జరుప తలచుకొన్న సభకు కొన్ని అవమానకరములైన నిబంధనలను ప్రభుత్వం మోపింది. ఆత్మగౌరవము గలవారెవరూ కూడా వాటిని సహింపరు. అందుకొరకై మనము అసమ్మతిగా సభను మానుకొని మన అసమ్మతిని తీర్మాన రూపంలో ప్రభుత్వానికి పంపుతాము" అని అధ్యక్షుడు తీర్మానాన్ని సభికులకు చదివి వినిపించాడు. "మీ కందరికి ఆమోదమేనా?" సభికుల నడిగాడు. "చప్పట్ల ద్వారా సమ్మతిని ప్రకటించండి" అన్నాడు. రెట్టింపు ధ్వనిలో చప్పట్లు దీర్ఘంగా కొట్టారు. "ప్రభుత్వం మన గ్రంథాలయ సభకు పెట్టిన నిబంధనలు కంఠీరవంగారు చదివి వినిపిస్తారు. తర్వాత సభ ముగుస్తుంది" అధ్యక్షుడు అన్నాడు. కంఠీరవం ఆ నిబంధనలను చదివి వినిపించిన తర్వాత కృతజ్ఞతా వందనాలతో సభ ముగిసింది.

14

నిజామాబాదుకు వెళ్ళి వచ్చిన హైదరలీ, తన అల్లుని సూచనల ప్రకారం దిమ్మెగూడెంలో హరిజనులను మహమ్మదీయులుగా చేసే సన్నాహాలు మొదలు పెట్టాడు. ఆరోగ్యం బాగాలేదని మిషపెట్టి గడీలోకి వెళ్ళటం తగ్గించుకున్నాడు. గడీలోకి వెళ్ళినప్పుడు గంభీరంగా వ్యవహరించేవాడు. క్లుప్తంగా మాట్లాడేవాడు.

రామభూపాల్‌రావుకు హైదరలీపై అనుమానం దినదినం బలపడసాగింది. కాని హైదరలీతో ద్వేషం పెంచుకుంటే ప్రభుత్వ వ్యతిరేకమవుతుంది. అందువల్ల భీతిల్లుతూ ఎటూతోచక తల్లడిల్లాడు.

హైదరలీ ప్రతిరోజు చావడి ముందర కూర్చొని హరిజనులతో సానుభూతిగా మాట్లాడేవాడు. వాండ్ల కష్టాలు పోయే రోజులు వచ్చాయని, ఇన్నాళ్ళకు భగవంతుడు హరిజనులకు మేలుచేయబోతున్నాడని, హరిజనుల కష్టాలకు ఆలాహజ్రత్ హృదయం నీరైపోతున్నదని హరిజనులతో అంటుండేవాడు. భూములు, చదివించిన తర్వాత ఉద్యోగాలు ప్రభుత్వం ఇస్తుందని మొత్తంపై హరిజనుల గూడెంలో సుముఖ వాతావరణం కల్పించాడు. రామభూపాల్‌రావు తటస్థంగా ఉండటంకూడా హైదరలీకి యింకా ఉత్సాహం కలుగడానికి కారణమైంది.

రామభూపాల్‌రావు, వెంకటాద్రి కలిసి హైద్రాబాద్‌కు వెళ్ళి ఆర్యసమాజ నాయకులతో మాట్లాడి, ఉల్లాసంగా తిరిగివచ్చారు. రామభూపాల్‌రావు ఇదివరకటికంటె ధైర్యంగాను, మనోనిబ్బరంతోను ఉన్నాడు. వెంకటాద్రి సమయానికై నిరీక్షిస్తూ తన భావి కార్యక్రమాన్ని నిర్ణయించుకున్నాడు.

దిమ్మెగూడానికి అంజుమన్ నాయకులు పెద్ద పెద్ద వాండ్లు వస్తున్నారని మొదలే వదంతి బయలు దేరింది. హరిజనులలో సంచలనం, ఉత్సాహం మొదలైంది. తమను దూరంచేసి ఉంచిన మొత్తం గ్రామాన్ని ప్రతీకారంగా చూడసాగారు. తాము ఇన్నాళ్ళనుంచి అనుభవిస్తూ వస్తున్న కష్టాలు గట్టెక్కే సదవకాశం వస్తున్నదని ఉవ్విళ్ళూరారు. తాముచేస్తున్న జీతాలు, కూలిపనులు, నివసిస్తున్న గుడిసెలు, మురికి గుంటలు, మైలగుడ్డలు తాత్కాలికమైనవని, తాము ప్రభుత్వోద్యోగులుగా, రాజ మతా వలంబులుగా మొత్తం గ్రామాన్ని, హిందువులను గుప్పిట్లో పెట్టుకుంటామని ఊహించ సాగారు. తామనుభవించిన కష్టాలన్నిటికి, అవమానాలకు ప్రతీకారం తీసుకొనే అవకాశం లభించిందని ఆశలు కలిగాయి.

కొమరయ్య స్వయంగా ఒకసారి నిజామాబాదుకువెళ్ళి తన భూమిని రామభూపాల్‌రావు హరించిన సంగతి వివరంగా చెప్పాడు. హైదరలీకి, రామభూపాల్‌రావుకు పడిరావటంలేదని, ఆ గ్రామానికికూడా అంజుమన్ వాండ్లువచ్చి హరిజనులను మహమ్మదీయులుగ మార్చనున్నారని తెలిపాడు. మతపరివర్తన పేరుతో ప్రభుత్వం తలపెట్టిన దుష్టనీతిని కంఠీరవం ఎంతో అసహ్యించుకున్నాడు. జిల్లాలలో అక్కడక్కడ గ్రామాల్లో మత పరివర్తన పేరుతో జరుగుతున్న దౌర్జన్యాలు, అన్యాయాలు విన్నప్పుడల్లా కంఠీరవానికి పట్టరానికోపం వచ్చేది. ఇప్పుడు తన స్వగ్రామంలో కూడా అవి జరుగబోతున్నందున తాను స్వయంగా అటువంటి పనులకు అడ్డుపడాలని నిశ్చయించుకొని కంఠీరవం ఆనాడే దిమ్మెగూడెం ప్రవేశించి కొమరయ్య ఇంట్లో బసచేశాడు.

ఐదుగురు పోలీసులు, ఒక జమేదారు. జిల్లా అంజుమన్ నాయకుడు, హైద్రాబాదు కేంద్ర అంజుమన్ నాయకుడు, ఒక ప్రచారకుడు వచ్చి మొదట హైదరలీ ఇంట్లో బసచేశారు. కొద్దిసేపు మాట ముచ్చట జరిపి హరిజనవాడకు వెళ్ళి, హరిజనులను వెంటబెట్టుకొని, రామభూపాల్‌రావు గడీముందరనుంచి చావిడికి బయలుదేరారు. వారంతా గడీముందరనుంచి వెళ్ళబోతున్నారని తెలిసి రామభూపాల్‌రావు మేడఎక్కి కిటికీసందుల్లోంచి దొంగవలె తొంగిచూచాడు. వచ్చినప్పుడల్లా హరిజనులతో వెట్టి పనులు చేయించుకునే పోలీసువాండ్లు ఆ రోజు చాకలి, మంగలి, కుమ్మరివాండ్లతో చేయించుకున్నారు. హరిజనుల స్థాయి పెరిగినట్టు తోచి పోలీసువాండ్లకు ఈర్ష్య కలిగింది.

చావిట్లో అంజుమన్ వారు, హైదరలీ, చావిడిముందర హరిజనులు, దూరంగా ఇతర గ్రామీణులతో కంఠీరవం నిలబడి ఉన్నాడు. కేంద్ర అంజుమన్ నాయకుడు చావిడి ముందు భాగంలో నిలుచుండి ఉపన్యాసం మొదలు పెట్టాడు.

"ఈ గ్రామంలో అందరివలె పుట్టిపెరిగినా మీరు ఊరికి దూరంగా మురికి కొంపల్లో ఉంటున్నారు. మీరు పందుల్లాగా బ్రతుకుతున్నారు. వేరేవాండ్లవద్ద మీకు కుక్కలకున్న గౌరవంలేదు. మీతో పొద్దస్తమానం పని చేయించుకొని కడుపుకు నిండని కూలి, జీతాలు ఇస్తున్నారు. కాబట్టి ప్రజల మేలుకోసం ఎల్లప్పుడూ

పాటుబడే మన మహోఘనత వహించిన ఆలాహజ్రత్ మీ బీదవాండ్లందరిని బాగుచేయటానికి నిశ్చయించుకున్నారు"

"బాగా వినండి" అంటూ హైదరలీ చుట్ట ముట్టించాడు.

"యిగ హైదరలీ ఎంత జీతం ఇస్తడో చూస్తంగద" రైతుల్లో ఒకడు గొణిగాడు.

"ఇప్పుడు మీకు మా ప్రచారకుడు ఒకటి చదివి వినిపిస్తాడు" అని నాయకుడు కూర్చున్నాడు.

ప్రచారకుడు ఒక అచ్చు పత్రికను పైకెత్తి "దీంట్లో మన అలా హజ్రత్ ఫర్మాన్ ఉంది. దీంట్లో ఉన్న వివరాలు హైదరలీగారు తర్వాత మీకు చెప్పుతారు. ఈ పత్రికలన్నీ హైదరలీగారికి ఇచ్చిపోతాము" అన్నాడు.

ప్రచారకుడు పత్రికలను హైదరలీకి ఇచ్చి ఉపన్యాసం మొదలుపెట్టాడు. "మీరు మహమ్మదీయుల్లో కలిస్తే మీకష్టాలుపోతాయి. మీరంతా మహమ్మదీయులతో సరిసమానముగా విద్య, ఉద్యోగాలు పొందవచ్చును. హిందువుల దేవాలయాల్లోకి వెళ్ళలేనివారు ఊరి చేదబావులవద్దకి పోజాలనివారు స్వేచ్ఛగా మస్జిద్‌లోకి వెళ్ళవచ్చును. చేదబావుల్లోకి వెళ్ళవచ్చును. దేశముఖులు, పటేలు, పట్వారీలు ఏ విధమైన కష్టాలు పెట్టినా మేము సహాయము చేస్తాము. మీ ఆడవాండ్లకు, మీకు ఇవ్వాలని మా వెంట బట్టలు కూడా తెచ్చాము. మీ కోసం బడి కూడా ఏర్పాటు చేయిస్తాము." అని హైదరలీని చూచాడు.

హైదరలీ హరిజనుల పెద్దయైన యల్లయ్యను సైగచేసి "వచ్చి బట్టలు తీసుకో" అన్నాడు.

గుంపులో కూర్చొనివున్న ఒక గౌండ్లముసలి "దొర గుంజుకున్న భూములు, తీసుకున్న లంచాలు ఇప్పిస్తారా?" అన్నాడు.

"తప్పకుండా ఇప్పిస్తాము. మీకున్న కష్టాలన్నీ మీ హైదరలీ సాహెబుకు చెప్పుకోండి. ఆయన అన్నీ తీరుస్తాడు. మనరాజ్యానికి ప్రధానమంత్రి సర్ అక్బర్ హైదరీవలెనే మీ ఊరికి హైదరలీగారు ఉన్నాడనుకోండి" కేంద్ర అంజుమన్ నాయకుడు అన్నాడు.

"హైదరలీసాహెబు న్యాయం చేయకపోతే ఇంకెవరు చేస్తారు? ఇంతవరకు చేస్తున్నదంతా న్యాయమే" దూరంగా కూర్చొని ఉన్న కొమరయ్య అన్నాడు.

"ఏమన్నవు కొమరయ్య?" హైదరలీ ఒళ్ళుమండి కేకవేశాడు.

"ఏమిలేదు, అంతా న్యాయంగానే జరుగుతున్నది, హైదరలీగారి దగ్గర అన్నా" అని కొమరయ్య లేచి నిలుచున్నాడు.

"ఆయన్ను పట్టుకో" హైదరలీ పోలీసులకు చెప్పాడు. పోలీసులు హడావుడిగాఛెళ్ళి కొమరయ్యను పట్టుకొనివచ్చి చావిట్లోకూర్చోపెట్టారు. కంఠీరవం, చంద్రయ్య మొదలగు రైతులు ఒకరి నొకరు చూచుకున్నారు. హైదరలీ హరిజనులను ఒక్కొక్కరిని చావిట్లోకి తీసుకరావడం, ప్రచారకుడు వాండ్లజుట్టు, మొలతాడు

కత్తిరించడం మొదలుపెట్టారు. మగవాండ్ల కొక్కొక్క ధోతి, ఆడవాండ్లకొక్కొక్క చీర ప్రకారం యిస్తుపోయారు. గులాంఅలి, దస్తగీర్, కరీం, ముస్తఫా మొదలుగు పేర్లు పెట్టారు. గౌండ్లముసలి చేతులు నలుపుకుంటూ చావిట్లోకి వచ్చాడు. "నేనుగూడా తురకల్లో కలుస్తా; మరి నా భూములు నా కిప్పియ్యాలె. దొర గుంజుకున్నడు" అన్నాడు.

హైదరలి "మంచిది" అని ఉత్సాహంతో ప్రచారకుని చేతిలో నుండి కత్తెరను తీసికొని స్వయంగా గౌండ్లముసలి జుట్టు, మొలతాడు కత్తిరించి "ఈ రోజునుంచీ నీ పేరు గులాం రసూల్" అన్నాడు.

ఆ గౌండ్ల ముసలి పిచ్చోడివలె దిక్కులుచూస్తూ మహమ్మదీయులుగా మారిన వాండ్లకు కొద్దిగా దూరంగా కూర్చున్నాడు.

కంఠీరవం, చంద్రయ్య మొదలగు రైతులు మెల్లగా చావిట్లోకి వెళ్ళారు, కంఠీరవం కేంద్ర అంజుమన్ నాయకుని వద్దకు వెళ్ళి. "మీతో మాట్లాడాలని వచ్చాము" అన్నాడు.

ఆ నాయకుడు హైదరలీని చూస్తూ, "ఎవరువీండ్లు?" అన్నాడు. హైదరలీ సమాధాన మివ్వకముందే, "సరే, ఏమడుగుతారో అడగవచ్చు" అన్నాడు.

"మీ వెంట ఈ పోలీసు లెందుకు?" కంఠీరవం ప్రశ్నించాడు.

"మీవంటివాండ్లు ఏమైనా పిచ్చిపనులుచేస్తే గ్రామంలో అశాంతి కలగకుండా చూడటానికి ప్రభుత్వం తన పని తాను చూచుకుంటున్నది. వాండ్లకు మాకు సంబంధం లేదు. మేము రమ్మంటే వాండ్లు రాలేదు." నాయకుడు సమాధాన మిచ్చాడు.

"అయితే మీపని అశాంతికి దారితీస్తుందని మీకు తెలిసుండి కూడా ఇటువంటి పనులకు ఎందుకు తలపడ్డారు?"

ఆ నాయకునికి కోపంవచ్చింది. "హద్దుమీరి మాట్లాడుతున్నారు!" అన్నాడు.

"ఎవరి హద్దుల్లో వాండ్లు ఉంటూ, ఎవరి బాధ్యతలను వాండ్లు గుర్తించాలని చెప్పాలనే, మీ వద్దకు వచ్చింది."

"ఏమిటయ్యా! మహా చెప్పవచ్చినవు? నీకేం పనిలేదా?" హైదరలీ నిర్లక్ష్యంగా అన్నాడు.

"నీ పనేమిటో నువ్వు చూచుకోరాదు? లేనిపోనివి మెడకేసుకుంటున్నవు?" పోలీసు జమేదారు అధికార ధ్వనిలో అన్నాడు.

కంఠీరవం అందరిని కలయచూచాడు. "మీ అన్యాయాలను అరికట్టడమే నా పని" తీవ్రంగా సమాధానమిచ్చాడు కంఠీరవం.

"తెలివిలో ఉన్నావా? తెలివితప్పి మాట్లాడుతున్నావా?" హైదరలీ కూర్చున్న చోటనుంచి లేచి అన్నాడు.

"అసలు మీకు తెలివిలేదు. తెలివివుంటే మీ రెందుకు ఇటువంటి పనులు చేస్తారు? ఇప్పటికైనా తెలివి తెచ్చుకొమ్మని చెప్పుతున్నాను."

నాయకుడికి కోపం ఎక్కువైంది. "ఇక్కడినుంచి వెళ్ళిపోతావా లేదా?" గాండ్రించి అరిచాడు.

"నా ఊరుకువచ్చి నన్ను పొమ్మంటున్నావా?"

"ఈ విధంగానే నీసంభాషణవుంటే నీకు సరియైన స్థలమేదో చూపించాల్సి వస్తుంది. జాగ్రత్త."

"లే కొమరయ్య, పోదాం లే. వీండ్లకు బుద్ధి జ్ఞానము లేకుండాపోయింది. మిమ్ముల విచ్చలవిడిగా గాలికి వదిలిన ఆ ప్రభుత్వానికి అంతకన్నలేదు." కంఠీరవం అందరిని సంబోధిస్తున్నట్టు అని కొమరయ్యను చేయిపట్టి లేపాడు.

"కొమరయ్య మా నిర్బంధంలో ఉన్నాడు. ఎట్టా వెళ్తాడు? బుద్ధి కలిగి ఉండకపోతే నీకు అదేగతి పడ్తుంది." జమేదారు అడ్డంవచ్చి అన్నాడు.

"నిర్బంధంలో ఉన్నవాడిని అక్రమంగా విడిపించుకొనడం, ప్రభుత్వోద్యోగ కర్తవ్య నిర్వహణంలో అడ్డంకులు కల్గించడం కూడా నేరమే. చూస్తావెందుకు? ఇద్దరికి బేడీలు తగిలించి, లేవంగ పడంగ తంతూ వెంటతీసుక పోతాం" కేంద్ర అంజుమన్ నాయకుడు జమేదారు నుద్దేశించి అన్నాడు.

"అది నిజమేకాని, పోనియ్యమని అవకాశమిస్తున్నాను. వినకపోతే మీ రన్నంత పనే అవుతుంది" జమేదారు కంఠీరవాన్ని చూస్తూ బెదిరించాడు.

"మీ పశుబలం సంగతి మాకు తెలుసు. మీ బెదిరింపులకు, అన్యాయాలకు మేం వెనకకు పోము. హైదరలీ అన్యాయాలను అన్యాయమనడం కూడా నేరమైంది గదూ?" కంఠీరవం గుడ్లెర్రచేస్తు అన్నాడు.

కొమరయ్య ఈ సంభాషణా ధోరణిని శ్రద్ధగా వింటున్నాడు. ఒకొకసారి భయం, ఒకొకసారి ధైర్యం కలుగుతున్నది. చంద్రయ్య మొదలగు ఇతర రైతులు వింతగా చూస్తున్నారు.

"హైదరలీని అన్నందుకు కాదు. ప్రధాన మంత్రియైన నవ్వాబ్ సర్ హైదర్ నవాజ్ జంగ్ బహద్దర్ యెడ హేళనగా, ధిక్కారంగా మాట్లాడటం సామాన్యమైన నేరంకాదు. వాడి జీవితమంతా జేల్లో గడుపాలె" జమేదార్ అన్నాడు.

"అట్లాగా? అయితే నన్నుకూడా పట్టుకోవచ్చు. మీ ప్రభుత్వం ఈ విధంగా చేసే ప్రతి పనిని నేను వ్యతిరేకిస్తున్నాను. మీరు ఒక లంచగొండివాడు అచ్చువేసిన పత్రికను నైజాం ఫర్మాన్ అని అబద్ధాలు చెప్పి, ప్రజలను మోసం చేస్తుంటే బుద్ధి ఉన్నవాడెవడూ చూస్తూ ఊరుకోడు. ఈ పత్రికలేమిటో నాకు తెలుసు. రాజమంద్రిలో అచ్చైన ఈ పత్రిక నైజాం ఫర్మాన్ అవుతుందా? ఈ విధంగా మీరు మీ మతానికే హానిచేసుకుంటున్నారు. నిజమైన మహమ్మదీయుడెవడైన ఇట్లా చేస్తాడా?" కంఠీరవం గొంతుచించుకొని ఉపన్యాస ధోరణిలో మాట్లాడాడు.

"ఇగ నీకు బుద్ధి చెప్పంది లాభంలేదు. ఇద్దరిని కలిపి బేడీలు తొడిగించు" నాయకుడు జమేదారుకు ఆజ్ఞ ఇచ్చాడు.

చంద్రయ్య, ఇతర రైతులు జంకినారు. ఎటు పాలుపోలేదు.

జమేదారు వచ్చి కంఠీరవానికి, కొమరయ్యకు కలిపి బేడీలు తగిలించాడు.

ఈ వార్త విని ఊళ్ళో కలవరం బయలుదేరింది. అన్నమ్మ వణికిపోయింది. వెంకటాచార్యులు, రామభూపాల్‌రావు ఒకరి నొకరు ప్రశ్నార్థకంగా చూస్తూ బంగళాపై గుటుకు మిటుకు మనుకుంటూ కూర్చున్నారు. ఆండాళమ్మ పిచ్చిదానివలె, కాలుకాలిన పిల్లివలె ఇంట్లోకి బయటికి తిరగసాగింది. చుట్టుప్రక్కల ఇండ్ల వాండ్లు మిద్దెలనుండి, అడ్డగోడలపైనుండి చావిడివైపు భయంగా చూడసాగారు.

పోలీసులు, నాయకులు కంఠీరవాన్ని కొమరయ్యను వెంటతీసికొని బయలుదేరారు. ప్రచారకుడు, హైదరలీ మతం మారినవాండ్లను వెంట తీసికొని హరిజనవాడకు వెళ్ళారు. గౌండ్ల ముసలి దిక్కులు చూచుకుంటూ వెళ్ళి, యింటి బయటి అరుగుమీద ఆలోచిస్తూ కూర్చున్నాడు.

మత నాయకులు, జమేదారు కచ్చడంలో కూర్చున్నారు. కంఠీరవానికి, కొమరయ్యకు కలిపి కట్టిన తాడును పట్టుకొని ఇద్దరు జవానులు కచ్చడం వెంట నడవ సాగారు. వాండ్లు ఊరువదిలి పోతుంటే ఊరంతా బావురు మన్నట్టుండి, భయంతో కంపించిపోయింది. ఆరోజు సాయంత్రం వరకు గ్రామవాతావరణం ఉక్కిరి బిక్కిరిగా తోచింది. తర్వాత మెల్లగా ఒక్కొక్కరు ఇండ్లనుండి బయటికివచ్చి గుస గుసలు, గొణుగుడులు ప్రారంభించారు. వెంకటాద్రి గడీలోకి చేరుకున్నాడు. రామభూపాల్‌రావుతో సమాలోచనలు సాగించాడు.

దిమ్మెగూడెంలో మత పరివర్తన జరుగకముందు, యర్రగుట్ట నుంచి రామభూపాల్‌రావు, వియ్యంకుడు ఉత్తరం రాసినపుడు రామభూపాల్‌రావు, వెంకటాద్రి కలసి భావికార్యక్రమం గురించి వేసుకున్న పథకాలకు మత పరివర్తన జరిగినప్పటి పరిస్థితికి ఎంతో భేదం ఏర్పడింది. అప్పుడు కేవలం స్థానికంగా రైతులను తమవైపు చేసికోవడం మొదటిపనిగా తలచారు. కాని ఇప్పుడు కొమరయ్య, కంఠీరవం నిర్బంధింపబడటం ఒక సమస్యగా తోచింది. కంఠీరవానికి బద్ధవిరోధియైన వెంకటాచార్యులు రామభూపాల్‌రావు నమ్మినబంటు. కొమరయ్య రామభూపాల్‌రావు ఆగ్రహానికి గురియైనవాడు. హైదరలీకి వ్యతిరేకంగా గ్రామవాతావరణం కల్పించాలె, తురకలుగా మారిన హరిజనులకు నీళ్ళు పుట్టకుండా తిప్పలు పెట్టి ఒత్తిడి తేవాలె. ఇవీ రామభూపాల్‌రావు, వెంకటాద్రి ముందున్న సమస్యలు. అంతేగాక కంఠీరవం, కొమరయ్యలపై మోపిన నేరాలుకూడా సామాన్యమైనవికావు. రాజద్రోహనేరాలు. హైద్రాబాదు సంస్థానములో బహుశః మొదటి రాజద్రోహనేరము. అప్పటికప్పుడు వెంకటాద్రి ఏమీ తేల్చలేకపోయాడు. "ఆలోచిద్దాం" అని వెంకటాద్రి గడీని వదలిపోయాడు.

"కంఠీరవం సామాన్యుడుకాదు. తనేకాక, ముక్కు ముఖ మెరుగని కొమరయ్యనుకూడా బాగానే సిద్ధం చేశాడు. ప్రభుత్వమంటే లక్ష్యం, భయం లేకుండా వేళ్ళమీద తీసిపారేశాడట" రామభూపాల్‌రావు వెంకటాచార్యులతో అన్నాడు.

కంఠీరవాన్ని రామభూపాల్‌రావు ఆ విధంగా పొగడటం వెంకటాచార్యులకు ఆశ్చర్యంవేసింది. తనకు గిట్టనివాడిని శ్లాఘించడం అతనికి సహించలేదు. "అయితే ఏమవుతుందంటారు?" వెంకటాచారి ఫలితాన్ని తేల్చుకుందామని అడిగాడు.

"ప్రభుత్వం తలచుకుంటే ఏమైనా అవుతుంది," రామభూపాల్‌రావు ఆలోచనాధోరణిలో అన్నాడు "చూడాలె ఆఖరు కేమవుతుందో." రామభూపాల్‌రావు ఒక నిట్టూర్పు విడిచాడు. గడీలోకి వెళ్ళిపోయాడు.

వెంకటాచార్యులు సందిగ్ధంలో పడ్డాడు. ఏమీ తోచక ఇల్లు చేరుకున్నాడు.

ఇంట్లో భార్య, తల్లి బీరుపోయి కూర్చున్నారు. వెంకటాచార్యులు ఇంటికి రాగానే, "తమ్ముడిని చూచావురా?" తల్లి పట్టలేక అడిగింది. "వచ్చింది సరిగ్గా తెలియనే లేదు. ఇంతట్లకె ఈ అల్లరి బయలు దేరింది. ఊళ్ళోకి వచ్చినవాడు కనబడి కూడా పోడాయె, కండ్లతో చూడటానికి కూడా నోచుకోనైతిని" భార్య తాయమ్మ పశ్చాత్తాపం వెలిబుచ్చింది.

"ఏమిటో అవి నెత్తికే ఎక్కడంలేదు. దొర అటువంటివాడు. తలుపులు పెట్టుకొని కదలకుండ ఇంట్లో కూర్చున్నప్పుడు మరి వాని మొండిధైర్యమేందో వాడేందో, ఆవచ్చినవాండ్లతోని నీ వెంత అంటే నీ వెంత అని వాదన మొదలు పెట్టిండట. మరి వాండ్లు ఊరుకుంటారు? పట్టుకపోయిరి." వెంకటాచార్యులు సమాధానమిచ్చాడు. "దొరవారు, వెంకటాద్రి ఆలోచనలు చేస్తున్నారు, ఏమవుతుందో చూడాలె" మంచంలో కాళ్ళుచాచి పడుకుంటు వెంకటాచార్యులు అన్నాడు.

మహమ్మదీయులుగా మారిన హరిజనులు జీతగాండ్లుగా పని చేయడానికి వెనుక ముందాడారు. అయితే ఏమీ పనిచేయకుండా ఎన్నాళ్ళు ఏ విధంగా బ్రతకడం? వెంటనే చదువులు, ఉద్యోగాలు, భూములు పొందడం సంభవమా? ఏ భూములు, ఏవిధంగా లభిస్తాయి? ఎవరివల్ల, ఎవరివి, ఎప్పుడు, ఏ విధంగా భూములు హరించ బడ్డాయి? ఇవన్నీ ఆలోచిస్తున్న కొద్ది అంతు దొరకని సమస్యలు. దిమ్మెగూడెంలో ఉండిన మత ప్రచారకుడు హరిజన వాడలో ప్రత్యేకంగా ఒక పాక వేసికొని హైదరలీ పర్యవేక్షణలో ఉన్నాడు. క్రమంగా పటేండ్లు, పట్వారీలు మహమ్మదీయులే అవుతారని, వ్యాపారాలు, నేతపని మొదలగు పనులన్ని హిందువులకు బదులు మహమ్మదీయులే చేస్తారని అతనికి తోచినవి, ఊహించినవి హరిజనులకు చెప్పసాగాడు. వెంట తెచ్చిన కొంత డబ్బుతో కొన్నాళ్ళు సహాయం చేశాడు. రెండో వైపు కొందరు రైతులు కొత్తగా జీతగాండ్లను ఏర్పాటు చేసుకున్నారు. మహమ్మదీయులైన హరిజనులు గ్రామంలోకి పని ఉండి వెళ్ళితే కొందరు బీరుపోయి చూచేవారు.

"జీతానికైతే రావడంలేదు. సరే. అది నీ యిష్టం. కాని తీసుకున్నకాడికి లెక్కచేసుకొని వచ్చేదుంటే ముట్టచెప్పు" ఒకరైతు మందలిచాడు.

"అయితే చెప్పవు ముత్తా? ఖర్మంగాల, ఇప్పుడు నీపేరేం పెట్టిన్రో మరి, ఇగమీరు జీతాలకు, నాతాలకు, తెగలకు, కళ్ళాలకు యెళ్ళనట్టేనా? మీకేం తోచిందోగని నాకు మాత్రం మీరు చేసిన పని పసందుకాలే" దుకాణములోకి ఉప్పు, మిరపకాయ కొనవచ్చిన ఒకనితో కోమటి శంభయ్య అన్నాడు.

మొత్తంపై గ్రామంలో అస్పష్టంగా ఓ విధమైన అసంతృప్తి, అసహ్యం ఏర్పడింది.

గ్రామ ప్రజల భావాలు, హరిజనవాడ పరిస్థితి ఎప్పటికప్పుడు వెంకటాద్రి తెలుసుకుంటూనే ఉన్నాడు. ఒకసారి రైతు చంద్రయ్యను ఇంటికి పిలిపించుకొని, అంతు కనుక్కోడానికి ప్రయత్నం చేశాడు.

"చెప్పవు చంద్రయ్య! ఎన్నడులేంది కొత్త కొత్తయి చూడబడ్తిమి. ఎప్పుడన్నా, మన తాత, తండ్రుల కాలంలో ఇట్లయిందని విన్నా? తెలియ కదుగుత. ఈ మాదిగోళ్లు జీతాలు, నాతాలు, తెగలు, కళ్ళాలు మానుకొని ఏం చేస్తరట? ఏమాలోచనలు చేస్తున్నారో, ఏమన్నా తెలిసెనా!" వెంకటాద్రి సంభాషణ మొదలు పెట్టాడు.

"ముందు ఎట్లైతదో నీకంటె నాకే తెలుస్తదనుకుంటున్నవా! నేనైతే అదంతా ఆలోచించలె. జీతానికి నా దగ్గర బొక్కలతొంటని కొడుకు లచ్చిగాడుండేది. రెండు రోజులు రాలేదు. అన్ని సూత్తునే ఉంటిమి. వస్తవా, రావా! అని అడిగేదేందని తెనుగోల్ల పోరడ్ని మాటాడుకున్న. కోతలు, కళ్ళాల రోజులు, ఊర్కె యెళ్తదా!" చంద్రయ్య సమాధానమిచ్చాడు.

"మరి మొగోళ్లు ఇండ్లల్లకూసొని ఆడోళ్ళను మాత్రం కూళ్లకు పంపుతున్నారు. ఇందేందట?" వెంకటాద్రి మళ్ళా అడిగాడు.

చంద్రయ్య ఏదో చెప్పుదామని అనుకుంటుండగానే "జుట్టు బొట్టు మొలతాడు లేంది మన కళ్ళాల్లోకి వస్తే పొలి తిరుగనిస్తమా మరి! ఆ ఆడోళ్లను మాత్రం కూలి కెందుకట పిలిచేది!" వెంకటాద్రి అన్నాడు.

"నిజమేమరి. మీరేమో ఇటువంటి వఖ్తున చేతులు ముడ్సుక కూకుంటరు. మేం నోట్ల నాలుక లేనోళ్ళం. మేం ఏమనుకుంటే మాత్రం ఏం సాగుతది" అంటూ చంద్రయ్య లేవబోయాడు.

"మీరుకూడా ఆలోచించుకోరి, ఏదోదోవ కనిపెడ్తాం" వెంకటాద్రి ఆలోచనా ధోరణిలో అన్నాడు.

చంద్రయ్య లేచిపోతుండగా, వెంకటాద్రి పిలిచి "కొమరయ్య సంగతేమన్న తెలిసిందా!" అన్నాడు.

"ఎవరికి ఎట్ల తెలుస్తది! చచ్చింది బతికింది ఏది తెలియలేదు. ఏమైతదో, ఏం పాడో?" చంద్రయ్య విచారంగా అన్నాడు.

"ఓ పూట నిజామాబాదుకు పోయిరారాదు? అక్కడి సంగతులన్నీ తెలుస్తయి." వెంకటాద్రి ఓరకంట చూస్తూ అన్నాడు.

"మేం పోతే ఎవరు కంటరు? మీ అసుంటోళ్ళు, కచ్చీర్లు తిరిగినోరు పోతే అతిగతి ఏమన్న తెలుస్తది" చంద్రయ్య అన్నాడు.

చంద్రయ్య దారిలోకి వచ్చాడని వెంకటాద్రి గ్రహించాడు. 'నన్ను పొమ్మంటావా?" గంభీరంగా అడిగాడు.

"ఇంకా అనుమానమా? ఉన్న ఊళ్ళ చదువొచ్చినోళ్లు ఇసుంటి వఖ్తున పనికిరాకపోతే ఎట్లమరి?" చంద్రయ్య వింతగా వెంకటాద్రినిచూస్తూ అన్నాడు.

"అట్లయితే సరే. కాని ఒక సంగతి. మరి మాదిగ గూడెం సంగతి మీరైతులంతా కట్టుమీదికి వచ్చి ఆలోచించాలె, మీ వాండ్లతో నాకంటె నువ్వు మాట్లాడటమే బాగుంటది. సరే! నిజామాబాదుకు పొయ్యే సంగతి రేపు చెప్త నీకు" అన్నాడు వెంకటాద్రి.

చంద్రయ్య ఇంటితోవ పట్టాడు. వెంకటాద్రి గడీలోకి వెళ్ళాడు. చంద్రయ్యతో జరిగిన సంభాషణా వివరాలు రామభూపాల్‌రావుకు వివరించాడు.

వెంకటాద్రిపై చంద్రయ్య విశ్వాసం ప్రకటించటం రామభూపాల్‌రావుకు సంతోషమైంది. వెంకటాద్రి నిజామాబాదుకు వెళ్ళి కంఠీరవానికి, కొమరయ్యకు అయ్యే సాయంచేయాలని, వాండ్లకు బలంగా తాను, ఇతర ప్రజలు ఉన్నారని చెప్పాలని రామభూపాల్‌రావు వెంకటాద్రికి చెప్పాడు.

కొమరయ్య తల్లిని, భార్యను తీసుకొని నిజామాబాదుకు వెళ్ళవలసిందని, తాను కూడా వస్తున్నానని వెంకటాద్రి చంద్రయ్యకు చెప్పాడు.

కంఠీరవాన్ని, కొమరయ్యను తీసికొని అంజుమన్ నాయకులు పోలీసులు నడిపించుకుంటూ నిజామాబాదుకు తీసుక వెళ్ళారు. తోవలో అంజుమన్ నాయకులు ధీమాతో మాట్లాడేవారు. కంఠీరవాన్ని రెచ్చకొట్టడానికి ప్రయత్నించేవారు.

"ఏమనుకున్నవ్? మహమ్మదీయులతో రుద్దుకోవటం తమాషాకాదు" జిల్లా నాయకుడు బొమలు ఎగురవేస్తూ అన్నాడు.

"మీరు మహమ్మదీయులమని అనుకుంటున్నారా? నేను మిమ్ములను మహామ్మదీయమతానికి శత్రువులంటాను." కంఠీరవం బుసకొడ్తూ అన్నాడు.

"అయితే నీ వంటి కాఫిర్లు మహమ్మదీయులా?" అంజుమన్ కేంద్ర నాయకుడు ప్రశ్నించాడు.

"ఇస్లాం అంటే శాంతి. శాంతిని కోరి సత్యానికి పాటుపడే ఏ మతమైనా నాకు సమ్మతమే. కాని మీరు మీ మతాన్ని శాంతికి ద్రోహం చేసే దానివలె మార్చినారు." కంఠీరవం దీర్ఘాలు తీస్తు అన్నాడు.

"నోరు మూసుకొని నడవవోయ్! చాలా పెద్దరికం చేయబోతున్నావ్!" జమేదారు బెదిరిస్తు అన్నాడు.

కొమరయ్య పరి పరి విధాల ఆలోచించసాగాడు. కంఠీరవం ధైర్యానికి నివ్వెరపోయాడు.

"నువ్వు సనాతనుడివి కదా! ఆర్యసమాజం గాలి ఎట్లా తగిలింది?" అంజుమన్ కేంద్ర నాయకుడు ఆలోచనా ధోరణిలో అడిగాడు.

"మీకు పచ్చకామెర్ల రోగం పుట్టింది. మీకు వ్యతిరేకమైనవాండ్లంతా ఆర్యసమాజీయులని అంటున్నారు. కుక్క కాటుకు చెప్పుదెబ్బ వలె మీకూ వాండ్లకూబాగా జోడు కుదిరింది. మీరు మీపిచ్చిచేష్టలు మానుకోకపోతే, ఇంకా ఎటువంటి వాండ్లు పుడుతారో చూస్తుండండి. మీరు బుద్ధికలిగి, తెలివితో వ్యవహరించకపోతే మీఅంతట మీరే నాశనమై పోతారు. మహమ్మదీయ మతానికి మీవంటి మూర్ఖులు చేస్తున్న ద్రోహంతో ఇంతవరకు కలిగిన అప్రతిష్ట ఇంకా పెరిగిపోతుంది. నేటి మీ చర్యలకు మీరే సిగ్గుపడి చెప్పనలవి కాని, ఊహించజాలని నష్టాలకు గురి అవుతారు" కంఠీరవం ఉక్రోషంతో ఇంకా మాట్లాడబోతుండగా, జమేదారు రౌద్రంతో కచ్చడం దిగి, కంఠీరవం రెండు చెంపలు వాయించాడు.

"నేనప్పటి నుంచి ఇదే అంటున్నాను. మీరు ఇంతకంటె ఇంకేమీ చేయజాలరు" కండ్ల నీళ్ళు కారుతుండగా ప్రతీకారంతో అన్నాడు. కొమరయ్యా నిస్సహాయుడుగా బిక్కముఖంవేసి పిచ్చివానిలా చూడసాగాడు.

అంజుమన్ కేంద్రనాయకుడు ఆతురతతో కచ్చడందిగి జమేదారును వారించి కోపంతో కంఠీరవాన్ని చూచాడు. "ఒక విషయం చెప్తున్న బాగా విను. నీవు నీ స్థితిని మరచి మాట్లాడుతున్నావు. నీవు నిర్బంధంలో ఉన్నావని, రాజద్రోహివని తెలిసికో. నీ ప్రవర్తన నిన్నింకా బాధల పాల్జేస్తుంది ఆ పైన నీ యిష్టం." అంటూ జమేదారును చేతితో తోసుకుంటూ కచ్చడమెక్కాడు.

"చెప్పుదెబ్బలు తింటూ, గులాములై పడివున్న మాదిగోండ్లు ఆత్మగౌరవం, సంఘమర్యాద పొంది ఉండటం ఈబాపనోడికి సహింపరాకుండా ఉంది" జిల్లా నాయకుడు తన అభిప్రాయం ప్రకటించాడు.

"నేను మీ మీద మోపుతున్న నేరాలుగాని, ఊహించుతున్న ఫలితాలుగాని తప్పని చెప్పే ధైర్యం మాత్రం మీలో ఎవరికిలేదు. అవకాశం దొరికిందని దౌర్జన్యం చేస్తున్నారు. ఇతరులు హరిజనులను అణగదొక్కుటే మీ కార్యక్రమానికి మూలకారణమైతే, ఆ హరిజనులకు మీరు ఒరగపెట్టేదికూడా ఏమీలేదు. వాండ్లగతి ఇట్లాచేస్తే అసలేమారదు" తిరిగి కంఠీరవం సమాధాన మిచ్చాడు.

"ఎంత మొండోడు! ఎంత చెప్పినా నీకు బుద్ధిరావడం లేదు. నీ మంచికే చెప్తున్న. ప్రాణంతో బ్రతకదలచుకుంటే నోరు మూసికొని ఊరుకో" క్రూరంగా కంఠీరవాన్ని చూస్తు అంజుమన్ కేంద్రనాయకుడు అన్నాడు.

కంఠీరవం ముసి ముసిగా నవ్వాడు.

"నిజామాబాదుకు చేరింతర్వాతగాని వీనిపని పట్టను. నా సంగతి, నా ప్రభుత్వం సంగతి అప్పుడుగాని వీనికి తెలియదు" జమేదారు తలకాయ ఊపుతూ గొణిగాడు.

"మీ ఒంటిమదం అట్లా ఉంది. ఎవరేం చేస్తారు?" తనలో తాను గొణుగుకున్నాడు కంఠీరవం.

ఇంతలో ఒక ఊరు చేరారు. అంజుమన్ నాయకులు ఆ ఊళ్ళో ఉండి పోయారు. వారితో యిద్దరు పోలీసులను ఉంచి మిగతా పోలీసులతో కంఠీరవం, కొమరయ్యలను తీసికొని జమేదారు నిజామాబాదుకు చేరుకున్నాడు.

వెంటనే జిల్లా న్యాయాధిపతి వద్దకు తీసుకెళ్ళి వారం రోజుల వరకు తమ అధీనములో ఉంచాలని పోలీసులు కోరారు. న్యాయాధిపతి అంగీకరించాడు.

కంఠీరవాన్ని, కొమరయ్యను పోలీసులు తమ నిర్బంధములో ఎన్నో హింసలకు గురిచేశారు. వారం రోజులవరకు ప్రతినిత్యము మధ్య రాత్రి వారిద్దరిని ఒక చీకటి గదిలోవేసి తీవ్రంగా కొట్టడం, రహస్య స్థలాల్లో కారం పెట్టడం, బోర్లపడుకోబెట్ట చేతులపై మంచంకోళ్ళు మోపి మంచం పై అయిదారుగురు పోలీసులు గంతులు వేయడం, నోట్లోమూత్రం పోయడం, ఒకరి మూత్రం ఇంకొకరి నోట్లో పోయించడం, తలకు తాడు చుట్టి గట్టిగా వడిపెట్టడం, చేతి వేళ్ళ మధ్య కట్టెలు ఇరికించి గట్టిగా వత్తడం, నడుముకు తాడుకట్టి ఆ గోడకు ఈ గోడకు కొట్టడం - ఈ విధంగా పోలీసులు తోచినట్లల్లా హింసించారు. కంఠీరవాన్ని కొమరయ్యతో వేరుచేసి కొన్నాళ్ళు ఉంచారు. కంఠీరవం ఎన్ని హింసలనైనా గుండె నిబ్బరంతో సహించాడు. ఆ ఘటనలన్నీ తనకు పాఠాలుగా గ్రహించాడు. కొమరయ్య హింసలకు తట్టుకోలేదు. అతని బలహీనతలను ఉపయోగించుకొని కంఠీరవానికి వ్యతిరేకంగా తిప్పాలని పోలీసులు అతనికెన్నో దుర్బోధనలు చేశారు. కొమరయ్య హృదయంలో కంఠీరవంపై గౌరవం తగ్గలేదు. పైగా కంఠీరవం ఆత్మవిశ్వాసానికి యింకా ప్రభావితుడైనాడు.

ఒకనాడు కంఠీరవం కొమరయ్యలు కాళ్ళకు, చేతులకు బేడీలతో న్యాయస్థానానికి తేబడ్డారు. ఆ రోజు న్యాయస్థానం జనంతో కిట కిట లాడింది.

"న్యాయస్థానంలో మాకు కూర్చునే సౌకర్యం కలిగించాలె" కంఠీరవం న్యాయాధిపతిని అడిగాడు.

"ఇది న్యాయస్థానము, నేను మహాఘనత వహించిన నిజాం ప్రభువునకు ప్రతినిధిని, నిజాం ప్రభువు ఎదుట కూర్చొన తలచితివా?" న్యాయాధిపతి ప్రశ్నించాడు.

"ప్రజలకు మర్యాద చేస్తే ప్రభువుల ఘనతకు లోటు వస్తుందని నేననుకోను. ప్రజలు కోరకముందే ప్రజలకు సౌకర్యాలు కలిగించడం ఉత్తమ ప్రభుత్వ లక్షణం."

న్యాయాధిపతికి ప్రక్కనే కూర్చొని ఉన్న ఉద్యోగి బొమలు పెట్టాడు. కొందరు వకీళ్ళు ఒకరి నొకరు వింతగా చూచుకొని గంభీరంగా తలలు నేలకు వేశారు.

ఒక మహమ్మదీయ వకీలు ఒక హిందూ వకీలును ప్రతీకార దృష్టితో కొద్దిసేపు చూచాడు. "నీవు తెరవెనుక నాటక మాడుతున్నావు. ఒకనాడు కాకపోతే ఒక నాడైనా నీపనిపట్టకపోతాం" అన్నట్లున్నవి అతని చూపులు.

"నిందితుని యెడల అవలంబించాల్సిన పద్ధతులు న్యాయస్థానానికి తెలుసు," న్యాయాధిపతి కుర్చీలో సదురుకొని కూర్చుంటూ అన్నాడు.

"నేను నిందితుడనని అప్పుడే నిర్ణయించారన్నమాట. అయితే ఇక విచారణ దేనికి? మమ్ములను ఇంతవరకు తీసుకరావడం, విచారణ పేర ఈ నాటక మాడటం ఎందుకు?" అని కంఠీరవం గంభీరంగా కోర్టునంతా కలయ చూచాడు.

న్యాయాధిపతి తత్తర పడ్డాడు. "పోలీసులు నిందితులుగా భావించి న్యాయస్థానానికి తెచ్చారు. పోలీసులు మోపిన నేరాల యొక్క నిజానిజాలు సప్రమాణముగా తేల్చివేయడం న్యాయస్థానం విధి."

"అయితే మా మీద నిందమాత్రమే ఉందన్నమాట. నేరస్థులము కాదన్నమాట."

కోర్టులో గుస గుసలు గొణుగుడు ప్రారంభమైంది.

"మీరు అయినా కాక పోయినా మీ విషయంలో ఏ విధంగా ఏమిచేయాల్సింది న్యాయస్థానానికి తెలుసు. నీవు నేర్పాల్సిందేమీ లేదు. ఇక విచారణ ప్రారంభమవుతుంది" అని న్యాయాధిపతి కాగితాలు తిరగవేయమొదలు పెట్టాడు.

"మీ విచారణలో మేము ప్రేక్షకులుగా మాత్రమే ఉండవలెనా? మా విషయమేదైనా చెప్పుకోవచ్చునా?"

ఇంతలో పోలీసు వకీలులేచి, "నీవు నీ గురించి మాత్రం మాట్లాడాలె. కొమరయ్య వైపున పైరవీ చేయ వీలులేదు." అన్నాడు.

"కొమరయ్య వైపున మీరెట్లా మాట్లాడుతున్నారు?" కంఠీరవం వెంటనే అందుకున్నాడు.

న్యాయాధిపతి పోలీసు వకీలును కూర్చోమని సైగ చేశాడు.

"నీవేమైన చెప్పతలచుకుంటే తర్వాత నే నడిగినప్పుడు చెప్పవచ్చును. కాని అనవసరమైన ప్రశ్నలతో, వాదనతో న్యాయస్థానము యొక్క విలువగల సమయాన్ని వృధాపుచ్చవద్దు" అని న్యాయాధిపతి పోలీసు వకీలు వైపు చేతులు చాపాడు.

పోలీసు వకీలు న్యాయాధిపతికి కాగితాల నందించి మాట్లాడబోతుండగా కంఠీరవం న్యాయాధిపతి నుద్దేశించి "మీ విచారణ ప్రారంభం కాకముందు నే నొక ముఖ్య విషయం చెప్పదలచుకున్నాను" అన్నాడు. పోలీసు వకీలు "చెప్పదలచుకున్నది తర్వాత చెప్పాలని ఒకసారి చెప్పితే అర్థంకాలేదా?" అని అధికార ధ్వనితో అన్నాడు.

"మీరు అనవసరంగా నా విషయంలో జోక్యం కలిగించుకుంటున్నారు. నేను న్యాయాధిపతి నుద్దేశించి మాట్లాడుతున్నాను. ఇకనేను చెప్పతలచుకున్న విషయం. పోలీసులు మమ్మల నిర్బంధములో ఉంచుకున్నన్నాళ్ళు చెప్పరాని హింసలకు గురిచేశారు. నీచమైన విధానాలు అవలంబించారు. మా చావు బ్రతుకులు వారి దయా ధర్మానికి వదిలివేయ బడ్డాయి. వారి క్రూరత్వము విచారించితే మీకే ఆశ్చర్యం కలుగుతుంది. ఇప్పుడే మీ ఎదుటనే మీ ప్రభుత్వ డాక్టరుతోనే మమ్ములను పరీక్ష చేయిస్తే మా స్థితి మీకు తెలిసిపోతుంది."

"ఇప్పుడు విచారణలో ఉన్న అభియోగానికి నీవు చెప్పే విషయానికి సంబంధంలేదు. నీవు అవసరమని తలిస్తే పోలీసులపై ప్రత్యేకంగా వేరొక అభియోగం పెట్టే స్వాతంత్ర్యం నీకున్నది. నీకు న్యాయస్థానంలో అందరికి వలెనే న్యాయం లభిస్తుంది" అని నిర్లక్ష్యంగా న్యాయాధిపతి పోలీసు వకీలు వైపు ముఖం తిప్పాడు.

పోలీసు వకీలు వాదన మొదలు పెట్టాడు.

"ప్రభూ!

"మొదటి నిందితుడు వి. కంఠీరవం వల్ద్ రఘునాథాచార్యులు, దిమ్మెగూడెం గ్రామంలో, చావిట్లో, బహిరంగ ప్రదేశములో గొంతెత్తి ప్రభుత్వాన్ని ధిక్కరిస్తూ మాట్లాడాడు. మహోఘనత వహించిన ప్రభువును చట్టబద్ధమైన ప్రభుత్వాన్ని దూషించాడు. రెండవ నిందితుడు గొట్టం కొమరయ్య వల్ద్ కోటయ్య దిమ్మెగూడెం గ్రామంలో హిందువేతరులైనవాండ్లు శాంతియుతంగా తమ తమ ప్రచారం చేసుకుంటుంటే, అడ్డువచ్చి, ఇతరుల మతాధికారాన్ని ధిక్కరించాడు, పైగా ప్రధాన మంత్రి హిజ్ఎక్సెలెన్సీ రైట్ ఆనరబుల్ నవాబ్ సర్ హైదర్ నవాబ్ జంగ్ బహదుర్ గారిని వారు నిర్వహిస్తున్న ప్రభుత్వాన్ని హేళనగా అపహాస్యం చేశాడు. శాంతి స్థాపనకై దిమ్మెగూడెంలో ఉన్న పోలీసు సిబ్బంది విద్యుక్త ధర్మం నిర్వహించుటలో అడ్డంకులు కల్పించారు. గాబట్టి వీరిరువురిపై ఐ.పి.సీ. సెక్షన్ 124(ఏ)కు సమానమైన తాజీరాత్ ఆసఫ్యా దఫా 82 క్రింద, రాజద్రోహనేర విచారణ జరిపి, గుణపాఠముగా శిక్షించాలని, వీరికివ్వబడే శిక్ష ఎల్లరికి హెచ్చరికగా ఉండాలని ప్రార్థిస్తున్నాను" అని ముగించాడు.

"ఇంకొక విషయం" ప్రాసిక్యూటర్ తిరిగి మొదలు పెట్టాడు. "మొదటి నిందితుడు కంఠీరవం దిమ్మెగూడెం వదలిపెట్టి ఇల్లు ముంగిలి లేక ఆవారావలె ఈ ఊళ్ళోనే చాలా కాలంనుంచి ఉంటున్నాడు. తోడబుట్టిన అన్నకు శత్రువు. ఆ గ్రామం దేశముఖు అయిన రామభూపాల్‌గారిపై ఈ రెండవ నేరస్తుడైన గొట్టం కొమరయ్య నాయకత్వాన గ్రామరైతులను ఉసికొల్పడానికి ఎన్నో ప్రయత్నాలు చేశాడు. ఎన్నాళ్ళనుండో ఆ గ్రామంతో సంబంధం వదులుకొన్న ఈ మొదటి నేరస్తుడు కేవలం గ్రామంలో అశాంతిని రేకెత్తించడానికి, హిందూమహమ్మదీయ వైషమ్యాలు కలిగించడానికి, సరిగా వేరే మతంవాండ్లు ప్రచారంకోసం ఆ గ్రామం వెళ్ళిన్నాడే

వెళ్ళాడు. వేరే మతంవాండ్లు సహనము ప్రదర్శించకపోయినా, పోలీసు సిబ్బంది లేకపోయినా ఆ రోజు తీవ్రమైన హిందూ మహమ్మదీయ సంఘర్షణ జరిగేది. దానివల్ల ప్రభుభక్తితో, దేశభక్తితో శాంతంగా సుఖజీవనం గడుపుతున్న ఆ గ్రామంలో విషవాతావరణం ఏర్పడేది. ప్రభువు ఈ విషయాలన్నిటిని విచారణలో దృష్టిలో ఉంచుకోవాలని నివేదించుకుంటున్నాను" అని కొన్ని కాగితాలు న్యాయాధిపతికి అందించాడు.

"మాపై మోపిన ఆ నేరానికి సంబంధించిన దఫాను చూడదలచాను" అన్నాడు కంఠీరవం.

న్యాయస్థానోద్యోగి కంఠీరవానికి పుస్తకం అందించాడు. పుస్తకం తిరగవేసి, ఒకటికి రెండుసార్లు దఫాను చదివాడు. ఇంతలో న్యాయాధిపతి కంఠీరవాన్ని చూస్తు "పుస్తకం చివరిలో పట్టిక ఉంది. అది చూడు" అన్నాడు.

కంఠీరవం కృతజ్ఞతా పూర్వకంగా న్యాయాధీశుడ్ని చూచి పట్టికను పరిశీలించాడు.

"ఈ నేరంలో పైనుండి ప్రభుత్వ ఆజ్ఞలేనిదే నిర్బంధించడానికి వీలులేదే?" న్యాయాధిపతిని కంఠీరవం ప్రశ్నించాడు.

న్యాయాధిపతి ఆతురతతో కంఠీరవం నుండి పుస్తకాన్ని అందుకొని చూచాడు. ఆలోచనాధోరణిలో ఆ పుస్తకాన్ని పోలీసు వకీలుకు అందించాడు. పోలీసు వకీలు చదువుకొని తల నేలకువేసి కొద్దిసేపు ఆలోచించాడు.

"ప్రభూ! నేను ఇదివరకే మనవిచేసినటుల వీరిని నిర్బంధించినప్పుడు గ్రామ వాతావరణం చాలా ఉద్రిక్తంగా ఉండింది. అట్టి స్థితిలో నిర్బంధించకపోవడం ఎంత ప్రమాదమో మీరూహించవచ్చును. పుస్తకంలో ఆ విధంగా ఉండటం అచ్చుతప్పని భావిస్తున్నాను." అన్నాడు.

న్యాయాధిపతి ఫక్కున నవ్వాడు. "సరే వీండ్లను రిమాండులో ఉంచండి" అంటూ ఫైలుపై వ్రాశాడు. ఆనాటి విచారణ ముగిసింది.

కంఠీరవం, కొమరయ్యలను న్యాయస్థానము బయటికి తీసికెళ్ళారు. న్యాయాధిపతి పోలీసు వకీలును దగ్గరికి పిలిచి, "ఇప్పటికి మించిందేమీ లేదు. వచ్చే పేషీలోగా ప్రభుత్వాజ్ఞను తెప్పించండి" మెల్లగా అన్నాడు.

"ఎవరికి వినబడలేదుగదా!" అన్నట్టు ముందు కూర్చున్న వాండ్లను దోషిగా చూచాడు న్యాయాధిపతి.

కంఠీరవం, కొమరయ్య జేలులో రిమాండ్ చేయబడ్డారు.

దిమ్మెగూడెంనుంచి వెంకటాద్రి నిజామాబాదుకు వచ్చి అభియోగ విషయమై కొందరి వకీళ్ళతో మాట్లాడాడు, కాని ఏ వకీలు సాహసించి ముందుకు రాలేదు.

"హైద్రాబాదులో ఎవరైనా సిద్ధంకావచ్చు" ఒక వకీలు సలహా చెప్పాడు. వెంకటాద్రి అది భారమైన విషయమని గంభీరించి ఊరుకున్నాడు. ఆ అభియోగం

విషయంలో ఏ విధమైన జోక్యంకలిగి ఉన్నట్టు ప్రభుత్వానికి తెలిసినా ప్రమాదమేనని వెంకటాద్రి విని గాబరాపడ్డాడు. చంద్రయ్య తనతో అన్నమ్మను, కొమరయ్య భార్య కనకమ్మను తీసికొని నిజామాబాదుకు వచ్చాడు. చంద్రయ్యతో వెంకటాద్రి కలిసాడు. పరిస్థితులు తెలిపాడు. జేలులో కొమరయ్యను కలిసికొనే ఏర్పాటుచేసి, బ్రతుకుజీవుడాయని వెంకటాద్రి దిమ్మెగూడెం చేరుకున్నాడు.

జేలువాండ్లు చంద్రయ్యను కొమరయ్యతో కలవనివ్వలేదు. అన్నమ్మ, కనకమ్మమాత్రం కలసి క్షేమసమాచారాలు తెలిసికొన్నారు. కొడుకు కోటయ్యను చూడగానే కొమరయ్య కండ్లల్లో గిర్రున నీళ్ళు తిరిగాయి. దుఃఖం ఉప్పొంగివచ్చింది. జేలు జవాన్ను మంచి చేసుకొని, కొడుకును ఎత్తుకొని, హృదయానికి హత్తుకొని క్షణంసేపు మహదానందాన్ని అనుభవించాడు. నిస్సహాయుడుగా భార్యను చూచాడు. అన్నమ్మ ఏడ్వటమే తప్ప ఎక్కువ మాట్లాడ జాలలేదు. "అయ్యగారు బాగున్నాడా? నువ్వు ఆయన ఒక తానే ఉన్నారా?" గద్గదస్వరంతో అన్నమ్మ అంది.

కనకమ్మ పరీక్షగా కొమరయ్యను క్షణంపాటు గంభీరంగా చూచి, ఉప్పొంగివస్తున్న దుఃఖాన్ని కొడుకు గదుమకింద దాచుకుంది. "ఏడ్వకు కొడుక" అని తన ఏడ్పును తగ్గించుకుంది.

"ఆఖరుకు ఏమైతదో?" అన్నమ్మ ఆవేదనతో అడిగింది.

"ఎట్లచెప్పొస్తది?" దీనంగా అన్నాడు కొమరయ్య.

"వెంకటాద్రయ్య, దొర మీకు సాయంచేయాల్నని అనుకున్నరట. చంద్రయ్య బావ అన్నడు. వెంకటాద్రయ్య ఈడికివచ్చిండట. మరి ఉన్నడో పోయిండో?" మెల్లగా భయంతో అన్నమ్మ చెప్పింది.

కొమరయ్యకు ఆమె మాటలు వింతగా అనిపించాయి. ఇంతలో జేలు జవాను వచ్చి సమయం ముగిసిందని కొమరయ్యను లోపలికి పంపించాడు. అన్నమ్మ, కనకమ్మ వెనుకకు తిరిగి తిరిగి చూచుకుంటూ వెళ్ళిపోయారు.

వారం రోజులకు తిరిగి అభియోగం విచారణ ప్రారంభమైంది. పోలీసుల పక్షాన హైదరలీ, ఇద్దరు హరిజనులు సాక్ష్యులుగా విచారింపబడ్డారు.

"సాక్ష్యులను ఏమైనా ప్రశ్నిస్తావా?" న్యాయాధిపతి అడిగాడు.

"సాక్ష్యులను ప్రశ్నిస్తాను. అంతటితోపోదు. ఈ నాటక మాడ్తున్న మీ ప్రభుత్వ నిర్వాహకులను కూడా చాలా ప్రశ్న లడుగాల్సి ఉంది" కంఠీరవం తీవ్రంగా అన్నాడు.

"నీవు?" కొమరయ్యను ప్రశ్నించాడు.

"ఏమీలేదు."

హైదరలీపై కంఠీరవం ప్రశ్నలు ప్రారంభించాడు.

"మీరు దిమ్మెగూడెంలో ఏంచేస్తుంటారు?"

"వ్యవసాయం."

"మీరు దొరగారి దగ్గర పెద్దగుమాస్తా కదూ?"

"ఏదో పేరుకు."

"నీ వద్ద ఉన్న భూమిలో కొంతభాగం దూదేకులవాండ్లది కదూ?"

"ఎప్పుడో ఉండె. ఇప్పుడు మాత్రం నాదే."

"దూదేకుల వాండ్లకు డబ్బిచ్చావా?"

ఈ ప్రశ్నకు పోలీసు వకీలు ఆక్షేపించాడు. "ఇది అభియోగానికి సంబంధంలేని ప్రశ్న" అన్నాడు.

"నేను మీకపట నాటకాన్ని బట్టబయలు చేయడానికి ఆప్రశ్న వేశాను. హరిజనులను మహమ్మదీయులనుచేసి ఉద్ధరించ బయలుదేరిన ఈ పెద్దమనిషి అన్యాయంగా తోటిమతం వాండ్లయిన దూదేకులవారి భూమిని హిందువైన ఒక దొర ఆసరాతో హరించాడని మీరు తెలిసికోవాలె."

"ఇంకా ఏమైనా అడిగేదుందా?" న్యాయాధిపతి ప్రశ్నించాడు.

"చాలా ఉంది. అయితే హైదరలీగారు! మీకెంతమంది జీతగాండ్లు? వారిలో ఎంతమంది హరిజనులు? వారంతా ఇప్పుడు మహమ్మదీయులైనారా?"

"అన్ని ఒకసారి అడుగుతే ఎట్ల?"

"సరే. మీ అంజుమన్ నాయకులు, హిందువులు హరిజనులపై అన్యాయం చేస్తున్నారని అన్నారు. మరి మీరు దొరవారి గుమస్తాగా, వ్యవసాయదారుగా హరిజనులైన జీతగాండ్లకు అందరికంటె ఏమైనా ఎక్కువ సౌకర్యాలు చేకూర్చారా?"

"అందరితోపాటు నేను జీతాలిస్తున్నాను."

"అయితే హరిజనుల మీద ఉండి ఉండి ఇంత ప్రేమ ఎందుకు కలిగింది?"

"ప్రభుత్వం సాయంచేస్తుంటే బీదలు అనుభవించాల్నని నా అభిప్రాయం."

"ప్రభుత్వం సాయం చేస్తుందా? మీ అంజుమన్ నాయకులా?"

"వాండ్లేంది వీండ్లేంది, అంతా ఒక్కటే."

"బాగుంది. ఇక మీరు వెళ్ళవచ్చు."

ఒక హరిజనుడైన సాక్షి పిలిపించబడ్డాడు.

"నీ పేరేమి?"

"మల్లిగాడు - ఆఁ కాదయ్యా మస్కీన్‌సాబు,"

కోర్టులో ముసి ముసి నవ్వులు, గొణుగుడు ప్రారంభమైంది.

"నిశ్శబ్దం, నిశ్శబ్దం" న్యాయస్థానం బంట్రోతు హెచ్చరించాడు.

"నీవు మహమ్మదీయుల్లో ఎందుకు కలిశావు?"

"మా బతుకులు బాగైతయని."

"అంటే సర్కారు భూములు, కొలువులు ఇప్పిస్తనన్నది. అంతేనా?"

"అంతే."

"నీకు మహమ్మదీయ మతమంటే ఏమిటో తెలుసా?"

"అదంతానాకేం తెల్సు? యిందువుల కేమో జుట్టు, మొల్తాడు, బొట్టు ఉంటది. తుర్కల కుండదు" అని ఆ సాక్షి న్యాయాధిపతివైపు ముఖం తిప్పాడు. "అయ్యా! మరి మాకు జుట్టు, బొట్టు, మొల్తాడు లేకుంటే కళ్యాలకాడికి రానియ్య మంటుర్రట. ఎట్లదొర?" న్యాయాధిపతిని ప్రశ్నించాడు.

న్యాయాధిపతి వస్తున్న నవ్వును ఆపుకొని, కపటకోపంతో కంఠీరవాన్ని చూచాడు. "ఇంకేమన్నా అడిగేదుందా?" అన్నాడు.

"లేదు."

ఇంకొక సాక్షి పిలిపించబడ్డాడు.

కంఠీరవం ప్రశ్నలు ప్రారంభించాడు.

"నాకు, అంజుమన్ నాయకులకు ఏదైనా జగడం జరిగిందా? ఆ రోజు నీవు చావిట్లో ఉన్నావుకదూ!"

"ఉంటిగద! మీరు, మీరు సానాసేపు మాట్లాడుకున్నరు. కొమరయ్య పటేలును ఎందుకు సావిట్లో కూర్చోబెట్టిర్రని మీరడిగితే, వాండ్లేమో అనిరి, మీరేదో అంటిరి. ఆడ్నించి జగడమాయె, ఇందాక వచ్చె."

"ఊఁ హైదరలీసాబు మీకు పత్రికలు చదివి వినిపించిండా?"

"మొన్న ఈడికి వచ్చేటప్పుడు బాటన సదివిండు."

"ఇప్పుడు ఆయనవద్ద ఉందా?"

"ఉండొచ్చు కీసల."

కంఠీరవం న్యాయాధిపతి నుద్దేశించి, "హైదరలీగారి వద్ద ఉన్న పత్రికను న్యాయసానంలో ఉంచాలని కోరుతున్నాను" అన్నాడు.

"మీ వద్ద ఏదైనా పత్రిక ఉంటే ఇటివ్వండి" న్యాయాధిపతి హైదరలీ వద్దనుండి పత్రికను తీసుకున్నాడు.

కంఠీరవం ఆ పత్రికను తీసికొని సాక్షికి చూపుతు, "దీన్నేనా హైదరలీ మీకు చదివి వినిపించింది? ఆరోజు చావిట్లో చూపించిందిదేనా?"

"అదేనాయె. ఇంకో టెక్కడిది?"

"సరే నీవు వెళ్ళవచ్చు."

"వీండ్లను తీసుకవెళ్ళొచ్చు" కోపంతో అన్నాడు న్యాయాధిపతి. ఆ రోజు విచారణ ముగిసింది.

మూడవసారి విచారణ తేదీనాడు న్యాయాధిపతి నేరారోపణ పత్రాన్ని చదివి వినిపించాడు.

"వేదాల కంఠీరవం తండ్రి రఘునాథాచార్యులపై, గొట్టం కొమరయ్య తండ్రి కోటయ్యపై రాజద్రోహ నేరము మోపబడినది. పోలీసుల సాక్షుల ద్వారా ఆ నేరము

స్థిరపడిపోయినది. కాబట్టి మీరు శిక్షకు అర్హులుగా నిర్ణయిస్తున్నాను. మీరు మీ పక్షమున సాక్షులను ప్రవేశపెట్టవచ్చును. మీ విషయంలో చెప్పుకోవచ్చును" న్యాయాధిపతి అన్నాడు.

"నేను ఏది చెప్పినా, ఏది అడిగినా నాకు న్యాయమని తోచేదిగాను, మీకు బాధ కలిగించేదిగాను ఉంటాయి. అవి మీ న్యాయస్థానములో, న్యాయశాస్త్రములో ఏ చర్యకిందికి వస్తాయో నే నెరుగను. ఇక మీరు చెప్పాలంటున్నారు కాబట్టి చెప్పుతున్నాను. నాకు సాక్షు లెవరూ లేరు. నేను చెప్పే విషయాలు, మీపై ప్రభావం వేసే మీ హృదయాలే నాకు సాక్షులు. నేను రాజద్రోహము చేశానని నాపై నేరము. కాని దేశద్రోహులు, ప్రజాద్రోహులు మాత్రమే నన్ను రాజద్రోహు లంటున్నారు. మీరు ఏర్పరచుకున్న న్యాయస్థానాలు, న్యాయశాస్త్రాలు, రాజనీతి కేవలం మీ రనుకున్నట్లు పరిపాలన సాగటానికేనని ఈ అభియోగ విచారణ సందర్భంలో మీవైఖరి తేల్చివేసింది. అయినప్పుడు నే నేది చెప్పినా లాభముండబోదని నా అనుమానం. అయినా నా కొక ఆశవున్నది. ఎవరు ఎంత కృత్రిమ వాతావరణంలో, కపటనీతిలో మునిగి తేలుతున్నప్పటికి వారు పుట్టింది మొదలు చచ్చేవరకు సమాజముతో వారికి సంబంధం ఉండక తప్పదు. సమాజంలో పూర్తిగా నిర్మూలనముగాక యింకా కొంత జీవించియున్న మానవత్వపు ఛాయలు, వాటి ప్రభావముతో ఈ నిరంకుశ ప్రభుత్వ యంత్రపాలకులు, ఒకప్పుడు కాకున్నా ఒకప్పుడైనా కండ్లు తెరుస్తారన్న ఆశతో కొన్ని కటువైన, విస్పష్టమైన విషయాలు చెప్పతలచుకొన్నాను."

"అసలు విషయమేదో చెప్పక అనవసరంగా మాట్లాడుతున్నాడు" పోలీసు వకీలు న్యాయాధిపతిని సంబోధిస్తూ అన్నాడు.

కంఠీరవం వింతగా పోలీసు వకీలును చూస్తూ తన వాదన సాగించాడు.

"అధికారం ఉంది కాబట్టి, అవకాశం దొరికింది కాబట్టి, అనుకున్నట్టల్లా చేయడం అవివేకుల లక్షణం. మత పరివర్తనం పేర మీ ప్రభుత్వం అదే చేస్తుందని గట్టిగా చెప్పున్నాను. హిందువులు, మహమ్మదీయులు, అట్లే ఇతర మతస్తులంతా తమ తమ మతాలను పూర్తిగా. అర్థంచేసుకున్నవారు కారు. ఎక్కువమంది గొర్రెదాటుగా ఏదో ఒక మతానికి చెందినవారమని చెప్పుకుంటున్నారు అంతే. ఇక మతాల మూలసిద్ధాంతాలను తెలుసుకొన్నవారు ఈ విధంగా వేటాడటానికి పూనుకోరు. ఆశయాల బలమేకాని అధికారబలము వారి కనవసరము. పైగా అందరికి ప్రాతినిధ్యం వహించే ప్రభుత్వం ఈ విధంగా పాక్షికత్వం వహించడం ఎవరు ఏ విధంగా సమర్థిస్తారో నాకు తోచదు. ఈ విధంగా ప్రపంచంలో అంతటా జరిగింది, జరుగుతున్నది, జరుగుతుందని వాదిస్తే దాని ఫలితాల వైపుకూడా దృష్టిని సారించాలని నా మనవి, వాండ్లంతా చెడ్డఫలితాలను అనుభవించారు. మీరు వాటితో గుణపాఠమైనా నేర్చుకోవాలని కోరుతున్నాను.

"అందరివలెనే గ్రామ ప్రజలను పీడిస్తున్న హైదరలీ మతోద్ధారకునిగా నటిస్తున్నాడు. ఆర్థికంగా అవస్థలపాలైయున్న బీదల అమాయకత్వాన్ని ఊతగా తీసికొని హరిజనులపై మొసలి కన్నీరు కారుస్తున్నాడు. మీరు, మీ ప్రభుత్వం కొత్త కొత్త సౌకర్యాలు కొత్తవాండ్లకు చేయడంకంటె, ప్రభుత్వము ప్రజలయెడల నిర్వర్తించాల్సిన కర్తవ్యమేమిటో తెలిసికొని వ్యవహరిస్తే అంతా హాయిగా ఉంటారు. మతప్రసక్తే అనవసరము."

"న్యాయస్థానం కాలం వృథా అవుతున్నది, చెప్పేదేదో క్లుప్తంగా చెప్పాలె" న్యాయాధిపతి అధికార ధ్వనిలో అన్నాడు.

"మీరు మీ మనసులోని మాటను మార్చి అంటున్నారు. యథార్థములో నా మాటలు మీకు రుచించడంలేదు. మీరు నా కివ్వబోయే న్యాయాన్ని బయలుపరచడానికి ఆతురత పడ్తున్నారు. సరే రెండు మాటల్లో ముగిస్తాను. సిల్వర్ జూబ్లీ సమయాన మీ ప్రభుత్వంనుండి వేలరూపాయలు లంచముగా పొందిన ఒకవ్యక్తి ప్రకటించే భావాలు, చెప్పేమాటలు నిజాం ప్రభువు ఫర్మానని సిగ్గులేకుండా చెప్పడం నేను సహించక ప్రజాద్రోహకరమైన ఆ పనిని ఖండించాను. అది రాజ ద్రోహమని తలిస్తే నా కభ్యంతరం లేదు. ఒక విషయం. నేనేమి నేరము చేయలేదని, అసలు నేరస్తులను ఎదుర్కొంటున్నానని నివేదిస్తున్నాను. నా వాదన యందలి భావాలు మీకు తప్పుగా తోచి మీరు నాకు శిక్షవేయవచ్చును. జేలుకు పంపవచ్చును. నా భావాలు తప్పుగా రుజువుచేసి, ప్రభుత్వంక్రింద బానిసలై ఆత్మగౌరవం, ఆశయాలు, లక్ష్యాలులేక జీవించడమే జీవితముయొక్క పరమావధియని బోధించే మహా మేధావులు జేలులో ఉన్నారా అని అడుగుతున్నాను. ఒకవేళ అట్టి వ్యవస్థ ఉంటే నా భావపరివర్తనకు ఎంత కాలమవసరమో అంతకాలము నన్ను జేలులో పెట్టండి.

"నా అన్నగారి మూర్ఖత్వానికి తట్టుకోలేక యిక్కడికి వచ్చాను. నూతన భవనాలు, న్యాయాధిపతులు - న్యాయస్థానాలు, న్యాయవాదులు, విద్యావంతులు, విద్యాసంస్థలు, దేశరక్షకులు, దేశపాలకులతో నిండియున్న ఈ పట్టణములో బంధితుడనై మీరు చేయబోయే న్యాయానికి గురికాబోతున్నాను. ఇక నన్ను సంస్కరింపనున్న జేలులోకి వెళ్తాను. ఆ వైభవము కూడా చూడకలుగుతాను. ఇక నేనేమి చెప్పతలచుకోలేదు. ఇంతే" అని కంఠీరవం వాదన ముగించాడు.

న్యాయాధిపతి కొమరయ్య నుద్దేశించి "ఏమైన చెప్పతలచుకున్నావా?" అన్నాడు.

"నేను హైదరలీ న్యాయం చేయడని, దొరవారి గుమాస్తాగా మమ్ములందరిని కాల్చుకుతింటున్నాడని అన్నాను. నేను ఇంకా ఎవరిని ఏమీ అనలేదు" మెల్లగా కొమరయ్య అన్నాడు.

"మన ప్రభుత్వానికి ప్రధానమంత్రి ఎవరో ఎరుగుదువా?" న్యాయాధిపతి ప్రశ్నించాడు.

"నాకెరుకలేదు. హైదరలీ అన్యాయంచేసే మనిషి అని అంటే ఇంత తప్పు కిందికి వస్తదని నాకు తెలియదు."

"ఇంకా ఏమైనా చెప్పదలచుకున్నావా?"

"నేను తప్పుచేయలేదు. నామీద అన్యాయంగా నేరం మోపిన్రు."

కంఠీరవానికి రెండు సంవత్సరాలు కఠినశిక్ష, అయిదువందల రూపాయిల జుర్మానా, జుర్మానా చెల్లించనిచో మరి ఆరునెలలు జేలు శిక్ష విధించాడు. కొమరయ్యనుండి సత్ప్రవర్తన పూచీ తీసికొని విడుదల చేయాలని తీర్పు చెప్పాడు.

"నా భావ పరివర్తనకు రెండున్నర సంవత్సరములు చాలునని భావించారా?" అని గంభీరంగా కంఠీరవం న్యాయాధిపతి వైపు తీవ్రంగా చూచాడు. న్యాయాధిపతి లేచి ప్రక్కగదిలోకి ప్రవేశించాడు.

కంఠీరవం సుమారు ఆరుమాసాలవరకు నిజమాబాదు జేలులోనే ఉంచబడ్డాడు. ఆ కాలమున కొమరయ్యను వెంటబెట్టుకొని ఆండాళమ్మ ఒకసారి జేలుకువచ్చి కొడుకును చూచింది.

"ఇల్లు వదలినా ఒకరి పంచన హాయిగా కాలం గడుపుతున్నావని, చదువు నేర్చుకుంటున్నావని విని సంతోషించాను కొడుకా! ఇదెక్కడిదో కొత్తది మెడబడ్డది కొడుకా!!" తల్లి దుఃఖించింది.

"ఇది చదువుకంటె తక్కువేమి కాదమ్మా! రామభూపాల్‌రావులు, వెంకటాచార్యులు, హైదరలీలు మన ఊర్లోనేకాదు ప్రతిచోట ఉన్నారమ్మా, వాండ్లెక్కడ ఉన్నా నాకీ చదువులు తప్పవు!" గంభీరంగా అని ఒక నిట్టూర్పు విడిచాడు. తల్లి నోదార్చాడు.

15

నిజామాబాదులో బెదిరిపోయి దిమ్మెగూడెం చేరుకొన్న వెంకటాద్రి రామభూపాల్‌రావుతో పరిస్థితులన్నీ వివరించి చెప్పాడు. కంఠీరవం, కొమరయ్యలపై మోపిన నేరాలతీవ్రతను విని ఇద్దరూ భీతిల్లారు. ఆర్య సమాజీయులతో సంప్రతించడానికి రామభూపాల్‌రావు హైద్రాబాదుకు వెళ్ళాడు.

వెంకటాద్రి చంద్రయ్యతో ప్రతిరోజు మాట్లాడటం సాగించాడు. ఆ మాట ఈ మాట చెప్పుతూ, క్రమంగా రామభూపాల్‌రావును విశ్వసనీయుడుగా తలచేటట్లు చేశాడు. చంద్రయ్య పై నమ్మకంతో ఇతర రైతులు కూడా కొంత మొగ్గుచూపారు. ముఖ్యంగా కొమరయ్య భూమి తగాదాతో ఏర్పడిన వాతావరణం మారిపోయి మహమ్మదీయులైన వాండ్లను శత్రువులుగా తలచసాగారు. ఆ హరిజనులు మొదట జీతగాండ్లుగా ఉన్నపుడు తీసుకున్న అప్పులకై, అధికంగా పొందిన జీతంగింజలకై

ఒత్తిడి చేయసాగారు. ఆడవాండ్లనుకూడా కూలీలుగా గాని, మరేవిధంగా గాని వ్యవసాయపనుల్లోకి పిలువడం మానుకున్నారు. వచ్చినవాండ్లను చీవాట్లు పెట్టసాగారు. సరిగ్గా పంటకాలంలోనే హరిజనులు పరివర్తన పొందడంతో వారి ఆర్థిక జీవితం దెబ్బతిన్నది. అంజుమన్ వారి సహాయం మందగించింది. అంజుమన్ ప్రచారకుడు అప్పుడప్పుడు వెళ్ళి చాలరోజుల వరకు నిజామాబాదులోనే ఉంటూ లాంఛనంగా దిమ్మెగూడెం రావడం మొదలైంది. ప్రచారకునికై కట్టించిన పాక క్రమంగా శిథిలమైపోయింది. ఒకసారి తాటిఆకులు, ఒకసారి కట్టెలు, ఒకసారి దూలాలు - ఈ విధంగా అన్ని ఊడ్చుకపోయి పేరుకు మాత్రమే మిగిలిపోయింది. దాంతో హైదరలీ ఇంట్లో బస చేయసాగాడు. హైదరలీకి అతన్ని భరించడం కష్టమైపోయింది. పరివర్తన పొందినవారి ఒత్తిడికూడా ఎక్కువ కాసాగింది. హైదరలీ కూడా నిజామాబాదుకు వెళ్ళి అంజుమన్ నాయకులతో సంప్రతించాడు. కాని అంజుమన్ నాయకుల ప్రణాళికలు, పథకాలు సత్వర ఫలితాన్నిచ్చేవిగా తోచలేదు. గ్రామీణులు ఆ విధంగా ప్రవర్తించడం సంఘ బహిష్కారం కిందవస్తుంది. కాబట్టి గ్రామీణులపై అభియోగాలు తేవచ్చునని అంజుమన్ నాయకులు హైదరలీకి ఆలోచన చెప్పారు. ఆ సంగతి దిమ్మెగూడెంలో హరిజనులకు చెప్పితే యింకా గ్రామీణులలో ద్వేషం పెరుగుతుందని భయపడ్డారు.

రాజద్రోహ నేరములో విముక్తి పొంది కొమరయ్య దిమ్మెగూడం చేరుకున్నాడు. కంఠీరవం ఆదేశము ప్రకారం దిమ్మెగూడెంలో రాత్రిపాఠశాల, గ్రంథాలయము, భజన మొదలగు కార్యక్రమాలు నడపటానికై పరంధామయ్యను వెంటతీసుకొని వచ్చాడు. పరంధామయ్య నిజామాబాదులో కంఠీరవానికి ఆత్మీయుడుగా ఉండి అన్ని విషయాల్లో సహచరుడుగా ఉండేవాడు.

హైద్రాబాదు వెళ్ళిన రామభూపాల్‌రావు విజయదేవు పేరుగల ఆర్యసమాజం ప్రచారకుని వెంటబెట్టుకొని దిమ్మెగూడెం చేరుకున్నాడు. రామభూపాల్‌రావుకు హైద్రాబాదు ఆర్యసమాజీయుల హితవుతో ఆత్మవిశ్వాసం కలిగింది. గ్రామానికి పెద్దయైన తాను తన శక్తినంతా ఉపయోగించి హైదరలీ ఆటలను కట్టివేయాలనుకున్నాడు. దాంతో గ్రామంలో పూర్వపు పలుకుబడి తిరిగి పొందటమేగాక, ఇప్పుడు ప్రజాసేవకుడుగా కూడా తన ప్రతిభ వెలిగిపోవచ్చునని మనస్థిమితం పొందాడు.

ఒకరోజు హైదరలీ ఊళ్ళోలేనిసమయాన మొత్తం హరిజనులను రామభూపాల్‌రావు తన గడీలోకి పిలిపించుకొన్నాడు. "మీరంతా తొందరపడి తురకలైనారు. అందుకు ఫలితం అనుభవిస్తున్నారు. హైదరలీ మోసం ఇప్పుడైన మీరు గ్రహించి ఉంటారు, మీరెన్ని కష్టాలు పడుతున్నారో నేను ప్రతిరోజు తెలిసికొంటూనే ఉన్నాను. ఉన్న ఊళ్ళో పుట్టి పెరిగిన మీరు తిండిలేక అవస్థ పడుతుంటే గ్రామానికి ప్రభువునైన నేను ఎట్లా ఊరుకుంటాను? నేను రైతులకందరికి చెప్పి తిరిగి మీ పనులు, కొలువులు యధాప్రకారం ఇప్పిస్తాను, మీకేమీ భయంలేదు" రామభూపాల్‌రావు హితోక్తులు పలికాడు. శేరిదారుడ్ని పిలిచి

ఒక్కొక్కరికి అయిదుసేర్ల ప్రకారం వడ్లు కొలిపించాడు. వెంటనే విజయదేవు శుద్ధిసంస్కారం జరిపి అందరిని హిందువులుగా మార్చాడు. ఆ సందర్భాన్ని పురస్కరించుకొని విజయదేవు హరిజనుల నుద్దేశించి ఉపన్యసించాడు.

"లక్షల సంవత్సరాల సభ్యత, సంప్రదాయము కలిగిఉండి మొత్తం ప్రపంచానికి జ్ఞానభిక్ష పెట్టిన ఆర్యసంతతికి చెందిన మీరు ఈ విధంగా వేరేమతాలను ఆశ్రయించటం దురదృష్టం. తాత్కాలికంగా పొట్ట పోసుకోవడానికై ధర్మాన్ని, విశిష్టతను మరిచిపోవడం దుఃఖకరం. ఇప్పటికైనా మీకు భగవంతుడు సద్బుద్ధిని కలిగించినందులకు ఆ పరమేశ్వరునికి మనము కృతజ్ఞులమై యుండవలెను" అని జయదేవు ఉపన్యసించాడు.

హరిజనులు ఒకరి ముఖాలు ఒకరు చూచుకొని, ముఖాన కుంకుమ బొట్లతో, భుజాన వడ్లమూటలతో ఇండ్లకు చేరుకున్నారు. యథా ప్రకారం కూళ్ళు, కొలువులు లభించాయి. బేగారి ప్రారంభమైంది, తిరిగి యథాస్థితికి చేరారు.

హైదరలీ నిజామాబాదునుండి వచ్చేవరకు మారిన పరిస్థితులకు హడలిపోయాడు. హరిజనవాడకు వెళ్ళటానికే భయంవేసింది. తల పట్టుకొని కదలకుండా ఇంట్లో కూర్చున్నాడు. హైదరలీ కొన్నాళ్ళ వరకు కుటుంబంతో నిజామాబాద్‌లో ఉండిపోయాడు.

ఈ అలజడి, అట్టహాసం, దౌర్జన్యాలు, అభియోగము, న్యాయస్థానాలు, న్యాయవాదనలు, హిందూ మహమ్మదీయ మత ప్రచారముతో ఆ గ్రామ ప్రజల జీవితములో ఒక వింత మనస్తత్వము, ఆలోచనాస్థితి, చైతన్యము ఏర్పడ్డం, పరంధామయ్య సాయంతో, కొమరయ్య పట్టుదలతో ఒక గ్రంథాలయమును ఏర్పాటుచేసి రాత్రిపాఠశాల, భజనలు సాగించాడు. విజయదేవు రామభూపాల్‌రావు గడీలోనే బసచేశాడు. అప్పుడప్పుడు గ్రంథాలయంలో ఉపన్యసించేవాడు. ప్రభుత్వ యంత్ర మందలి కుళ్ళు, మత పాక్షికతత్వం, అంతా తురకమయమైపోవడంవల్ల హిందువులు ఏ విధంగా దినదినం సభ్యతా సంస్కృతులకు దూరమైపోతున్నదీ, ఉదాహరణలతో పేర్కొనడం అతని ఉపన్యాసంలో ముఖ్యమైన విషయంగా ఉండేది. విజయదేవు అప్పుడప్పుడు హైద్రాబాదుకు వెళ్ళివస్తుండేవాడు.

కొన్నాళ్ళకు పరిస్థితులు యథాస్థితికి వచ్చాయి. గ్రామీణుల చైతన్య స్థాయి పెరిగింది. పరంధామయ్య ప్రజల మన్ననలు పొంది ఆత్మీయుడుగా అందరితో కలిసిపోయాడు. రామభూపాల్‌రావు పరిపాలనా వ్యవహారాల విషయంలో పరంధామయ్యతో రైతులు గుసగుసలు మొదలు పెట్టారు.

రామభూపాల్‌రావుకు విశ్వసనీయుడైన విజయదేవు ద్వారా ప్రయత్నించి చూడాలని పరంధామయ్య ఆలోచించాడు. రామభూపాల్‌రావు ప్రజలనుండి లంచాలు, మామూళ్ళు గుంజడం, బెదిరించి ప్రతిఫలం లేకుండా పనులు వెళ్ళతీసుకోవడం మొదలగు వాటితోపాటు అందరిని కలచివేసిన కొమరయ్య భూమి సమస్య చాలా ప్రధానమైంది.

మామూలుగా విజయదేవు దిమ్మెగూడెం వచ్చి ఒకసారి గ్రంథాలయంలో ఆషామాషీ జరుపుతుండగా కొమరయ్య వచ్చి, పరంధామయ్యతో ప్రశంస తీశాడు. కొమరయ్య మెల్లగా వెళ్ళి విజయదేవు దగ్గర కూర్చున్నాడు.

"ఏమండి! మీతో కొన్ని విషయాలు మాట్లాడాలని రైతులు అనుకుంటున్నారు. మీరు మనసు మీదికి తీసుకుంటే ప్రజలకు మేలుకలుగుతుందని వాండ్లు ఆశ పెట్టుకున్నారు. మీరు గ్రహించారో లేదో కాని, గ్రామ పెత్తందారుగా రామభూపాల్‌రావు ఎన్నో అన్యాయాలు చేస్తున్నాడు. రామభూపాల్‌రావు అంటే మీకు చాలా నచ్చినవాడు. మీ మీద వారికి కూడా గురివుంది. ప్రజలు తాతముత్తాతల కాలంనుండి లంచాలు, మామూళ్ళు ఇస్తున్నారు. దానికి ప్రజల అమాయకత్వమే కారణమనుకోండి. కాని పరిస్థితులు మారాయి. మీరు ఈ విషయాన్ని రామభూపాల్‌రావుతో మాట్లాడితే బాగుండదు?" పరంధామయ్య విజయదేవు నుద్దేశించి అన్నాడు.

"అన్యాయంగా నా భూమిని మింగిండు గదయ్యా" కొమరయ్య అన్నాడు.

విజయదేవు తీవ్రంగా ఆలోచించాడు. "మంచిది. తప్పకుండా మాట్లాడుతాను. నా శక్తివంచన లేకుండా ప్రయత్నం చేస్తాను" అన్నాడు.

"చూడండి! ఒక విషయం. మీరు నన్ను ఇక్కడికి పిలిపించి, ప్రజాసేవ చేయడానికి అవకాశం కల్గించారు. అటువంటి మీరు, ప్రజల విషయంలో కొంచెం ఆదరంగా, న్యాయంగా ప్రవర్తిస్తే ప్రజలెంతైనా సంతోషిస్తారు. మీకు ఆస్తి పాస్తులున్నాయి. హాయిగా కాలంగడుపుతున్నారు. మీరు పరిస్థితులను, ప్రజల మనస్తత్వాన్ని దృష్టిలో పెట్టుకొని లంచాలు, మామూళ్ళు మానుకొంటే ఎంతో బాగుంటుంది. కొమరయ్య భూమి విషయం కూడా మీరు కొంచెం శాంతంగా ఆలోచిస్తే మన వాండ్లను మనం ఆదుకున్నట్టవుతుంది. ఏమంటారు?" విజయదేవు రామభూపాల్‌రావుతో అన్నాడు.

విజయదేవు సంభాషణ మొదలు పెట్టడంతోనే రామభూపాల్‌రావుకు జెర్రులు పాకినట్లయింది. విజయదేవు ప్రజలకు చెప్పతగ్గవాడేగాని తన విషయంలో జోక్యం కలిగించుకోవడం, విజయదేవు శక్తికి మించిన ప్రవర్తనగా రామభూపాల్‌రావు బాధపడ్డాడు.

"అంతా చెప్పడం అయినట్టేనా? ఇంకా ఏమైనా ఉందా?" అధికార ధ్వనిలో రామభూపాల్‌రావు అన్నాడు. విజయదేవుకు ఆ మాటల్లో కొత్తదనం కనిపించింది. చులకనగా మాట్లాడుతున్నట్టనిపించింది.

విజయదేవు ఆశ్చర్యంతో రామభూపాల్‌రావును చూస్తూ, "నేను మీ ముందట పెట్టిన విషయాల్లో ఇంచుమించు అన్ని వచ్చిన వనుకుంటున్నాను" అన్నాడు.

"ఇవన్నీ గ్రామ వ్యవహారాలు, వీటిల్లోకి మీరుపోతే అంతుండదు. మేము పెట్టే ఖర్చుల క్రింద ప్రజలిచ్చే మామూళ్ళు మొదలైనవి చేతిచెమట కిందికిరావు. ఏదెట్లున్నా మీ రిటువంటి వాటిలో జోక్యం కలిగించుకోక పోవడం చాలా మంచిది. మీరు

గ్రంథాలయానికి వెళ్ళడముకూడా నాకేమీ ఇష్టంలేదు. ఆ విషయం చెప్పాలని ఎప్పటినుంచో అనుకుంటున్నాను." రామభూపాల్‌రావు కటువుగా అన్నాడు.

విజయదేవు చెంపదెబ్బకొట్టినంత బాధపడ్డాడు. వ్యక్తిత్వం ఉప్పొంగి వచ్చింది. ఏదో మాట్లాడబోయాడు.

"ఇంకా ఏ మేమి చాడీలు చెప్పారు?" రామభూపాల్‌రావు ప్రశ్నించాడు.

"ఇవన్ని చాడీలని మీరు భావిస్తే మీతో ఈ విషయం ఇక ఎత్తను. నాకు తోచిన మార్గం నేను అనుసరిస్తాను" అని విజయదేవు ఆవేదనతో లేచాడు.

"మొత్తానికి తిన్న ఇంటి వాసాలు లెక్క పెట్టేవాని తంతుగా ఉంది" రామభూపాల్‌రావు అన్నాడు.

అక్కడ నిలుచుని ఉండటం విజయదేవుకు మనస్కరించలేదు. తన బట్టలు మొదలగు వస్తువులు తీసికొని, "ఇక నేను వెళ్తున్నాను. సెలవు. నాకు మీ ఇంట్లో స్థానంలేదు. నమస్తే" అంటూ గడీని వదిలి గ్రంథాలయం చేరుకున్నాడు. గ్రంథాలయములో ఎవరూలేరు. గ్రంథాలయములోని పుస్తకాలన్ని తిరగవేసి, "ఋగ్వేదాది భాష్యభూమిక" అను గ్రంథాన్ని తీసి అధరాజ ప్రజాధర్మ విషయః, సంక్షేపతః అను అధ్యాయాన్ని తీవ్రంగా చదువసాగాడు. పుస్తకమందలి విషయం విజయదేవునుత్తేజితం చేసింది. ఆర్యసమాజ సంస్థ అట్టి ఉత్తమ వ్యవస్థకై ఎందుకు పూనుకోలేదో ఆలోచించ మొదలు పెట్టాడు.

ఇంతలో పరంధామయ్య వచ్చి ప్రశ్నించాడు.

"నేను రామభూపాల్‌రావుతో సంబంధం తెంచుకొని వచ్చాను. ఇక అక్కడ అడుగుపెట్ట తలచుకోలేదు."

"అంత బెడిసిపోయిందా? మన మనుకున్న విషయమేనా?" పరంధామయ్య ఆవేదనతో అడిగాడు.

"ఇదంతా మన తప్పు. ఇతరులనంటే ఏంలాభం? మనం కండ్లు మూసికొని కూర్చుంటే వచ్చే ఫలితా లివి" గంభీరంగా విజయదేవు అన్నాడు. "ఋగ్వేదాది భాష్యభూమిక"ను పరంధామయ్యకు అందించి, అతని నాకర్షించిన భాగాన్ని చదువమన్నాడు.

పరంధామయ్య శ్రద్ధతో చదివాడు. అతని ముఖం వికసించింది. "మనం ఈ పుస్తకాన్ని ఎన్నడూ చదవలేదు. బలే పుస్తకం తెచ్చారు" అన్నాడు.

"అట్టి ఉత్తమ వ్యవస్థను నిర్మించంది మనం ఏమిచేసినా లాభంలేదు. రామభూపాల్‌రావు ఇంత అహంకారంతో, విచ్చలవిడిగా ప్రవర్తిస్తున్నాడంటే గ్రామప్రజలు ఐక్యంగా ఉండి, బాధ్యతలను తెలిసికోకపోవడమే కారణం. కాబట్టి రామభూపాల్‌రావుకు విరుగుడును ఆలోచించాలని నా అభిప్రాయం."

"మొత్తానికి ఒక్కసారే తిరిగి పోయారు."

"నా సంస్థ ఆజ్ఞానుసారం వస్తున్నాను. అంతే. నా సంస్థ ఆశయాల కింద లక్షమంది రామభూపాల్‌రావులు బలాదూర్. ఈవ్యక్తి మా సంస్థచే గౌరవింపబడవలసిన వాడు కాదని తేలిపోయింది. ఈ సంగతి మా సంస్థకు తెలిపి, నేను ఇక్కడే ఉండి, ప్రజలను విజ్ఞానవంతులుగాను, హక్కు బాధ్యతలను గుర్తించే పౌరులుగాను సిద్ధం చేస్తాను."

"మీ ప్రధానికి, రామభూపాల్‌రావుకు ఎంతో స్నేహం. దొరకు వ్యతిరేకంగా అతడు ఆలోచించడు. మీ ప్రధాని గారిని నేను బాగా ఎరుగుదును."

"అయితే అదికూడా చూస్తాను." విజయదేవు అంటుండగా కొమరయ్యా వచ్చాడు. "ఏం చేసుకొస్తిరి?" అన్నాడు.

విజయదేవు పశ్చాత్తాపంతో కొమరయ్యను చూస్తూ "ఆ పద్ధతులు మన మనుకున్నంత సులభంగా పోయేవికావు. మీరంతా ఒకటి కావాలె" గంభీరంగా అన్నాడు.

కొమరయ్యకు నవ్వు వచ్చింది. "మీరు దొరల మనుషులు, అదేందో మీరే ఆలోచించండి" అన్నాడు.

విజయదేవు బల్లెంతో పొడిచినంత బాధపడ్డాడు. "ఇది నవ్వాల్సిన విషయంకాదు. మనం చాలా గట్టిగా ఆలోచించాలె. ఎన్నో వేల ఏండ్ల కిందట ఒక మహాపురుషుడు ఏమి రాశాడో విను" అంటూ విజయదేవు చదువసాగాడు.

> "ఒక్క పురుషుడే రాజగుట భీతావహము... సభకే రాజ్య ప్రబంధము సలుపు శక్తియుండును. సభాసంయుక్తమగు దేశము సభ్యదేశము. ఒకడు రాజైయున్నచోట ప్రజను భక్ష్యపదార్థమువలె పీడించును. స్వసుఖార్థము ప్రజల బహుముఖముల హరించును. ఉత్తమ పదార్థము లచ్చుట ప్రజలకు కరవై పోవును. మాంసాహారి బలిసిన పశువును చూచినతోడనే చంపగోరినట్లు ఒక్కడే నిరంకుశుడగు రాజు తనకంటే మత్తుడు, అధికుడు ఎవ్వడును కాకూడదను నీర్ష్య చేత ప్రజలయందెవ్వని అర్హతనుగాని సహింపడు, కనుక రాజవ్యవహారము సభాప్రబంధ సంచాలితమయినప్పుడే రాష్ట్రమున శాంతి, భద్రము, సుఖము నిలుచును."

శ్రద్ధగావింటున్న కొమరయ్యా ముసిముసిగా నవ్వుతూ, "కొద్దో గొప్పో అర్థమైంది. కాని ఒక్క రాజుండక అంతా రాజు లుండాలంటే ఎట్లసాధ్యం?" ప్రశ్నించాడు.

"అంతా రాజులు కావాలని కాదు. దేశాన్ని నడపడంలో ఒక్కడికే అధికారముంటే కలిగే నష్టాన్ని గురించి ఆవిధంగా చెప్పాడు. మీకు ఈ కష్టాలు కలుగడానికి కారణంకూడా ఇదే. రామభూపాల్‌రావు ఆడిందే ఆట, పాడిందే పాట. మీరు నోరెత్తడానికి వీలులేదు. ఈ పద్ధతిపోయి ఈగ్రామం మంచికి, చెడ్డకు రామభూపాల్‌రావుతోపాటు మీవంటి గ్రామీణులకుకూడా బాధ్యత, జోక్యము అవసరము" విజయదేవు విపులీకరించాడు.

"ఇవన్ని తెలిసి మీరు ఇన్నాళ్ళనుంచి దొరోరితో ఎట్ల కలిసున్నారండి?" కొమరయ్య వెంటనే అన్నాడు.

విజయదేవు పశ్చాత్తాపంతో తల నేలకు వేశాడు.

"అయితే ఇంతకూ ఇప్పుడేం చేయమంటారు?" కొమరయ్య ప్రశ్నించాడు.

"అదే ఆలోచిస్తున్నాను. గ్రామీణులంతా ఒకటిగా, ఒకరి బాధ అందరిబాధగా తలచి, మన బాధలకు కారణాలను, కారకులను ఎదుర్కోవాలె. గీతలో మహాపురుషుడు కృష్ణుడేమన్నాడో వినండి:

"నా స్తి బుద్ధి రయుక్తస్య
నవా యుక్తస్వభావనా,
నచా భావ యతశ్శాంతి
రశాంతస్య కుతస్సుఖమ్"

అంటే అంతా ఒకటేయని తలవనివాడు మంచి చెడ్డను గమనించడు. వానికి భక్తి ఉండదు. భక్తి లేనివానికి శాంతి లేదు. శాంతిలేనిచోట సుఖముండజాలదు" అని విజయదేవు వివరించాడు.

"ఏదో ఆలోచించండి. దోవ చూపించేవాడుంటే అంతా తయారవుతారు. మీకు తోడుగా పరంధామయ్యగా రుండనే ఉండిరి. నేను చేనుకాడికి పోయి మళ్ళా వస్తా" అని కొమరయ్య వెళ్ళిపోయాడు.

"మొత్తానికి రామభూపాల్‌రావు మీద కత్తికట్టిన వారై నారు?" పరంధామయ్య ప్రశంసించాడు.

"పరంధామయ్యగారూ! మీకు చెప్పగలవాడిని కాను. రామభూపాల్‌రావు వంటివాండ్లు ప్రపంచంలో బ్రతికి ఉన్నంతవరకు దేశానికి శాంతిలేదు. తనకి తాను ఏమనుకుంటాడో గాని ఎంత నిర్లక్ష్యం! ఎంత అహంభావం! అంతా తన కిందివాళ్ళనే నీచభావం ఉండే మనిషి నిలువునా నాశనమవుతాడు. నేను పొట్టకెళ్ళక, పనిలేక ఈ పనిలోకి దిగా ననుకున్నాడేమో! నాకు డబ్బు లేకపోవచ్చును, పలుకుబడి లేకపోవచ్చును. కాని ప్రతి మనిషికి ఉండే ఆత్మగౌరవం మాత్రం నశించలేదు. ఆత్మగౌరవం లేనివాడు బ్రతికున్నా చచ్చినవాడితో సమానం. ఎంతవరకు దేశంలోని ప్రతివాడు ఆత్మగౌరవం కాపాడుకోడో, అంతవరకు రామభూపాల్‌రావు వంటి దుష్టశక్తులు జీవించి ఉంటాయి." చాలా ఉక్రోషంతో విజయదేవు అన్నాడు.

రాత్రి భజన వేళకు మామూలుగా గ్రామ ప్రజలు కూడారు. ఎన్నడు లేనిది వెంకటాచార్యులు వచ్చి ముఖం మాడ్చుకొని మూలకు కూర్చున్నాడు.

ఊరువిడిచి వెళ్ళిపోయాడనుకొన్న విజయదేవు గ్రంథాలయంలో బసచేసాడని రామభూపాల్‌రావుకు తెలిసి, వెంకటాచార్యులను వేగులవానిగా పంపాడు.

"మీరు భజన ప్రారంభించే ముందు రెండు మాటలు చెప్పుతాను." గంభీరంగా విజయదేవు అన్నాడు. అందరు శ్రద్ధగా విజయదేవు వైపు చూడసాగారు.

"గ్రామ ప్రజలగు మీలో ఉన్న పిరికితనము పోగొట్టుకోవలె. మీరు కూడా ఆత్మగౌరవముతో బ్రతుకుటకు పాటుపడాలె. మీకు పాడిపంటలు సమృద్ధిగా గలిగి, మీ గ్రామం మంచిచెడ్డలకు మీరు బాధ్యులుగా ఉండాలని కోరుతున్నాను. మీరు మీ విషయం ఎప్పటికప్పుడు ఆలోచించుకొంటూండాలె. అట్టిశక్తి, బలము, జ్ఞానము, తేజము, స్థయిర్యము మనకు కలుగాలని భగవంతుడిని ప్రార్థించుతుండాలె. నేను ఇప్పుడు చదివే ఒక్కొక్క వాక్యాన్ని మీరుకూడా చదువాలె," అని విజయదేవు ప్రార్థించాడు.

"ఓం సహనావవతు సహనౌభునక్తు
సహ వీర్యమ్ కరవావహై
తేజస్వినావధీతమస్తు మావిద్విషావహై
ఓం శాంతిః శాంతిః శాంతిః.

"అనగా, "హే సర్వశక్తిమాన్! మేము పరస్పరము రక్షించుకొందుముగాక! మేమందరం కలిసిమెలిసి సర్వోత్త మైశ్వర్యానందమును సదా భోగింతుముగాక! మేము పురుషార్థముచే నొకరి సామర్థ్యము నొకరు సదా వృద్ధి నొందించుకొందుము గాక! మేము చదివి, చదివించునది విశ్వమంతట ప్రకాశించుగాక! మా విద్యయు నిరంతరాభివృద్ధి నొందుగాక! మేమెన్నడు పరస్పరము విరోధింపకుందుముగాక! ఒకరి కొకరు మిత్రులమై సదా ప్రవర్తించునట్లనుగ్రహింపుము" అని విజయదేవు విపులీకరించాడు. "ఇక మీ భజన కానీయండి" అని గ్రంథాలయం బయటకు వచ్చి నిల్చున్నాడు. విజయదేవును వింతగా చూస్తూ వెంకటాచార్యులు వెళ్ళిపోయాడు.

విజయదేవు గ్రంథాలయంలో బసచేసి పరంధామయ్యకు తోడుగా ఉండిపోయాడు. రైతులవెంట చేలలో కాలక్షేపం చేస్తుండేవాడు. అప్పుడప్పుడు సందర్భాన్నిబట్టి గ్రంథాలయంలోను, భజన వేళల్లోను తనకు తోచిన ఆదర్శ వాక్యాలు, శ్లోకాలు వినిపిస్తుండేవాడు.

రామభూపాల్‌రావుకు, విజయదేవుకు సరిపడటంలేదని హైదరలీకి తెలిసి దిమ్మెగూడెం చేరుకున్నాడు.

విజయదేవు రామభూపాల్‌రావుకు విరోధికావడంతో ఆర్య సమాజీయులంటే ప్రభుత్వానికున్న వ్యతిరేకతను ఉపయోగించుకొని విజయదేవును ఊళ్ళోనుంచి పంపివేయాలని, ఈవిషయంలో హైదరలీ సాయం తీసుకోవాలని రామభూపాల్‌రావుకు వెంకటాద్రి సలహా ఇచ్చాడు. కాని రామభూపాల్‌రావుకు ఆ విషయం నచ్చలేదు. ఆర్యసమాజం ప్రధానిపై ఉన్న విశ్వాసము, పరిచయమునుబట్టి అతనిద్వారానే విజయదేవుకు బుద్ధి చెప్పించాలని ఆలోచించాడు. ఆర్యసమాజం విజయదేవు ప్రవర్తనను సహించదని రామభూపాల్‌రావు దృఢంగా నమ్మాడు.

విజయదేవువచ్చి క్షణిక తురకలను తిరిగి హిందువులుగా మార్చడంతో హైదరలీకి పట్టరానికోపం వచ్చింది. కాని రామభూపాల్‌రావు బలం ఉంది కాబట్టి ఏమిచేయాల్సింది తోచలేదు. సమయానికై వేచి ఉన్నాడు. ఇప్పుడు సమయం దొరికిందని వెంకటాద్రిద్వారా రామభూపాల్‌రావుతో చెలిమికై ఆరాటపడసాగాడు.

అంజుమన్ ఇత్తెహాదుల్ముసల్మీన్ వారి ఎగురుడుకూడా మొదటంతలేదు. రామభూపాల్‌రావుతో విడిపోవటం తప్పుపనైందని హైదరలీ పశ్చాత్తాప పడ్డాడు. ఇక ఇప్పుడు విజయదేవు గడీలోనుండి బయటపడి కేవలం గ్రామప్రజలపై ఆధారపడి ఉండటంతో హైదరలీ పాత ఆలోచనలు పైకి ఉబికివచ్చాయి. తిరిగి రామభూపాల్‌రావు చెలిమిని సంపాదించి వెంకటాద్రి సలహాలను, రామభూపాల్‌రావు ఆజ్ఞలను కార్యరూపంలో పెట్టేభాగ్యం తిరిగి కలగాలని హైదరలీ ఆలోచించ మొదలపెట్టాడు.

ఒకనాడు పరంధామయ్య, విజయదేవు చేలవైపు పోతుండగా దోవలో కుమ్మరి దుర్గయ్య దండంపెట్టి "నేను చెరువులోదట్టులో మన్ను తోడుకుంటుంటె దొరోరు అటకాయించిన్రు" అని చెప్పాడు.

"ఇంకా హర్రాజు కాలేదుగా! ఇప్పుడే ఎందుకా ఆటకాయించటం?" పరంధామయ్య ఆలోచించాడు. "సరే, రాత్రికి మాట్లాడుకుందాం రా పో" అని చేల వైపు వెళ్ళిపోయారు.

"ఈ పర్యాయం చెరువు హర్రాజులో మనంకూడా పాటపాడ్తే?" విజయదేవు ప్రశ్నించాడు.

"నిజమే. బాగానే వుంటుంది."

రాత్రిపూట గ్రామీణులు గ్రంథాలయములో కూడినప్పుడు చెరువు హర్రాజులో పాట పాడాలని నిశ్చయించుకున్నారు. హర్రాజు సమయానికై నిరీక్షించసాగారు.

రామభూపాల్‌రావు హైదరాబాదువెళ్ళి ఆర్యసమాజం ప్రధానిని వెంటతీసికొని దిమ్మెగూడెం వచ్చాడు. రాగానే విజయదేవుకోసం ప్రధాని పిలుపంపాడు. కాని విజయదేవు గడీలోకి వెళ్ళడానికి నిరాకరించి, ప్రధానినే భజనవేళకు గ్రంథాలయానికి రమ్మని సమాధానం పంపాడు. ఆ విధంగా నిరాకరించడం విజయదేవు తల బిరుసుతనమని, విజయదేవు గురించి రామభూపాల్‌రావు చెప్పిన విషయాలు నిజమని విశ్వసించాడు. గ్రంథాలయానికివెళ్ళి ప్రజలముందు విజయదేవు తలెత్తకుండా చీవాట్లు పెట్టాలని, రామభూపాల్‌రావు విషయంలో గ్రామప్రజల కేర్పడిన విముఖతను తొలగించాలని పట్టుదలతో ప్రధాని ఆవేళకు గ్రంథాలయానికి వెళ్ళాడు. ఆనాడు గ్రంథాలయానికి మామూలుకంటె ఎక్కువమంది వచ్చారు. హరిజనులు వచ్చి గ్రంథాలయం బయట కూర్చున్నారు. ప్రధానివెంట వెంకటాచార్యులు ప్రధానభృత్యుడుగా వచ్చి ఆయన పక్కనే కూర్చున్నాడు. హైదరలీ రామభూపాల్‌రావు చెలిమికై అవేదనపడుతుండగా రామభూపాల్‌రావు

ఆర్యసమాజీయుల వెంటబడటం హైదరలీకి గాబరా కలిగించింది. ఆ రోజు హైదరలీ ఇంటినుంచి కదలలేదు. తన తొత్తులైన వాండ్లను గ్రంథాలయానికి పంపాడు.

ప్రధాని ప్రసంగం మొదలు పెట్టాడు.

"ఇక్కడ కూర్చున్న పండిత విజయదేవు ఈ ఊరికి రావడానికి కారణము మీరు మరచిపోలేదనుకుంటాను. లక్షల ఏండ్ల నుండి మనం కాపాడుకుంటున్న ధర్మం, నీతి, సభ్యతలను మంటకలిపి, పూర్తిగా మన సంప్రదాయాలను నాశనంచేసి, మొత్తం గ్రామాన్ని మహమ్మదీయమయం చేయాలని మన శత్రువులు ప్రయత్నించారు. కాని పరమాత్ముని ఇచ్ఛ వేరు విధంగా ఉన్నందున మీరు తొందరగానే కండ్లు తెరచి తెలివిగా ప్రవర్తించారు. అప్పుడు రామభూపాల్‌రావు మీకు శక్తి వంచన లేకుండా సాయంచేశారు. భ్రష్టమగుతున్న ధర్మాన్ని కాపాడుటకు ధర్మాత్ముడుగా వారు ఆ పని చేశారు. నిజంగా ఆ రాముడు భూమిని పాలిస్తున్నాడనిపించింది."

రైతులు ఒకరి నొకరు చూచుకున్నారు. వెంకటాచార్యులు ఉత్సాహంతో నవ్వాడు. విజయదేవు గంభీరంగా తల నాడించాడు.

"అట్టి రామభూపాల్‌రావుగారు పండిత విజయదేవును పిలిపించి, తన యింట్లో తనవాడిగా చూచుకున్నాడు. మీకు ధర్మోపదేశము చేయుటకు అవకాశం కలిగించాడు. కాని ఈరోజు పండిత్ విజయదేవు ఏం చేస్తున్నాడో గమనించారా? లేదు. మీరు గమనించలేదు. అందువల్లనే పండిత్ విజయదేవు రామభూపాల్‌రావు గారికి వ్యతిరేకంగాచేసే అబద్ధపుప్రచారాన్ని నమ్మి రామభూపాల్‌రావుగారికి కృతఘ్నులుగా సిద్ధమయ్యారు. ఇది ధర్మమనిపించుకోదు, ఇది నీతిగాదు. ఇది మన ఆర్యసంప్రదాయానికే విరుద్ధం. ఈ సంగతి మీ అందరిముందర పెట్టి విజయదేవు మా సంస్థకేగాక, మేలుచేసిన మహా మహావ్యక్తియెడ ఏవిధంగా అన్యాయము చేశారో చెప్పాలని ఇంతదూరం వచ్చాను. దేశంలోని పరిస్థితులు మీకు బాగా తెలియవు. మనలను ఊరు పేరు లేకుండజేసి, మన సభ్యత, ధర్మములను నాశనముచేయుటకు మన శత్రువులు ఎడతెగని కృషి చేస్తున్నారు. ప్రభుత్వము సర్వసహాయాలు వారికి చేస్తున్నది. మనము నిరాధారులుగా, ఆత్మవిశ్వాసముతో ఇంతటి కఠినమైన పనిని నిర్వర్తిస్తున్నాము."

పరంధామయ్య కొంటెగా నవ్వుతూ "తురకలైతే ఒరిగిందిలేదు, హరిజనులైతే అనుభవిస్తున్నది లేదు. అన్ని ఎప్పటోల్నే ఉన్నాయి" అన్నాడు.

"అవును. ఆర్యధర్మము దేశము మూలమూలకు వ్యాప్తికానంతవరకు మనస్థితి ఈవిధంగానే ఉంటుంది. పైగా పండిత విజయదేవువంటి వాండ్లు మధ్య బయలు దేరుతుంటే యింకా చెప్పాల్సింది లేదు. బయట శత్రువులకంటె యిటువంటి యింటిశత్రువులే చాలాబలంగా ఉంటారు. కాబట్టి మొదట మీరు ఇటువంటి శత్రువులను దగ్గరికి రానీయకూడదు. మీరు బాగా ఆలోచించుకోండి. నమస్తే" అని ప్రధాని ప్రసంగం ముగించి కూర్చున్నాడు.

విజయదేవు లేచి నిలుచున్నాడు. గంభీరంగా తలనేలకువేసి ధ్యానం చేశాడు, అందరిని ఒకసారి పరికించాడు. "నన్నేమన్నా చెప్పమంటారా?" గ్రామీణులను చూస్తూ అన్నాడు.

"చెప్పండి. మీరు చెప్పేదికూడా ఇంటాం. మాకు కొద్దో గొప్పో తెలుస్తూనేవుంది" అంటూ కొమరయ్య నెత్తిరుమాలుతీసి కిందబెట్టి నెత్తి రెండుచేతుల్తో గోక్కున్నాడు.

విజయదేవు మొదలు పెట్టాడు.

"నేను ప్రధానిగారికి సమాధానమివ్వగల శక్తిగలవాని గాను. ఊరివాండ్లయిన మీరెంత అమాయకులో నేను అంత అమాయకుడిని. ప్రధానిగారివంటివారి త్యాగము, పట్టుదల, ప్రోత్సాహాలే నన్ను ఆర్యసమాజము వైపు ఆకర్షించాయి. నేను చేసే ప్రతిపనీ విచక్షణతో విమర్శించి హృదయ పూర్వకంగా నమ్మి చేస్తున్నాను. మన ధర్మం, జాతి ఎట్టిస్థితిలో ఉందో ప్రధానిగారు వివరంగా చెప్పారు. అట్టిస్థితికి బయటి శత్రువులకంటె వంటింటి శత్రువులవల్లనే ఎక్కువ హాని కలుగుచున్నదని ప్రధాని గారన్నారు. యథార్థములో రామభూపాల్‌రావుగారివంటి వారివల్లనే హాని జరుగుతున్నది. మా ప్రధానిగారికి పల్లెటూరి విషయాలతో అంతగా పరిచయంలేదు. వారికి మన ప్రాంతం, వాతావరణంకూడా కొత్త. ఈ ఊరిలో రామభూపాల్‌రావుగారు నందంటే నంది, పందంటే పంది అవుతుందని ప్రధానిగారికి నివేదించుకుంటున్నాను. ఆయన, ఆయన ఇష్టులు తప్ప వేరేవాండ్లు తలెత్తుకొని తిరగడం అసాధ్యము. ప్రజలు పండించే పంట, పిండే పాలు, సమకూర్చే నెయ్యి, పొతము చేసినభూమి, పెంచబడు పశువులు, అందమైన స్త్రీలు, అన్నిటిపై రామభూపాల్‌రావుగారి లేక అతని తొత్తుల కన్నుంటుంది. ఎప్పుడు వశము చేసుకొందామని ఆలోచిస్తుంటారు. కొద్దిలో చెప్పాలంటే అందరూ బానిసలుగా బ్రతుకుతున్నారు. పరిస్థితులీ విధంగా ఉంటే ఏ గ్రామములో, ఏదేశములో ధర్మము నిలువదు. సభ్యత వర్ధిల్లదు. నీతికి స్థానముండదు. కుళ్ళు, కుతంత్రం, కుట్రలు చలామణి అవుతుంటాయి. ఈ గ్రామములో రామభూపాల్‌రావుగారు, హైదరలీగారు, వెంకటాద్రిగారు తప్ప మిగతావాళ్ళంతా పశువులని వారి అభిప్రాయము. మొత్తము గ్రామ జీవితము తల్ల క్రిందులు కావటానికి, నేను మీవద్దకు రావటానికి, రామభూపాల్‌రావుగారు, మా ప్రధాని నాయకత్వం వహించడానికి కారణమైన హైదరలీ తిరిగి రామభూపాల్‌రావుకు కుడిభుజంగా నిలవడానికి అవకాశం ఏర్పడుతున్నది. ముఖ్యంగా నేను చెప్పిందాంట్లో ఏమాటైనా అసత్యమున్నదో ప్రధానిగారు యిక్కడ కూర్చున్న ప్రజలను అడుగవచ్చును. ఇంటింటికి తిరిగి తెలిసికోవచ్చును."

"అన్నీ నిజమే" ప్రజల్లోంచి ఒకడన్నాడు.

"అయినప్పుడు ఈ మురికి కుంటలనుండి, ఈ నరకకూపములో నుండి

రామునివంటి పురుషులు, సీతవంటి స్త్రీలు, ప్రహ్లాదునివంటి బాలురు ఉద్భవిస్తారా? అసంభవము.”

ప్రధాని ఆతురతతో నిలుచున్నాడు. ప్రతీకారంగా విజయదేవును చూస్తూ, “వీటన్నిటికీ ప్రభుత్వమే కారణము. ఒక దుష్ట ప్రభుత్వమున్నపుడు పరిస్థితులనుబట్టి కొందరు లొంగిఉండాల్సి ఉంటుంది. అయినపుడు రామభూపాల్‌రావుగారు ఒక్కరే ఏమిచేయగలరు? ధర్మబద్ధము, న్యాయయుతమైన ప్రభుత్వాన్ని సాధించిననాడే ప్రజలంతా బాగుపడుతారు. ప్రభుత్వ యంత్రాంగము బాగుపడుతుంది. పరిస్థితులు మారుతాయి” తీవ్రంగా అన్నాడు.

“ప్రతి గ్రామంలో రామభూపాల్‌రావువంటి మహాపురుషులు వర్ధిల్లుతూ ప్రజల నణచివేస్తుంటే ఎవరు ధర్మబద్ధము, న్యాయయుతమైన ప్రభుత్వాన్ని సాధిస్తారో అర్థంకావటంలేదు” అంటూ విజయదేవు ప్రజలను ప్రశ్నించాడు.

“తెలియకడుగుత. దొరవారు సాగించుకుంటున్నయన్ని యిప్పటి సర్కారు చేయమంటున్నదా? రూపాయకు అణా, రెండణాల ప్రకారం మామూళ్ళు, పెండ్లికి కట్నాలు, కచ్చడానికి ఎడ్లు, కమ్మని నెయ్యి, బలం గల భూములు, ఆఖరుకు చెట్లపాదుల కూరగాయలు, అంత దూరమెందుకు, మన ప్రధానిగారు రాత్రి పడుకోడానికి మంచం ఎవరింటికాడ తెప్పించిందో తెలుసుకోరాదిరి? ఇయన్ని మానెత్తిన కొట్టి తీసుకొమ్మని సర్కారు అంటుందా? ఖానూనుందా? మీ అంత తెలియకపోయినా జర జర మాకుకూడ ఎరుకవుతున్నయి లేరి” చంద్రయ్య నిలుచుండి ఎడమచేయి రొంటిమీద పెట్టుకుని కుడి చేతిని ఆడిస్తూ గట్టిగా అన్నాడు. ప్రజల్లో అలజడి ప్రారంభమైంది.

“నా దగ్గర బంగారం వంటి భూమిని అన్నాలంగా నిలువునా దోచుకున్నాడు. మరి ప్రధానిగా రేమంటరు?” కొమరయ్య చంద్రయ్యను చూస్తూ అన్నాడు.

“ఎక్కడలేని అన్నాలం. నీ కెరికేనా చంద్రయ పెద్దయ? మొన్న చెర్వులో మన్ను తోడ్తాంటే సుంకరోడొచ్చి అటకాయించె. పేరుకెమొ ఇంత సవుటబిళ్ళ ఒకటి ఇచ్చినమంటిరి. పంజుకుంటె కుంచెడు వడ్లు ఎల్లవు. పొద్దుమూకులు అయినప్పుడు కానప్పుడు దిక్కుమాలిన చాకిరి చేస్తుంటిమి. అశడే పోనియి, కుమ్మరోడు ఇన్నికుండలు చేస్కనన్న బతుకుతడు అని దొర అనుకోడాయె” కుమ్మరి దుర్గయ్య మోకాళ్ళ పై కూర్చుని నేలపై వ్రేళ్ళతో గీతలుగీస్తూ చెప్పాడు.

“మీరు రెక్కల చాకిరి చేసుకున్నది మా గనంగ చెప్పుకుంటున్నరు. అప్పుపెట్టి అడిగి అడిగి ఆయుస్సు నిండుతున్నది. నే నెవడికి చెప్పుకోవాలె?” దూరంగా కనీకనబడనట్టు కూర్చున్న కోమటి శంభయ్య తనలో తాను గొణుకున్నాడు.

“అంత మీ ముచ్చట్లేనా మమ్మలను కనేదుందా!” హరిజనుల్లోంచి ఒకడన్నాడు.

"జుట్టు, మొలతాడుపోయి, బతుకులు బాగైతయని తుర్కాయన చేసిన ఆరాటం అంతింతగాదు. అప్పుడు ఏం యిచ్చంత్రమో మరి ఊరిజనమంత దొర పట్టైపోయిన్రు. ఉన్న ఊళ్ళె కూటికి చచ్చెరోజొచ్చె. అప్పుడు మరి దొరోడు పిలిపిస్తెనే యిాజయదేవయ్యగారువచ్చి, నిప్పుచేసి, నెయ్యిపోసి, ఏమేమోసదివి మళ్ళామేము ఎప్పటాలే అయినమని సెప్పిరి. సరే, అది పోనియిరి గని, మళ్ళ మా బేగారి తన్నులు, తరుమడం మా కొచ్చిందిగని, ఒక మాటడుగుత. పొద్దస్తమానం చలికి, ఆనకు, వడగాడ్పుకు బందెర దొడ్డికాడ నీల్గి నీల్గి చస్తే దయపుడ్తె రెండుపైసలు చేతులేసిరి, లేకుంటే అంగుష్టిముద్రల్తోనే అయిపాయె. అసలు ఖానునేది? దొర చేస్తున్నదా? సర్కారు చెయ్యమంటున్నదా? తెలిసిన మారాజులు వచ్చిన్రు, చెప్పరాదురి" ఇంకొక హరిజనుడు అన్నాడు.

"అప్పుడు దొరకు, హైదరలీకి ఎడమొకం పెడమొకం అయిందే మరి ఇప్పుడు మూతులు కలపటానికి చూస్తున్నరంటరు నిజమేనా? అసలు ఇదేం నాటకమాంట. మరి ఎవరి సంగతి అడగరు? మళ్ళా మా చేపలకు తిప్పలొస్తది" బెస్తఫకీర అన్నాడు.

"ప్రధానిగారు తురక, హిందువు అని అంటున్నారు. మరి ఇప్పుడు కష్టాలు చెప్పుకునోళ్ళంతా హిందువులే నయిరి. దొర హిందువేనాయె. మానుకుంటె ఎవడన్న కొట్టొచ్చిండ?" పరంధామయ్య ప్రశ్నించాడు.

"మనం సూడటంలేదే-సర్కారు మన్సులు తురకలైనా, మనోడైనా చేసేగోల, ఆరాటం, తిట్లు, కొట్లు, అదికావలె, ఇదికావలె అని అల్లుండ్లోలె అన్ని సాగించుకొని పొట్టపగుల మెక్కి, మిగిలింది మూటలు కట్టుకొని పోటంలేదే?" చాకలి సర్వయ్య గొంతు సరాయించుకొని అన్నాడు.

"ఆ యిందువేందో, తుర్కేందో, హైదరలీ బీట్లకుపోయినా, దొరగారి ఏనెకుపోయినా, రైతుల గెట్లపొంటెపోయినా జీవాలను అడుగు పెట్టనియ్యరు. మా తాత ముత్తాతల కాలంనుంచి గొల్లోండ్లు ఉన్నరాయె. నీయవ్వ. ఒక్కడన్న పాపమన్నారె?" గొల్ల వీరయ్య అంటూ జకముకకొట్టి చుట్ట ముట్టించాడు.

"వీటన్నిటికి రామభూపాల్‌రావుగారే కారకుడని పండిత విజయదేవ మీనెత్తి కెక్కించాడన్నమాట." ప్రధాని తలవూపుతు అన్నాడు.

"మీ సంగతే అర్థంకావడంలేదు. ఇవన్ని నేర్పితే వస్తాయండీ? బాధలు పడలేక పడలేక, కడుపులుమండి, దేవుడాయని మొత్తుకుంటుంటే మీరీవిధంగా మాట్లాడటం తమాషాగా వుంది" పరంధామయ్య హేళనగా అన్నాడు.

ఇంతలో విజయదేవ లేచి నిలుచున్నాడు. గుసగుసలు, గొణుగుడు ఆగిపోయింది. "చప్పుడు చేయకుండశా!" అని ఒకడన్నాడు. "గొల్లోడికి చుట్ట కాల్చడానికి ఇప్పుడేతోచిందే. నలిపేయరాదురా?" ఇంకొకడన్నాడు. "ఏందే! అక్కడ వాండ్లేం మాట్లాడుతున్రు! నువ్వు కల్లునీళ్ళసంగతి తీసి నవు" ఇంకొకడు గద్దించాడు.

విజయదేవు తిరిగిమాట్లాడసాగాడు. "ప్రధానిగారి విషయము మనం ఆలోచిస్తూకూర్చుంటే, వారిని ఒకరొకరు ప్రశ్నిస్తుంటే కలిగే లాభముండబోదని అనుకుంటాను. మీ కష్టాల గురించి మీరు ఆలోచించుకున్నట్లే ప్రధానిగారికి వారి సొంత అభిప్రాయాలున్నాయి. అవి కావాలనగానే రావు, వద్దనగానే పోయేవిగావు. ఇప్పుడు మీరంతా చెప్పినవిషయాలపై ప్రధానిగారు ఆలోచించకపోరు. నిజా నిజాలు అర్థంకాకపోవు, కాని ఇప్పుడసలు ప్రధానిగారు ఇంతదూరం వచ్చింది మీ గురించికాదు, నాగురించి వచ్చారు. నేను రామభూపాల్‌రావుగారికి, ఆర్యసమాజానికి అన్యాయముచేశానని ప్రధానిగారు నాపై నేరాలు మోపారు. కానీ నేరస్థులెవరో మీరు తేల్చివేశారు. నా కంతేచాలు. ఈనాటి పరిస్థితులలో నేను ఆర్యసమాజానికి పనికిరానివాడనని ప్రధానిగారు భావించితే అది నా దౌర్భాగ్యమని తలుస్తాను. సంస్థతో నాకు సంబంధాలులేకున్నా, సంస్థకు జీవాలైన ఆశయాలు నాలో నశించిపోనంతవరకు నేను ఆర్యసమాజీయుడననే అనుకుంటాను. ఇది ప్రధానిగారు యెదుట, సమాజానికి జీవపట్లైన మీ యెదుట ప్రమాణము, ప్రతిజ్ఞ చేస్తున్నాను. నమస్తే" విజయదేవు చాలించగానే అంతా లేచారు. ప్రధానిగారికి బాధకలిగింది. వచ్చినప్పటి ఆత్మవిశ్వాసము సడలిపోయింది, కాని అంతమందిముందట అసమర్థుడుగా వెళ్ళిపోవడం అవమానమనుకున్నాడు. లేని గాంభీర్యం కల్పించుకొని, విజయదేవును దగ్గరికి పిలిపించుకొని, చుట్టు కొందరు గుమికూడియుండగా అధికారధ్వనిలో హితవు చేశాడు.

"ఈపరిస్థితిలో నేనుచెప్పేది మీనెత్తికెక్కేట్టులేదు. అర్థమయ్యేట్టు లేదు. అయినా ఇంకా సమయం మించిపోలేదు. కొంచెం శాంతంగా ఆలోచించుకోండి. నేనేమి ఒళ్ళుమరచి మాట్లాడటంలేదు. మీ ప్రజల వాదనలు నా కొక లెక్కకాదు. ఏమీ తెలియని మూకను వెంటవేసుకొని ఏమేమో ఆలోచిస్తున్నారు. వాండ్లంతా నీ కేదయినా తోడిపెడ్తారని ఆశ పెట్టుకున్నట్టుంది. వాళ్ళది గొర్రెదాటుతత్వం. మీమంచికే చెపుతున్నాను. అంతగా మీకు ఈ విధంగా పనిచేయాలని ఉంటే పాయెగాప్రాంతాలున్నవి. ఎన్నో జాగీర్లున్నాయి. అవన్నీ వదలి ఒక పల్లెటూరి దొరవెంటపడ్డా రెందుకు? సరే చెప్పదలచుకున్నది చెప్పాను. ఆపైన మీఇష్టం" అని ప్రధాని వెంకటాచార్యులతో గడీలోకి వెళ్ళిపోయాడు.

గ్రంథాలయం నుండి కూడా అందరూ వెళ్ళిపోయినారు. ఆనాటి సమావేశం గ్రామీణుల్లో చాలా ఉత్సాహం రేకెత్తించింది.

"పాపం మీ ప్రధానిగారికి భలే ప్రాయశ్చిత్త మైంది. అసలు వాండ్లకు పల్లెటూరివాండ్లంటె మెదడుండదని, ఆలోచించరని అనుకుంటారు. దానికితగ్గట్టు భలే భలే సంగతులు వెళ్ళాయి." భోజనంచేస్తూ పరంధామయ్య విజయదేవుతో అన్నాడు.

"ఇటువంటివి ఒకటి రెండుచోట్ల అయితేగాని వాండ్లు కండ్లుతెరవరు. అదిగాక ఇదివరకు వాండ్లు అవునన్నది కాదన్నవాడుంటేగా? పెద్దవాండ్లేమన్నా తల

ఊపడంతో పెద్దవాండ్లు తమనితామే మరచి పోతుంటారు" అని విజయదేవు ఫక్కున నవ్వాడు.

16

కంఠీరవం నిజామాబాదు జేలులో ఆరుమాసాలు ఉన్నాడు. మొదట కొన్ని వారాలు దిగులుగా గడిచింది. మొదట కోటగా, తర్వాత మందిరంగా, పిమ్మట జేలుగామారిన ఆగుట్టను గురించి ఎల్లప్పుడు తీవ్రంగా ఆలోచించేవాడు. సమాజోద్ధరణకై పుట్టే ప్రతితత్వము, ఆశయాలు ఆచరణలో కోతిరూపు దాలుస్తున్నట్లు ఆగుట్ట ఆస్థితికి వచ్చిందనుకున్నాడు. కాని ఉన్నతమైన ఆశయాలు తాత్కాలికంగా వికృతరూపము దాల్చినా, తుదకు దాని ప్రాతిపదిక విషయము ఒకప్పుడు సత్ఫలితాల నివ్వక తప్పదని కంఠీరవం ఆత్మ తృప్తిపడింది.

ఆ జేలులోని ఖైదీలతోపాటు గుట్టపై చెట్లుకొట్టడం, నీళ్ళు తేవడం, సమిష్టిగా వంట చేసుకోవడం అతనికి ఉత్సాహంగా ఉండేది. తన అవసరాలు స్వయంగా కష్టించి తీర్చుకోవడం అతని ఆత్మకెంతో హాయినిచ్చాయి.

జేలు బారెకులు మూసింది మొదలు నిద్ర వచ్చేవరకు ఖైదీలకు ఏవేవో చెప్పుతూ వారి జేలు జీవితానికి కారణాలను, కారకులను అడిగి తెలిసికొనేవాడు. వారి జీవిత స్థితిగతులు తెలిసికోవడం కంఠీరవానికి సరదాగా ఉండేది. ఆ విధంగా ఎన్నో కొత్త కొత్త విషయాలు తెలిసి, అతనిలో ఆలోచనలు రేకెత్తసాగాయి. కంఠీరవంలో ఎంతో మార్పువచ్చింది. జేలుకు రానంతవరకు అన్యాయమైన అధికారమన్నా, అవస్థపాల్జేసే వ్యక్తులన్నా కంఠీరవం సహించలేక పోయేవాడు. కాని వైష్ణవులు మొదలగు అగ్రజాతులవారు ఇతర కులాలవారి యెడ చూపే వైఖరి, ఆచారవ్యవహారాలు మొదలగు విషయాల్లో కంఠీరవం పట్టింపు సడలిపోలేదు. జేలు జీవితంలో ఆ పట్టింపు సడలిపోయింది. నాటివరకు తాను చాలా తప్పుచేశానని పశ్చాత్తాప పడ్డాడు.

తర్వాత హైద్రాబాదు జేలుకు మార్చబడ్డాడు. అతనిలో ఎన్నో కొత్త కొత్త ఆలోచనలు బయలు దేరాయి. ఆశ్చర్యం కలిగించే, ఆవేదన పురికొల్పే, ఆందోళనను రేకెత్తించే ఎన్నో సంఘటనలు జేలులో జరుగుతుండేవి. నిజామాబాదులో ఖైదీలకు, జేలు అధికారులకు లేని భయం హైద్రాబాద్ జేలు అధికారులకు ఉండటం కంఠీరవానికి ఎంతో వింతగా తోచింది. సర్కసులో అడవిమృగాలను ఆడించేవాడు చేతిలో ఒక కొరడానుమాత్రం పట్టుకొని తన ప్రాణభీతిని ప్రేక్షకులకు వ్యక్తంకాకుండా కపట గాంభీర్యంతో చాకచక్యంగా వ్యవహరిస్తాడు. కానీ జేలు పెద్ద అధికారి జేలు లోపలి ఆవరణలో కాలు పెట్టింది మొదలు తిరిగి ఆఫీసులోకి చేరుకునే వరకు అతని అంగరక్షకులు పడే జాగ్రత్త, హడావుడి, అధికారి చూపే

మేకపోతు గాంభీర్యము చూసి కంఠీరవానికి ఆశ్చర్యం వేసింది. అంతభయంతో ప్రాణాలు గుప్పిట్లో పెట్టుకుని జేలు ఉద్యోగం చేయకుంటే గత్యంతరం లేదా? అనుకున్నాడు. కాని తుదకు ఒక మానవుడే కావల్సింది ఈ పనికి! కాబట్టి తప్పదనుకున్నాడు.

కొంతమంది ఖైదీలు జేలునే వసతిగృహంగా పెట్టుకొని ఉన్నారని తెలిసింది. కొందరు 20, 25 ఏండ్ల శిక్షల వాండ్లున్నారని, వారి అభియోగముల విచారణ పూర్తి కావడానికి ఆరు, ఏడేండ్లు పట్టిందని, ఆ కాలము అసలు చేర్చబడనిదని విని కంఠీరవం పడ్డ బాధ అంతింతకాదు.

దీర్ఘ శిక్షల వాండ్లలో ఎక్కువమంది రైతులే. గ్రామాధికారుల కుట్రలకు గురియై, విసిగి వేసారి, రెచ్చిపోయి చేసిన హత్యలు, ఒకరికొకరికి విద్వేషాలుకల్పించి ఒకరికి సాయంగానిలబడి చేయించినహత్యలు, డబ్బునే ప్రధానంగా తలచి దాంపత్య విలువను, కుటుంబ కట్టుబాట్లను, పరహితమును పాటించక జరిగే అవకతవకలను, అరాజక పరిస్థితుల నెదుర్కొనుటకై చేసిన సాహస చర్యలే దీర్ఘ శిక్షలకు ప్రధానంగా వెనుక నున్న చరిత్రయని కంఠీరవం తెలిసికొన్నాడు. సమాజ స్వరూపమును, పరిపాలన యొక్క భయంకర దృశ్యమును తలచుకొని బెంగపడ్డాడు. దారంలేని గాలిపటంవోలెనున్న ప్రస్తుత వ్యవస్థను సహించి సాగనివ్వటం మహాపాపమని నిశ్చయించుకున్నాడు. మేధావు లేమి చేస్తున్నట్టు.? తనలో తాను మధనపడ్డాడు.

దీర్ఘకాలిక శిక్షల ఖైదీలు క్రమంగా జేలుసిబ్బందికి ప్రధానభృత్యులుగా మార్చబడి వారి ద్వారా జరిపించబడే హింసలు, నడిపే కుట్రలు విని కంఠీరవం హృదయం తల్లడిల్లింది.

అయితే నేరానికి దారి తీసినవారి ప్రవృత్తిలో వెంట్రుకవాసి కూడా జేలు జీవితములో మార్పు రావటంలేదు. అవకాశముకూడాలేదు. పైగా రెచ్చిపోయి ఇంకా సాహసచర్యలు చేయడమో లేక లొంగిపోయి హృదయము లేని జేలు కట్టుబాట్లతో యింకా దిగజారిపోవడమో జరుగుతుంది. దాంతో అన్నివిధాలా బానిస ప్రవృత్తిని అలవరుచుకోవడం జరుగుతుంది. ఖైదీల జీవితాలు ఆ విధంగా పరిణామం చెందడం కంఠీరవం ఆలోచించిన కొద్దీ ఆందోళన ఎక్కువకాసాగింది.

కంఠీరవం నేతశాలలో పనిచేయడానికి నిశ్చయింపబడ్డాడు. ఒకనాడు బారెక్ వాచ్‌మన్‌తోకూడి హాస్పిటల్‌కు వెళుతున్నాడు. హాస్పిటల్ ముందట చెట్లలో ఒక ఖైదీ కూర్చొని ఉన్నాడు. “నాదేం తప్పులేదు” అని నిమిషానికి, ఐదు నిమిషాలకొకసారి అంటున్నాడు. తనచుట్టు ఎవరు లేనట్టు, అడవిలో కూర్చున్నట్టు ఆ ఖైదీ పూర్తిగా పరధ్యానంలో ఉన్నాడు. ముందట పడి ఉన్న రాళ్ళను ఏరి దూరంగా దూరంగా పారేస్తున్నాడు. కంఠీరవం అతన్ని చూడగానే హఠాత్తుగా ఆగిపోయాడు. ఆ ఖైదీని గురించి అక్కడ ఉన్నవారెవరూ శ్రద్ధ వహించడంలేదు. కంఠీరవం ఆశ్చర్యంతో వెంటవచ్చిన వాచ్‌మన్‌ను అడిగాడు. వాచ్‌మన్ నిర్లక్ష్యంగా నవ్వాడు. “రెండేండ్లాయె పిచ్చిలేచి. ఎప్పుడూ అట్ల అంటుంటాడు” అని వాచ్‌మన్ హాస్పిటల్‌లో ప్రవేశించాడు.

తర్వాత ఆ ఖైదీ గురించి కంఠీరవం వివరాలు తెలుసుకున్నాడు. అతడు జేలులో కుట్టుపనిమీద వుండేవాడని, చాలా భయంతో నిర్ణీతమైన పనిచేసేవాడని, అయినా అతనిపై కొందరు తోడి ఖైదీలు చాడీలు చెప్పి అధికారులతో తీవ్రంగా కొట్టించారని, దానితో మానసికంగా ఒకనెలవరకు కృశించి తర్వాత పిచ్చివాడుగా మారాడని, మొదట్లో మంచి దేహదారుఢ్యం కలిగి భయంకరంగా ఉండిన ఒక మరాఠా యువకుడని, అన్నదమ్ముల భూముల పంచాయితీలో అయిదేండ్లు శిక్షపడి జేలుకు వచ్చాడని కంఠీరవానికి తెలిసింది. ఆ రోజంతా కంఠీరవం దిగులుగా గడిపాడు. అన్నం వంటబట్టలేదు. తలచుకొని తలచుకొని కన్నీరు పెట్టాడు.

ఒకనాడు కంఠీరవం తోడి ఖైదీలతో కూర్చుని రొట్టె తింటున్నాడు. గోడ ఆవలినుండి బొబ్బకేకలు వినవచ్చాయి. కంఠీరవం తత్తరపడ్డాడు. రొట్టెను అక్కడవేసి బారెక్‌గేటువద్దకు వచ్చి తలుపులాగి చూస్తే బైట నుంచి గొళ్ళెం పెట్టివుంది. ఏమిచేయలేక పిచ్చివానిలాగా అట్లాగే నిలుచుండి బయట వినబడ్తున్న కేకలు శ్రద్ధగా వింటున్నాడు. కొద్దిసేపటికి కేకలు మూల్గులుగా మారాయి. కంఠీరవం వెనకకు తిరిగి రొట్టె దగ్గరకు వచ్చి నిలుచుండి గేటువైపు దిగాలుపడి చూడసాగాడు. ఇతరఖైదీలు తమకేమీ పట్టలేదన్నట్టు కులాసాగా కబుర్లు చెప్పుకుంటూ రొట్టె తింటున్నారు. కంఠీరవం విచారంతో పచారు చేయసాగాడు. ఇంతలో ఒకఖైదీని ఇద్దరు మోసుకొచ్చితెచ్చి అదే బారెక్‌లో పడేసి వెళ్ళిపోయారు.

ఆ ఖైదీ బోర్ల పడుకుని మూల్గసాగాడు. నల్లగా నిగనిగలాడ్తున్న ఆ యువకుడు ప్రక్కకుపొర్లాలని ప్రయత్నము చేశాడు. కాని సాధ్యపడలేదు! కంఠీరవం వెళ్ళి అతనివద్ద నిలుచుండి దీనంగా చూశాడు. ఇతర ఖైదీలు రొట్టెలు తినడంలోను, చిప్పలుకడగటంలోను లీనమైఉన్నారు. బాధపడ్తున్న ఆ యువకుని గురించి అంతా నిర్లక్ష్యంతో ఉన్నారు. కొద్దిసేపటికి ఇద్దరు వాచ్‌మన్‌లు వచ్చి ఆ యువకుని పిర్రలపై బట్టను తొలగించారు. స్పిరిటుతో శుభ్రము చేశారు. టించర్ ఐడిన్ రుద్ది, నోట్లో మందుపోసి వెళ్ళిపోయారు. ఆ యువకుడు మంటకు తాళలేక పెద్దగా మూల్గాడు. కంఠీరవం తన టోపీతో విసురుతూ ప్రక్కన కూర్చున్నాడు. ఇంతలో ఒక వాచ్‌మన్ ఇన్ని పాలు తీసికొనివచ్చి, ఆ యువకునిముందటపెట్టి, "ఏయ్ బషీర్, పాలు తాగు" అని కంఠీరవాన్ని వింతగాచూస్తూ వెళ్ళిపోయాడు.

కంఠీరవం ఆ పాలను బషీర్ నోటికి అందించాడు. బషీర్ కష్టంగా తలపైకెత్తి పరీక్షగాచూచి, "సలాం మారాజ్" అని ఆయాసపడుతూ పాలు తాగాడు. కంఠీరవం గంభీరంగా తలనాడిస్తూ "సలాం" అన్నాడు. పాలు తాగి బషీర్ మూల్గసాగాడు.

బారెక్ తాళాలు వేసిన తర్వాత బారెక్‌లో చెవులు చిల్లులు పడేటంత సందడిగా ఉంది. కొందరు ఖురాన్ పారాయణం, కొందరు భగవద్గీత, కొందరు బాలశిక్ష, కొందరు పాటల పుస్తకాలు, కొందరు నోటి పాటలు ఈ విధంగా బారెకంతా పల్లెటూరిబడిలాగ గోలగాఉంది. కంఠీరవం బారెక్‌లోని ఈ చేష్టలను

శ్రద్ధగా గమనిస్తూ, అవి తనపై వేస్తున్న ప్రభావానికి బాధపడుతూ, బషీర్ ప్రక్కన విచారంగా కూర్చున్నాడు.

చాలసేపటికి ఆ ఖైదీ మూల్గు ఆగిపోయింది. కునుకు పట్టింది. అప్పుడు కంఠీరవం అక్కడనుండి లేచి తన పక్కమీదికి చేరుకున్నాడు. కాని కంఠీరవానికి రాత్రంతా నిద్రపట్టలేదు. బాధపడ్తున్న ఒక ఖైదీ విషయమై తోడి ఖైదీలు చూపుతున్న నిర్లక్ష్యానికి, వారి మానసిక ప్రవృత్తికి బాధపడ్డాడు. చాలా కష్టంగా ఆ రాత్రి గడిచింది.

ప్రొద్దున్నే అందరితోపాటు బషీర్‌కూడాలేచి నిత్యకృత్యాలు తీర్చుకుంటున్నాడు. కంఠీరవం ఆశ్చర్యంతో బషీర్‌ను చూస్తున్నాడు. దగ్గరికి వెళ్ళి "బాధ పూర్తిగా తగ్గిందా!" ప్రశ్నించాడు. "ఆ తగ్గినట్టే. కొంచెం పచ్చిగా ఉంది. రేపటికి ఆ పచ్చికూడా లేకుండపోతుంది." బషీరు సమాధానమిచ్చి, రొట్టెతీసుకునే వరుసలో కూర్చున్నాడు.

కంఠీరవం బషీర్‌ను వింతగాచూస్తూ అతనిప్రక్కనే కూర్చున్నాడు. అందరితోపాటు రొట్టె తిని తనపనిలో ప్రవేశించాడు. బషీర్, హాస్పిటల్ ముందు పిచ్చివాడు నేతశాలలో పనిచేస్తున్న కంఠీరవం కండ్లలో ఆడుతున్నారు. సాయంత్రం తిరిగి బారెక్‌లోకి చేరుకునేవరకు బషీర్, కాళ్ల గొలుసులు నడుముకు కట్టిఉండి, ఉత్సాహంగా తోటి ఖైదీలతోమాట్లాడుతున్నాడు. కంఠీరవం బషీరువద్దకు వెళ్ళి, "అప్పుడే ఇవన్ని ఏమిటి?" ప్రశ్నించాడు.

"బైటపనికి పంపుతున్నరు. లేకుంటే ఈ జేలోళ్ళు కూసోబెట్టితినిపిస్తారు?" బషీరు అంటూ నెత్తి టోపీతీసి, తెచ్చుకున్న యెంగిలి సిగరెట్లను కింద దులిపి ఏరుకోసాగాడు.

దాంతో బషీరుకు జేలు జీవితం కొత్తకాదని కంఠీరవం తేల్చుకున్నాడు. "రొట్టెవచ్చే వేళయింది. నేను చిప్పకడుక్కోని వస్తా" అని కంఠీరవం నల్లావద్దకు వచ్చి బషీరు పక్కకే కూర్చున్నాడు.

"నొప్పి ఎట్లావుంది? తగ్గిందా?" కంఠీరవం సానుభూతిగా అడిగాడు.

"ఎందుకు నీకింత శ్రద్ధ?" అన్నట్టు బషీరు కంఠీరవాన్ని చూసి, మందహాసముతో, "నాదెబ్బలమీద నీకు చాలాశ్రద్ధవుందే?" అంటూచిప్పలోని నీళ్ళని పీల్చివేశాడు. "సానా దప్పైంది" అన్నాడు.

"బషీర్! నిన్న నీ అవస్థ చూచినప్పటినుంచి నీవంటె నాకు ఓ విధమైన ప్రేమ, సానుభూతి ఏర్పడింది. ఎన్నిదెబ్బలు కొట్టారేం" కంఠీరవం చిప్పను తుడుచుకుంటూ అడిగాడు.

"పన్నెండు దెబ్బలు. అసలు ఇవో దెబ్బలకింద లెక్కనా? కొట్టి కొట్టి పిర్రలు మొద్దుబారిపోయినై. మొదటిసారి దెబ్బలు మాత్రం మరచిపోను. అప్పుడు నాపిర్రలనుచూస్తే నువ్వు గుండెపగిలి చచ్చేటోడివి. నెలరోజులు దవాఖానాలో

లేవకుండ పడ్డాను. చూడటంలే, నే నెట్లా నడుస్తున్నానో? నరాలు పట్టేసినై." బషీరు కొంచెం విచారంగానే చెప్పాడు.

"దేంతో కొడ్తారు? మొదటిసారి ఎన్నికొట్టారు?"

"మొదటిసారి రెండు డజన్లు, రెండోసారి డజన్, ఇప్పుడో డజన్. ఎదురుబెత్తం నూనెలో నానబెట్టి దెబ్బమీదదెబ్బ కొడ్తారు. అప్పుడు డాక్టరు, జేలు పెద్దదొర దగ్గరఉండి కొట్టిస్తారు. మొదటిసారి కొట్టినప్పుడు మూడు దెబ్బలకే బేహోష్ అయిన. అప్పుడు డాక్టరు మందుపోసి, మళ్ళా కొట్టే వరకు పిర్రలు పగిలి చర్మంలేచి వచ్చింది. డాక్టరు దాన్ని కత్తిరించి మళ్ళా నోట్లో మందుపోసి కొట్టించిండట. వాండ్లెన్ని సార్లు ఆ విధంగా కొట్టిన్రో! నాకు మతిలేదు. రెండోనాడు దవాఖానాలో కండ్లు తెరిచిన" బషీరు కొద్దిసేపు గంభీరంగా తలనేలకువేసి విచారంగా నేలవైపు చూచి, "మీ పేరేమంటిరి? నీలకంఠం, ఊఁకాదు, కంఠీరవం. ఒకమాట చెప్త. ఆ దెబ్బలతో నామగతనం కూడా పోయింది" చాలా బాధతో అన్నాడు. "రా అట్లా కూర్చుందాం, రొట్టె వచ్చేవేళయింది" అని బషీరు అనగానే కంఠీరవం లేచాడు. ఇద్దరు వెళ్ళి వరసలో కూర్చున్నారు.

"ఇంతకు నీవు ప్రతి పర్యాయం చేస్తున్న అంతఘోరమైన నేరమేంది?"

"చేసేది దొంగతనమే! మరేమి కాదు. అదే నా వృత్తి అనుకోరాదు? కాని చిన్న వయసోండ్లను మొదట బెత్తపు దెబ్బలు కొడ్తే భయపడి ఇకమీద దొంగతనం చేయరని సర్కారు అనుకుంటదట. కాని నేను మూడుసార్లు జేలుకు వచ్చిన. ఆ బెత్తపు దెబ్బల భయం పోయింది. జేలు భయం అంతకూలేదు. కొన్నాళ్ళు బయట, కొన్నాళ్ళు దీంట్ల. అంతే, అగో రొట్టె వచ్చింది" అని బషీరు అన్నాడు.

రొట్టెలు పంచేవాడు వరుసగా పంచుతూ బషీరు వద్దకు రాగానే. "ఊహుఁ మళ్ళా తయారైనావ్!" అన్నాడు.

"మిమ్ముల సూడంది పొద్దుపోదు మల్లన్నా, సరేగాని ఒక రొట్టె ఎక్కువెయ్యి" బషీరు అన్నాడు.

"నీకు బయట కాలు నిలుస్తాది! జేల్ను ఇల్లు చేసుకుంటరు." అనుకుంటూ ఒక సగం రొట్టెను బషీరు చిప్పలో వేశాడు.

"మీరు ఎప్పటికి ఉంటూంటే మేం మళ్ళీ వస్తుంటం. దాన్దేంలే" బషీరు కొంటెగా నవ్వుతూ సమాధాన మిచ్చి కంఠీరవాన్ని చూశాడు. "అట్లపోయి కూసుందాం రా" అని బషీరు అక్కడనుంచి లేవగానే, కంఠీరవం కూడా అనుసరించి వెళ్ళాడు.

బషీరు ఎక్కువగా తీసుకున్న రొట్టెను కంఠీరవం చిప్పలో వేస్తూ "మాకు బయటికంటే ఇక్కడ్నె దోస్తు లెక్కువున్నారు" అన్నాడు.

"అంత బతిమిలాడి తీసుకున్న రొట్టె నా కిచ్చావేం?"

"నా కెందుకు? నీకోసమే అడిగిన. నేను ఇయ్యాల డాక్టరింట్ల దోసెలు తిన్న."

"జేలుకు రావడం మానుకోరాదు బషీర్!"

"ఏం? ఎందుకు? సరే, నీ వన్నందుకు మానుకుంటననుకో, నన్ను మా వోళ్ళు ఊరికె ఉండ నిస్తారు? వాండ్లను తప్పించుకున్నా పోలీసులు ఊరుకోరు, మాది ఓ పెద్దగుంపు ఉంది. మే మంతా కలసి ఎక్కడ ఎప్పుడు, ఎవరు ఏవిధంగా దొంగతనం చేయాల్నో మాట్లాడుకుంటం. చేస్తుంటం. ఆ గుంపుల చేరినాక ఇంకోపనికి మనసొప్పదసలు" రొట్టెను పిండిచేస్తూ అన్నాడు. "ఇప్పుడు ఈ జేల్లనే ఎంత లేకున్నా ఇరువైమందైనా మావోళ్ళున్నరు. అయ్యో! నీకు పప్పు సాలనట్టుంది గద!" కంఠీరవం చిప్పను చూస్తూ అన్నాడు.

"దెబ్బలుతిని నువ్వు అవస్థపడుతుంటే మీవాండ్లు ఒకడుకూడ పాపమనలేదే?"

"ఇయన్ని మామూలేనాయ్. అన్ని ఎర్కుండే మేమీ పనులు సేస్తుంటం. ఒకడికోసం ఇంకోడు తలపట్టుక్కూసుంటే ఇగ ముందర పడ్డట్టే. అయినా యీ దెబ్బల్తో ఏమైద్ది?" బషీరు నిర్లక్ష్యంగా సమాధానమిచ్చాడు.

"అయితే బషీరు! నీ వూరేదో చెప్పలే!"

బషీరు ముసి ముసిగా నవ్వుతూ కంఠీరవాన్ని చూచాడు. "ఇన్ని యిన్నాక నా వూరు అడుగుతున్నావ్?" అన్నాడు. "ఎక్కడ అందరం కలిసివుంటే అదే మా ఊరు. సమయానికి ఎవరు దొరికితే వాండ్లే మాకు పెండ్లాలు. ఏది దొర్కితే అదే మా సొమ్ము."

కంఠీరవం రొట్టె నములుతూ పరధ్యానంలో ఎదురుగావున్న నల్లా నీళ్ళ ప్రవాహాన్ని పరికించసాగాడు. వాండ్ల జైలు జీవితంపై అసహ్యం కలిగింది. దీక్షగా బషీరును చూడసాగాడు. బషీరు తలవంచుకొని రొట్టె తింటున్నాడు. కంఠీరవం దృష్టి బషీరు చెవుల రంధ్రాలపై పడింది. ఆశ్చర్యపడ్డాడు. "నీ చెవులు కుట్టి వున్నాయే! నువ్వు మహమ్మదీయుడవు గదా! ఇదేంది మరి?" అన్నాడు.

బషీరు వింతగా కంఠీరవాన్ని చూచాడు. అతని ముఖంలో మార్పు కలిగింది. ఏదో జ్ఞాపకం వచ్చినట్లు గంభీరంగా తల నేలకు వేశాడు.

"నీ కులమేంటి బషీరు?" మెల్లగా అడిగాడు.

"ఏం చేస్తవు నాకులం తెలుసుకొని? అయినా అడిగినందుకు చెప్త. కాని ఇంతవరకు నాగురించి నీవోలె పట్టి పట్టి ఎవ్వరు అడగలె. మాకుల మేదైతేం, మా వూరేదైతేం, మా పనులు మేము చేసుకుంటు పోతాం. ఎవరేదైనా చేసేపని ఒకటేనాయ్, మా బతుకులు చాలా తమాషగా ఉంటాయి." బషీరు తల నేలకు వేసుకొని అన్నాడు.

"నా ప్రశ్నలు నీకు కష్టమనిపిస్తున్నయా?"

"నువ్వు దోస్తువని అడుగుతన్నవ్. నాకెరికేలే" అని బషీరు లేచి నల్లావద్దకు వెళ్ళి మంచినీళ్ళు తాగివచ్చి కూర్చున్నాడు. "మాది వరంగల్ జిల్లాల్నో, నల్లగొండ జిల్లాల్నో ఏదో ఊరట. మా అయ్యా, అమ్మా కోమటోండ్లట, నా యజమాని ఒకసారి

కోపంవచ్చి తిడ్తూ, 'కోమటిబుద్ధి పోనియ్యవైతివి' అన్నాడు. అప్పుడు నేను కోమటోన్నని అనుకున్న."

"నీకు యజమాని ఎవరు బషీరు?" మధ్యలో కంఠీరవం ప్రశ్నించాడు.

"నువ్విట్ల ఒక్కొక్కటి అడుగుతుంటే నా కెరుకున్న యన్ని చెప్తేస్త ఇగ."

"నేనిట్లా అడుగటం నీకు కష్టమనిపిస్తె మాత్రం నిన్ను బలవంతం చేయను. నువ్వు ఒక్కొక్కటి చెప్పుతుంటే ఇంకా వినాల్ననిపిస్తున్నది."

"సరే, అయితే నాకు ఆరు ఏడేండ్లు ఉన్నప్పుడు మా ఊరికి ఒక తుర్కగిర్దావరు వచ్చిండట. ఆయన నన్ను సాదుకుంటనని తెచ్చుకుండంట. అప్పుడు సానాకరువుపడి, సానామంది పిల్లల్ను అమ్ముకున్నరటగద. మా వోళ్ళు ఏమన్న పైసలు తీస్కొని నన్ను గిర్దావరకు అమ్ముండొచ్చు. గిర్దావరు తిరిగిన చోట్లన్ని తిప్పిండు. ఆ గిర్దావరు ఊర్కూర్కెనే కొట్టుండేది. అంతరాత్రి దాక ఆయన పనై నిద్రపట్టిందాక నన్ను పడుకోనియ్యకపోయేది. అడ్నించి లేచిపోదామని సానాసార్లు అనుకున్న. ఎందుకో పోబుద్ధిపుట్టలే. గిర్దావరు పెండ్లాం భలేమంచి మనిషుండె. అనికేం రోగమోగాని గిర్దావరు పాపం ఆమెను సుద్ద చావకొట్టేది. ఆమెకు నేనంటే సానా ఇష్టం. మంచిగ సూసుకునేది. ఆమెను గిర్దావరు కొట్టినంత నేను, ఆమె కూసొని ఏడ్చెటోళ్ళం. అట్లనే కొన్నిదినాలు అయినంక, అప్పుడు గిర్దావరు పెండ్లం లేకుండె, గిర్దావరు బాగా తాగొచ్చిండు. పడుకుణ్నోన్ని బూటుతోకొట్టి లేపిండు. చేతిబెత్తం తీస్క ఒళ్ళంతా పగల కొట్టిండు. దెబ్బలు తప్పించుకొని బజారుపొంటబడ్డ. మళ్ళ ఆని ఇంట్లకాలుపెట్టలే. తిక్కటులేకుండ రైలెక్కి భోన్గిర్ల దిగిన. ఆడ ఈడ పైసలడుక్కొని బజార్లపొంట తిరిగేది. ఓనాడు అరుగుమీద పడుకున్న ఎవరో ఇద్దరు నావయసోళ్ళే అరుగుమీద మాట్లాడుకుంటు కూచున్నరు. నన్ను వాండ్లు చీకట్లో చూడలే. ఆరోజు ఎవరికి ఎన్ని పైసలు దొరికింది, ఎన్ని కర్చైంది అడుక్కుంటున్నరు. తెల్లారినాక వాండ్ల దోస్తి కుదిరింది. నేను వాళ్ళతోటి తిరిగిన."

బషీరు సంభాషణ ఆపి కంఠీరవాని చూచాడు. కంఠీరవం కండ్లు నీళ్ళతో మెరుస్తున్నాయి. కన్నీటి చుక్క ముక్కు వెంట జారి, చివరన ముత్యంవలె నిలుచున్నది. "ఏడుస్తున్నావ్! ఎందుకు మారాజ్!" ఆశ్చర్యంగా బషీరు అడిగాడు.

"ఏమిలేదు. నువ్వు చెప్పేది కానియ్." గద్గదస్వరంలో కంఠీరవం అని కన్నీటిని తుడుచుకున్నాడు.

బషీరుకు అర్థంకాలేదు. పిచ్చివానివలె కంఠీరవాన్ని శ్రద్ధగా చూడసాగాడు.

ఇంతలో బారెకులు మూయడానికి జవానులు వచ్చారు. ఇద్దరూ లేచి చేతులు కడుక్కొని లోపల ప్రవేశించారు. ఒకరి పక్కన ఒకరు పక్కలు వేసుకొని వెల్లికిల పడుకున్నారు. బారెక్ సందడిగా ఉంది.

"ఎక్కడ ఆగిపోయిందో అక్కడినుంచి మొదలుపెట్టు" బారెకు కప్పునుచూస్తూ కంఠీరవం అన్నాడు.

బషీరు కంఠీరవం వాక్యాన్ని ఆజ్ఞగా అనుకున్నాడు. కంఠీరవంపైన ఉన్న చనువు భక్తిగా మారింది.

బషీరు తిరిగి మొదలు పెట్టాడు. "మేము కలిసి బిచ్చమెత్తుకొని, మూటలుమోసి బతికెటోళ్ళం. అప్పుడప్పుడు ఆ ఇద్దరు తోటోళ్ళు నాకు సెప్పకుండనే ఎటో పోయేటోళ్ళు. ఎంతడగినా చెప్పకపోయేది. ఒకనాడు ఉర్సులో మేం ముగ్గురం తిర్గుతున్నం. మా దాంట్లో ఒకడు దుకాండ్లో బ్యాట్రీలైటు చేతులు పట్టిండట. దుకాందారు కనిపెట్టి, పట్టుకొని చావకొడ్తాంటే, మేం ఇద్దరం అడ్డంపోయినం. అక్కడ కూడిన జనం తలా ఓ తన్ను తన్ని మా ముగ్గుర్ని పోలీసోళ్ళకు ఒప్పచెప్పిన్రు. ఇష్టమెచ్చినట్టు కొట్టి, వారంరోజులైనాక ఒదలిపెటిన్రు. మా ముగ్గురి దోస్తానా ఇంకా ఎక్కువైంది. ముగ్గురం కలిసి రైలు పెట్టెల్లో బల్బులు, ముసాఫిర్ల మూటలు దొంగతనం చేసేది. ఒకసారి రైలు పోలీసులు పట్టుకున్నరు. దొంగమాలు దొరకకుండా దాసినం. పోలీసోళ్ళు మొకద్దమా నడపటానికి మాలు దొరకదాయె. మేం టికటు లేకుండా రైలెక్కినమని మొకద్దమా నడిపి, మూడురోజులు జేలుకు పంపిన్రు. అక్కడ మాకు కొంతమంది దోస్తులైన్రు. బయట వాండ్ల దోస్తుల కల్సుకొమ్మన్నరు. అప్పటి నుంచి మేం ముగ్గురం వాండ్లతో తిరుగుతున్నం. వాండ్లు చెప్పే పనులు చేస్తున్నం. మా ఇద్దరు దోస్తుల్లో ఇప్పుడు ఒకడేమో గుల్బర్గా జేల్లో ఉన్నడు. ఇంకోడు నాందేడు జేల్లో ఉన్నడు. ఇంకో ఏడాదైతే ఓడు, ఆరు నెల్లకు ఓడు జేలునుంచి వస్తరు. అంత అయిపోయింది. ఇంకేం చెప్పాలె" అని బషీరు కంఠీరవం వైపు చూచాడు. కంఠీరవం కండ్లు మూసికొని వెల్లికిలపడుకొని ఉన్నాడు. కాని అతని కండ్లకొలుకుల్లోంచి నీటిధార తలకింద పెట్టుకొన్న టోపీని తడుపుతున్నది. బషీరు దగ్గరికి వంగి కంఠీరవం ముఖాన్ని పరీక్షిస్తూ చూస్తున్నాడు. కంఠీరవం ఉబికి వస్తున్న దుఃఖాన్ని ఆపుకోడానికి ప్రయత్నిస్తూ ముక్కు పుటాలనుంచి కష్టంగా గాలి విడుస్తున్నాడు. బషీరు నిర్విణ్ణుడయ్యాడు. "మారాజ్", "మారాజ్" అని పిలిచాడు. చేతితో కదిలించాడు. "ఊఁ" అని కంఠీరవం పక్కకు తిరిగాడు. ముక్కు చీది, టోపీతో కండ్లు తుడుచుకున్నాడు. కంఠీరవంతో మాట్లాడటానికి బషీరుకు భయంవేసింది. ఎటూతోచక దిక్కులు చూస్తూ కూర్చున్నాడు. కాసేపు అటూ ఇటూ పచారు చేశాడు. ఇంతలో దూరంగా ఖైదీ నిప్పుకొడ్తున్న చప్పుడైంది. భద్రపరచుకున్న ఎంగిలి సిగరెట్లను చేతితో పట్టుకొని నిప్పుకొడ్తున్న ఖైదీ వద్దకు వెళ్ళి, సిగరెటు ముక్కలు తాగి పక్క దగ్గరికి వచ్చేవరకు కంఠీరవం నిద్రపోయాడు. ఆ రాత్రంతా బషీరుకూడా ఆందోళనలో పడ్డాడు. తన సంగతి చెప్తుంటే కంఠీరవం ఆ విధంగా ఏడ్వటం బషీరుకు తనపైన్నే జాలి పుట్టింది. "నిజమే. అయ్యోవడు, అమ్మెవరు; కులమేంది, దేశమేంది, ఇల్లా ముంగిలా, బతికి ఇంతేకద!" హృదయంలో నుండి ఎవరో అన్నట్టనిపించింది. ఆ విధంగా ఇదివరకెప్పుడు బషీరు హృదయం మాట్లాడలేదు.

కంఠీరవం కొద్ది నెలలకు విడుదల కానుండగా, ఒకనాడు జేలు అధికారి

నేతశాల పర్యవేక్షణకు వచ్చాడు. కింది అధికారితో మాట్లాడుతూనే కంఠీరవం నేతను కనిపెడ్తున్నాడు. అధికారి మాట్లాడుతూ మగ్గం దగ్గరికి వచ్చి కంఠీరవాన్నుద్దేశించి, "చాలా మంచిగా నేస్తున్నావు. విడుదలైనాక బయట హాయిగా పనిచేసుకొని బ్రతకవచ్చు" అన్నాడు.

కంఠీరవం వింతగా అధికారిని చూచి "బయట పనిలేక, దొంగతనం చేసి రాలేదు నేను. నేను ప్రభుత్వ వ్యతిరేకినని జేలుకు పంపారు" అన్నాడు.

"అయితే యింకా మంచిదే. బయట నీకు ఎవరు నేర్పుతారు? ఆహారం పెట్టి, బట్టలు యిచ్చి ఎవరు నేర్పుతారు?" అధికారి గంభీరంగా అన్నాడు.

కంఠీరవం మగ్గందిగి అధికారికి ఎదురుగా నిలుచుండి, "ఆహారం, బట్ట ఇస్తున్నారు. ఒకరి బట్టలు ఇంకొకరు దొంగిలించకూడదు. విధిగా పని చేయాలన్నట్టే విధిగా ఆహారం తినడం కూడా ఖానూను ప్రకారం తప్పదు. జేల్లో ఇవన్ని చెప్పుకొని గర్వించ తగ్గవే. అన్ని చోట్ల, అందరూ ఆచరించాల్సిన విషయాలే. కాని ఇట్టి వ్యవస్థ బయటకూడా ఉంటే మొత్తం సమాజమే బాగుపడుతుంది. కాని మీరు జేలునేరాలకింద క్రమశిక్షణ, కట్టుబాట్ల పేరుతోచేసే మీ హింసా చర్యలు, వాటి ననుమతించే మీ జేలు నియమాలు మాత్రం మనిషిని నిలువునా నాశనము చేస్తాయి." కంఠీరవం సమాధాన మిచ్చాడు.

ఆ అధికారికి కంఠీరవం వాదన సోది అనిపించింది. నిర్లక్ష్యంగా చేతికర్రను వేళ్ళల్లో ఆడిస్తూ "మాకు వాటన్నిటితో పనిలేదు. ప్రభుత్వనియమాలు ప్రకారం పనిచేయడం, చేయించడం మా పని. ఇక్కడ నీవు తెలుసుకున్న మంచి విషయాలను బట్టి ప్రభుత్వం నిన్ను జేలుకుపంపడం మంచిదే అయింది. ఏమంటావు?" అధికారి ప్రశ్నించాడు.

"వృథా ఎట్లవుతుంది?. ఒకవైపు సమాజపు నగ్నస్వరూపం, పరిపాలనా యంత్రం యొక్క భయంకర స్వరూపం స్పష్టంగా చూడగలిగాను. రెండోవైపు ఆదర్శ సమాజ నిర్మాణానికి ప్రాతిపదిక సూత్రాలను తెలిసికొన్నాను. దేశ హితమును కోరేవారిపై ఎంతటి మహత్తర బాధ్యత వుందో కండ్లకు కట్టినట్టు తోచింది. దీనివల్ల యథార్థంగా, ప్రభుత్వం నన్ను జేలుకుపంపి, కొరివితో నెత్తిగోక్కున్నట్టు చేసింది. జేలుకు రాకముందు నాలో వున్న అస్పష్టమైన భావాలు ఇప్పుడు చాలా గట్టిపడ్డాయి" అంటూ మగ్గంమీదినుంచి వేలాడుతున్న దారాన్ని అతికించాడు.

జేలు అధికారి ఆలోచనా ధోరణిలో కంఠీరవాన్ని పరీక్షగా చూశాడు. "ఇంకెన్నాళ్ళుంది నీ శిక్ష?" అన్నాడు.

"రెండునెలలలు ఉండొచ్చు. ఎందుకు? చాలా రోజులు నేను జేల్లో ఉండటం గూడా ప్రమాద మనుకున్నారా?" కంఠీరవం అడిగాడు.

"నీ శిక్ష పూర్తి అయిన ఒక సెకండ్ తర్వాత నువ్వు ఉంటానన్నా ఉంచము" అని అధికారి నవ్వుకుంటూ చుట్టూ వున్న సిబ్బందిని కలయ చూచాడు. కంఠీరవాన్ని

చూచి, "నువ్వు నిజామాబాదు నుంచి యిక్కడికి వచ్చావుకదూ?" అని వెళ్ళి పోయాడు.

విడుదలకాలం సమీపిస్తుండగానే కంఠీరవానికి బయటి జీవితం, అనుభవాలు జ్ఞాపకం రాసాగాయి. తన గ్రామం స్థితేవిధంగావుందో అని ఆలోచించాడు. తల్లిని తలుచుకొని కన్నీరు తీశాడు. అన్నను తలచుకొని ఒక నిట్టూర్పు విడిచాడు. నిజామాబాదు గ్రంథాలయాన్ని, వేదాంతాచార్యులను తలుచుకొన్నాడు. ఆనందంతో ఉప్పొంగి పోయాడు. ఆలోచనా ధోరణిలో ఆ రోజంతా గడిపాడు. సాయంత్రం పని వదలి వెళ్ళి బషీరును కలిసికొంటేగాని కంఠీరవానికి మనస్థిమితం కలుగలేదు.

17

దిమ్మెగూడెం ప్రజల్లో చైతన్యం పెరిగింది. రామభూపాల్‌రావు అంటే బెదురుపోయింది. ప్రజలు తమ నిత్యజీవితములో రామభూపాల్‌రావువల్ల పొందేచిక్కులు పోగొట్టుకోవాల్ననే తహతహ ఎక్కువ కాసాగింది. గ్రంథాలయం ఆ ఊరి ప్రజలకు ప్రధానకేంద్రమైంది. రాత్రిపాఠశాలతోపాటు పగటిపాఠశాలకూడా నడుస్తున్నది. విజయదేవు, పరంధామయ్యల నాయకత్వం, చంద్రయ్య, కొమరయ్యల ముందడుగు, ధైర్యం, పట్టుదల గ్రామప్రజలకు పెట్టనికోటగా పనిచేస్తున్నాయి. గ్రామప్రజల్లో ఉండే అమాయకత్వం, నిరాశ, నిస్పృహలు తొలగసాగాయి. ప్రభుత్వ పన్నులు చెల్లించేప్పుడు మామూళ్ళు యివ్వటం పూర్తిగా ఆగిపోయింది. బహీఖాతాలపై రసీదులు వ్రాయించుకోవడం విధిగా జరిగేది. బేగారి నియమాల ప్రకారం పనివాండ్లకు కూలి డబ్బులు సాధించడంలో కూడా పట్టుదల ప్రదర్శించారు. గ్రామాలకు వచ్చే అధికారులనుండి మొదలే డబ్బు తీసుకొని వారికి కావల్సిన తినుబండారాలను అందించడం మొదలైంది.

ఇక రామభూపాల్‌రావు, వెంకటాద్రి, హైదరలీ ప్రతివిషయం ఐక్యంగా ఆలోచించడం, కామారెడ్డి, నిజామాబాద్ అధికారులతో సంబంధాలు పెంచుకోవడం జరిగింది. వ్యవసాయం, పోలీసుశాఖ వ్యవహారాలకు సంబంధించిన ప్రభుత్వ నియమాల, చట్టాల మార్పులు, వివరాలు ఎంతటి విద్యావంతుడికికూడా పరిపూర్ణముగా తెలిసికోవడము కష్టమైన పని. రామభూపాల్‌రావు, అతని తొత్తులు ఇక ప్రభుత్వ నియమాలను పట్టిపట్టి పరిశీలించడం, దానికి వ్యతిరేకంగా ఎవరుచేస్తారో కనిపెట్టి వారిపై చర్యతీసుకోవడం, న్యాయస్థానాలవెంట తిప్పటం మొదలుపెట్టారు.

ప్రభుత్వ రికార్డుల్లో ఉన్నదానికంటె ఎక్కువ భూమి దున్నారని, వానజాలు నీళ్లు వాడుకుంటున్నారని, గెట్లులను దున్నారని, కొలతరాళ్లు పడిపోయాయని అనుమతిలేకుండా ఇండ్లను మార్చికడుతున్నారని, దున్నలకు ఎద్దులకు మూతాడు

కట్టలేదని, కొమ్ములకు బొడ్డెలు వేయించలేదని, ఈ విధంగా ప్రజలను ఇబ్బంది పెట్టడం మొదలైంది. ఈ చర్యలవల్ల గ్రామీణుల్లో అనుభవము, బాధ్యతలను గుర్తించటం అధికమైంది.

నిజామాబాదులో ఆంధ్రమహాసభ జరుగనున్నటుల పత్రికల్లో వార్తలను చూచి దిమ్మెగూడెం ప్రజలు చాలా సంతోషించారు. పరంధామయ్య, విజయదేవులు నిజామాబాదువెళ్ళి మహాసభకు సంబంధించిన అచ్చుకాగితాలనుతెచ్చి ప్రజలకు చదివి వినిపించారు. ప్రజల్లో ఉత్సాహం ఎక్కువైంది. ఇంతలో మహాసభాహ్వాన సంఘంవారిపేర్లు పత్రికలో రావడం, వాండ్లలో రామభూపాల్‌రావు కూడా ఒకడై ఉండటం చూచి గ్రామప్రజలు ఆశ్చర్యంతో నోరు తెరిచారు. ఎంత ఆలోచించినా అంతుచిక్కలేదు. పరంధామయ్య నిజామాబాదువెళ్ళి రామభూపాల్‌రావు గ్రామంలో చేస్తున్న అన్యాయపు పనులు, కుట్రలు మొదలగునవన్ని ఆహ్వానసంఘ కార్యకర్తలకు, నాయకులకు తెలిపాడు. కొందరు అసహాయతను వెలిబుచ్చారు. కొందరు పరంధామయ్యను తప్పుగా తేల్చారు. "ఈ రోజున మనకు ప్రభుత్వంతో కావాల్సిన సౌకర్యాలు కోరుతున్నాం. మనమెంత ఐక్యంగావుంటే అంత మంచిది. మనం ఊరూరికి శత్రువులను పెంచుకొని పోతూంటే చాలా కష్టము. ఇంకా చాలా చాలా చేయాల్సుంది. రామభూపాల్‌రావు వంటివారి సాయం చాలా అవసరం ఉంటుంది." ఇవి పరంధామయ్యకు దొరికిన సమాధానాలు. దిమ్మెగూడెంలో ఆర్యసమాజము ప్రధాని ఉపన్యాసము వలెనే ఈ సమాధానాలున్నాయని అనుకున్నాడు. పైవాండ్లకు గ్రామ వ్యవహారాలు తెలిసికూడా కండ్లు మూసికొని ఉండటం పరంధామయ్యకు అన్యాయ మనిపించింది.

నిజామాబాదు మహాసభకు రామభూపాల్‌రావు వెళ్ళాడు. అగ్రశ్రేణిలో అందరికి ఆప్తుడుగా వ్యవహరించాడు. వెంట కచ్చడం ఉంది. పనివాండ్లు, ఆడబాపవాండ్లు వెంటనే ఉన్నారు. ప్రత్యేకంగా భోజన వసతి ఏర్పాటు చేసుకున్నాడు.

పరంధామయ్య, విజయదేవులు, కొమరయ్య, చంద్రయ్యలు కూడా మహాసభకు వెళ్ళారు. ప్రేక్షకులుగా కూర్చొని సభాచర్చలను శ్రద్ధగా విన్నారు. గ్రామసమస్యలపై జరిగిన చర్చలు వారికి చాలా నచ్చాయి. కానీ రామభూపాల్‌రావు సభలో పాల్గొనడమే వాండ్లకు అయోమయ మనిపించింది.

నిజాం రాష్ట్రంలో మత పరివర్తనకు సంబంధించిన తీర్మానముపై చర్చ జరిగినప్పుడు జగపతిరెడ్డి ఉపన్యసించాడు. అతడు తన ఉపన్యాసములో నిజామాబాదు గ్రంథాలయ వార్షిక సభానుమతి సందర్భాన ప్రభుత్వ వైఖరి, కంఠీరవంపై అభియోగం మొదలగు విషయాలన్నీ పేర్కొన్నాడు.

ఆ వాతావరణం, చర్చలు దిమ్మెగూడెం నుంచి వచ్చిన పరంధామయ్య మొదలైన వారి కెన్నోవిధాల నచ్చాయి. కాని అందులో తమస్థానమేమిటో తెలిసికోజాలక తికమక పడ్డారు. రెండురోజులుండి తిరిగి దిమ్మెగూడెం వెళ్ళిపోయారు.

రామభూపాల్‌రావు కూడా చాలా ఉత్సాహంగా దిమ్మెగూడెం చేరుకున్నాడు. కొత్త కొత్త వారితో పరిచయం, నాయకులతో కలిసి మెలిసి తిరగడంతో తనఘనత ఇనుమడించిందని ఉబ్బిపోయాడు. విజయదేవు, పరంధామయ్యలు కించబుద్ధి గలవారని, అల్పులని, ఏమీ తెలియని అజ్ఞానులని, ప్రజలను తప్పుతోవలో పెడ్తున్నారని భావించాడు.

ప్రతి సంవత్సరం దిమ్మెగూడెంలో జరిగే చెరువు చింతల హర్రాజుల్లో గ్రామ ప్రజలుకూడా పాటపాడాలని అనుకోవడమేకాని, సమయానికి డబ్బు చేకూరక ముందడుగు వేయజాలలేదు. కాని ఆ సంవత్సరం మొదటినుండే జాగ్రత్తపడి డబ్బు భద్రపరుచుకొని సమయానికై నిరీక్షించ సాగారు.

రామభూపాల్‌రావు, గిర్దావరు, వెంకటాద్రి, హైదరలీ కలిసి మామూలుగా ఆ సంవత్సరంకూడా రామభూపాల్‌రావు పేర పాటను ముగించారు. దొంగ పంజునామా జరిపారు. తొత్తులను సాక్షులుగాను, పంజులుగాను పేర్లు రాశారు. వారిలో వారే వేలి ముద్రలు వేశారు. అంతా ఎవరికి తెలియకుండానే జరిగిపోయింది.

రామభూపాల్‌రావు నాగండ్లు చెరువులోతట్టులో దున్నడం సాగగానే ఊళ్ళో కలవరం బయలు దేరింది. కొమరయ్య, చంద్రయ్య చెరువులోకి వెళ్ళి నాగండ్లను చూచి విభ్రాంతులయ్యారు. వెంటనే పరంధామయ్య, విజయదేవులు రైతులను, ఇతర ప్రజలను తీసికొని చెరువులోకి వెళ్ళి నాగండ్లను విప్పేశారు. దున్నడం ఆగిపోయింది. ఆ సంగతి తెలిసి రామభూపాల్‌రావు వణికిపోయాడు. ప్రజల సాహసానికి నిర్విణ్ణుడయ్యాడు. వెంటనే వెంకటాద్రిని కామారెడ్డికి పంపాడు. గ్రామంలో అశాంతిగా ఉందని, ప్రజలంతా దొమ్మీకి సిద్ధపడ్డారని, రామభూపాల్‌రావు ప్రాణం అపాయంలో ఉందని పోలీసులకు చెప్పి, పోలీసు సిబ్బందితో, మేజిస్ట్రేట్‌తో మరునాడు దిమ్మెగూడెం చేరుకున్నారు.

ఆ వాతావరణంలో గ్రామ ప్రజల ఉద్రిక్తత హెచ్చి పోయింది. మేజిస్ట్రేట్, పోలీసులు రామభూపాల్‌రావు గడీలో ఉపాహారాలు, సమాలోచనలు జరుపుతుండగా ఊరి ప్రజలంతా ఆడ మగ అంతా చెరువులో గుమికూడారు. ఆడవాండ్లు పిల్లలతో ఒక చోట, మగ వాండ్లంతా ఒక చోట గుంపుగా చేరారు. గ్రామ మంతా నిర్మానుష్యమైంది.

మేజిస్ట్రేట్ పోలీసు సిబ్బందితో చెరువులోతట్టుకువచ్చి ప్రజలందరినీ చూచి నివ్వెరపోయాడు. "ఈ పరిస్థితి నాకే కొత్తగా వుంది. ప్రజలీ విధంగా కట్టుబాటు కొచ్చారా?" తనకుతానే అనుకున్నాడు. పోలీసులను ఒకచోట నిలిపివుంచి, మగవాండ్ల గుంపువద్దకు వెళ్ళాడు. పోలీసుఅధికారి పోలీసులను క్రమశిక్షణలో నిలబెట్టాడు. "ఈ విధంగా మీరు యిక్కడికి రావడం చట్టానికి వ్యతిరేకం. అయిదుగురి కంటె ఎక్కువ ఒక చోట కూడి ఉండరాదని ఆజ్ఞాపిస్తున్నాను"

మేజిస్ట్రేట్ గుంపు నుద్దేశించి అన్నాడు. "మీరు వెంటనే యిక్కడి నుంచి కదలకపోతే పోలీసు బలంతో మిమ్ములను చెదర కొట్టాల్సి ఉంటుంది" అన్నాడు.

"ఈ చెరువు హర్రాజు ఎప్పుడు జరిగిందో ఎవరికి తెలియదు. అన్యాయంగా రామభూపాల్‌రావు ఒక్కడే ప్రతి సంవత్సరం చెరువులో సేద్యం చేసుకుంటున్నాడు" విజయదేవు సమాధాన మిచ్చాడు.

"హర్రాజు ఫలానా తారీఖుని జరుగుతుందని చావిడికి నోటీసు కూడా అంటించలేదు. ఊళ్ళో దండోరకూడా చాటించలేదు" పరంధామయ్య అన్నాడు.

"సర్కారువి తనకే కావాలె. మందివి తనకే కావాలె" కొమరయ్య అన్నాడు.

"ఊళ్ళోకి వచ్చినోరు మమ్ముల్ను కూడా విశారించకూడదా? దొర ఏది చెప్పితే అదే మీకు నమ్మకమైతే ఎట్ల పాడైద్ది?" చంద్రయ్య అడిగాడు.

మేజిస్ట్రేట్ శ్రద్ధగా వాండ్ల మాటలను వింటున్నాడు. పోలీసులను వరుసగా కొద్ది దూరంలో నిలబెట్టి, పోలీసు అధికారి మేజిస్ట్రేట్ ప్రక్కకు విధేయుడుగా నిలుచున్నాడు. ప్రజలను ప్రతీకారంతో చూచాడు.

"అవన్ని నాకు తెల్సు. హర్రాజుకు సంబంధించిన కాగితాలన్ని చూచాను. వాటి వివరాలు మీకు చెపితే లాభం లేదు. ఏది ఎట్లున్నా మీరీ విధంగా ఉద్రేకంలో ఉండటం గ్రామ శాంతి దృష్ట్యా చాలా ప్రమాదకరం. కాబట్టి మీరు వెంటనే చెదిరిపోవడం మంచిది. మీకు అయిదు నిమిషాలు అవకాశ మిస్తున్నాను. ఈ సంగతి మీ ఆడవాండ్లకు చెప్పి ఇండ్లకు పంపండి" అధికార ధ్వనిలో మేజిస్ట్రేటు అన్నాడు.

"గ్రామ క్షేమం, ప్రభుత్వ కర్తవ్యాన్ని మేము మరిచిపోలేదు. కాని రామభూపాల్‌రావు ప్రజలను ఈ విధంగా రెచ్చగొడ్తుంటే అతడిని అదుపులో పెట్టక, మమ్ములను బెదిరించడం ఎంతవరకు న్యాయం?" విజయదేవు ప్రశ్నించాడు.

"దొరకింద నలిగి నలిగి, విసిగి, వేసారి, ఎండుగడ్డి వలె ఉన్నారు ప్రజలు. వాండ్లపై మీరు తుపాకులు కాలుస్తారా? ఎండుగడ్డి కాల్తె ఏమవుతుంది? కాబట్టి మీరు శాంతంగా ఆలోచించండి. ప్రస్తుతం ఈ భూమిని ఎవరు దున్నకుండా ఆపివేయండి. హర్రాజు ఎప్పుడు జరిగింది? ఎవరు పంజులు? ఎవరు సాక్ష్యులు? ఇవన్ని విచారణ జరుగాలె," పరంధామయ్య అన్నాడు.

"ప్రభుత్వ నియమాలను, ప్రజా శ్రేయస్సును ప్రక్కకుతోసి ప్రజలను పశువులుగా తలచే ఈ కొద్దిమంది గ్రామాధికారులే మీ ప్రభుత్వ బొక్కసం నింపుతున్నారనుకోండి. ప్రజలపై అన్యాయాలు చేసి, కాల్చి చంపి, జేళ్ళకు పంపి, గుట్టలను , రాళ్ళను పారిపాలిస్తుందా?" విజయదేవు వాదించాడు.

మేజిస్ట్రేట్‌కు వాళ్ళ వాదనాబలం నచ్చినా, పైకి మాత్రం బింకం చూపాడు. "సరే, మీరన్నట్లే దున్నడం ఆపేస్తాను. కాని ఒక విషయం మాత్రం మీకు గట్టిగా చెప్పుతున్నాను. ప్రజలేమైన చేయరాని పనులుచేసి, అశాంతి కలిగిస్తే మాత్రం ప్రభుత్వం చూస్తూ ఊరుకోదు. మీరంతా చీమల్లాగా మాడిపోతారు. జాగ్రత్త" అంటూ

మేజిస్ట్రేట్ ఊళ్ళోకి వెళ్ళాడు. సిబ్బందితో పోలీసు అధికారికూడావెళ్ళి రామభూపాల్‌రావు ఇంట్లో బసచేశాడు. మేజిస్ట్రేట్ మూడు రోజుల వరకు 144 సెక్షన్ ఆ గ్రామంపై మోపి వెంటనే ఊరు విడిచి వెళ్ళిపోయాడు. మూడురోజుల వరకు పోలీసు సిబ్బంది ఊళ్ళో ఉండి వెళ్ళిపోయారు.

నాటి సంఘటన దిమ్మెగూడెం ప్రజలకు మరువరాని విషయమైంది. అంతమంది పోలీసులు ఒకవైపు, మొత్తం గ్రామం ఒకవైపు బలాబలాలు చూచుకోవడం, రామభూపాల్‌రావు చెరువు దున్నడం ఆగిపోవడం, గ్రామీణులకు పట్టరాని, ఊహింపజాలని సంతోషం కలిగించింది.

ఈ వార్త పత్రికలకు కూడా ఎక్కింది. ఆ వార్తాపత్రిక దిమ్మెగూడెం వచ్చిననాడు గ్రంథాలయమంతా జనులతో కిటకిటలాడింది. ఆ వార్తను కత్తిరించి ఒక అట్టకు అతికించి గ్రంథాలయం గోడకు వేలాడ కట్టారు. ఎన్నోసార్లు చదివి వినిపించారు. ఆ రోజు గ్రామానికి పర్వదినమైంది.

చెరువు హక్రాజు విషయంలో తహశీలు కచేరీలో విచారణ జరిగింది. రామభూపాల్‌రావు, వెంకటాద్రి, హైదరలీ వేలిముద్రలు వేసిన వారిని పిలిపించి వాజ్మూలాలు తీసుకొన్నారు. గిర్దావరును తాత్కాలికంగా ఉద్యోగం నుండి తీసివేశారు. విచారణ పూర్తి అయినాక రామభూపాల్‌రావును తహశీల్‌దారు పిలిపించుకొని ఏకాంతంగా చాలాసేపు మాట్లాడాడు.

"చూశారా! మీ కేమీ చెప్పవలసిన అవసరం లేదు. ఏదో జరిగి పోయిందనుకోండి. మీకు అగౌరవం జరిగినా, అప్రతిష్ట కలిగినా ప్రభుత్వానికి కలిగినట్టే. ఇది మీకు మాత్రమే సంబంధించిన విషయమనుకోకండి" తహశీలుదారు ఉపశమన వాక్యాలు పలికాడు.

"మా గ్రామం సంగతి మీకు తెలియందా? ఎంత శాంతంగా ఉండేది? ఆర్యసమాజమని ఒకడు, గ్రంథాలయమని ఒకడు ఊరికి దాపురించారు. కొత్త కొత్తవి లేవదీస్తున్నారు." రామభూపాల్‌రావు వినయంగా అన్నాడు.

"విజయదేవును పిలిపించింది మీరనే విన్నానే?" గంభీరంగా కలము పాళీని పరీక్షిస్తూ తహశీల్దారు అన్నాడు.

రామభూపాల్‌రావు తత్తరపడ్డాడు. గుటకలుమింగాడు. "అదేతప్పు జరిగింది."

"అక్కడే వస్తుంది చిక్కు. తాత్కాలికంగా ఏవేవో జరుగుతుంటాయి. వాటిని తెలివిగా అర్థం చేసుకొని ప్రభుత్వానికి అండగా గ్రామాల్లో మీరు ఉంటూండాలె. ఎవరోవచ్చి వాండ్లకు తోచినది ప్రచారము చేసుకున్నారు. ఇష్టమున్నవాండ్లు మహమ్మదీయులైనారు. అప్పుడు మీ వైఖరి, పట్టుదల నాకేమీ నచ్చలేదు. మీగురించి ప్రతిరోజు నాకు తెలిసిన విషయాలనుబట్టి నేనేమైనా చేయగలవాడిని. కాని మీకు, నాకుగల పరస్పర విశ్వాసం, వాత్సల్యం, మీ వంశప్రతిష్ట, గౌరవమును దృష్టిలో పెట్టుకొని నేను చేయక ఊరుకున్నా. తుదకు మీకు, మీ మెడకు చుట్టుకున్నాయి చూడండి" తహశీల్దారు కలము నుద్దేశించి చెప్పసాగాడు.

రామభూపాల్‌రావుకు గొంతు నొక్కినట్లైంది. మత పరివర్తన కాలంలో తాను తప్పుచేయలేదని హృదయం అంటున్నది. కాని దాని పరిణామం ఈ విధంగా ఉంటుందని ఊహించకపోవడం తెలివితక్కువేనని పశ్చాత్తాపపడ్డాడు. "ఇట్లవుతుందని నా చిన్నబుద్ధికి తోచలేదు" చేతులు పిసుక్కుంటూ అన్నాడు.

"అవన్నీ ఇప్పుడు మీకు జ్ఞాపకంచేసి మిమ్ములను బాధించడం నా అభిప్రాయం కాదు. ఇక ముందైనా జాగ్రత్తగా ఉండాలని నా అభిప్రాయం. ఎప్పుడూ నావంటి అధికార్లే రారుకదా?" అని తహశీల్దారు బల్లమీద కాగితాలను పరిశీలించసాగాడు. "ఇంకొక విషయం" తిరిగి తహశీల్దారు హితవు చేశాడు. "విజయదేవుతో పోయిన పీడను పోనీయక, ఆర్యసమాజ మంత్రిని పిలిపించడం, మొన్నటి ఆంధ్రమహాసభలో మీరు సభ్యులుగా ఉండి పనిచేయడం ఏమిటి చెప్పండి. నా అభిప్రాయంలో మీరు వెంకటాద్రి సలహాలను ప్రమాణంగా తీసుకుంటున్నారు. అతనికి చేతినిండా ఎప్పుడూ పని ఉంటుండాలె. సరే, ఇవన్నీ గ్రహించాల్సిన విషయాలు. చెప్పితే రావు. అసలు సంగతేమంటే మీగ్రామక్షేమం, మీ ప్రతిష్టను కాపాడటానికైనా మీరూ హైదరలీ కలసి ఉండటం చాలా మంచిది. ఇప్పుడు కలసిమెలసి ఉంటున్నారనే తెలిసింది. మనసుల్లో కూడా కపటాలు లేకుండాలె. తర్వాత సంగతేమంటే, ఈ హర్రాజు విషయంలో చాలా తెలివిలోపం జరిగింది. ఊళ్ళో పరిస్థితు లావిధంగా ఉంటే మీరు మామూలుగా ప్రవర్తించారు. సరే, జరిగిందేదో జరిగింది. ఇంతవరకు పెరిగిపోయిన తర్వాత పరిస్థితులను జాగ్రత్తగా ఒక మార్గములోకి తేవాల్సుంటుంది. కాబట్టి ఆరు నెల్లవరకు హైదరలీని పట్వారీగా నియమించబోతున్నాను. ఇది పరిపాలనదృష్ట్యా జరిగే వ్యవహారము మాత్రమే. ఇందులో మీరు వేరేవిధంగా భావించవద్దు. హైదరలీ మీవాడేగా! మీ చెప్పుచేతల్లోనే ఉంటాడులేండి. ఇక మీరు వెళ్లొచ్చు. ఆఁ మరిచిన. తోట్లో మామిడిపళ్ళు బాగా కాసినవా? ఈ వేసవికాలంలో వారం పదిరోజులు మీ తోట్లో మకాం వేద్దామనుకొంటున్నాను" అన్నాడు తహశీల్దారు.

"తప్పకుండా దయచేయండి. మహాసంతోషము" రామభూపాల్‌రావు అని మూడుసార్లు వంగి సలాం పెట్టబోతూ, "మా ఊరును అదుపులోకి తేవాలె ప్రభూ! ఏదైనా మార్గం కనిపెట్టాలె" అన్నాడు.

"అదెంతపని. నేనుకూడా ఆ విషయం తీవ్రంగా ఆలోచిస్తున్నాను" తహశీల్దారు తల ఎత్తకుండానే సమాధానమిచ్చి తన పనిలో లీనమైనాడు.

రామభూపాల్‌రావు వెళ్ళిపోయాడు.

ఆ సంవత్సరం చెరువు హర్రాజు తిరిగి జరుగదని గ్రామీణులకు తెలిసింది. గిర్దావరును ఉద్యోగమునుండి తాత్కాలికంగా తొలగించినట్టు, రామభూపాల్‌రావును కూడా ఆరునెలల వరకు పట్వారి పనినుండి తొలగించినట్టు పత్రికకు పంపిన వార్తతోపాటు హైద్రాబాదు జేలునుండి కంఠీరవం విడుదలైన వార్తకూడా ప్రకటించబడింది. ఆనాడు దిమ్మెగూడెంలో వెల్లివిరిసిన ఉత్సాహం చెప్పనలవికాదు.

కంఠీరవముతో ముఖపరిచయము విజయదేవుకు కలుగలేదు. పరంధామయ్య చేసే ప్రశంసలు, కొమరయ్య తెలిపిన విషయాలు కంఠీరవంపై విజయదేవుకు గౌరవభావం కలిగించాయి. కంఠీరవం గ్రామం వదలిపోయిననాటి వివరాలు, నిజామాబాదుకు తీసికెళ్తూ అంజుమన్ నాయకులు, పోలీసులు చేసిన అవమానకర చర్యలు, పోలీసు నిర్బంధంలో జరిపిన హింసాచర్యలు కొమరయ్య చెప్పుతూ ఆవేశం పొందాడు.

ఆండాళమ్మ, తాయమ్మ కంఠీరవం విడుదల వార్తవిని ఎప్పుడు చూస్తామా అని తహతహ చెందారు. కంఠీరవం విషయమై గ్రామీణులు చూపుతున్న శ్రద్ధాభక్తికి వెంకటాచార్యులు బెదిరిపోయాడు. రామభూపాల్‌రావుకు, తనకు వ్యతిరేకంగా ప్రజాబలంతో ఏమేమి చేస్తారోఅని బెంగటిల్లాడు. పరంధామయ్య కంఠీరవాన్ని తీసికొని రావటానికై నిజామాబాదుకు వెళ్ళాడు. కాని కంఠీరవం హైద్రాబాదులోనే ఉండటంవల్ల నిరాశతో దిమ్మెగూడెం చేరుకున్నాడు.

18

కంఠీరవం శిక్ష ముగిసిన తేదీకే తలవని తలంపుగా బషీరు శిక్ష కూడా ముగియడంతో ఇద్దరూ ఒకేనాడు విడుదలయ్యారు. కంఠీరవం బషీరును వెంటబెట్టుకొని మోహనాచారి బసకు బయలుదేరాడు. నిజామాబాదు మోహనాచార్యులు వకీలుగా అక్కడే ఉన్నాడు.

"బషీర్! నువ్వు మీవాండ్ల పొత్తు వదలుకొని నా వెంట రారాదు? నీకు నేను, నాకు నువ్వు నేటినుండి రక్షకులం. నువ్వు నామీద విశ్వాసముంచితే నీకొక కొత్త ప్రపంచాన్ని చూపిస్తా. ఏమంటావు?" నడుస్తూ కంఠీరవం అన్నాడు.

బషీరు మాట్లాడకుండా కంఠీరవాన్ని అనుసరించాడు.

కంఠీరవం వెనక్కు తిరిగి బషీరు వీపుపై చెయ్యి వేసి, "నామీద నీకు నమ్మకం లేదా!" ఆప్యాయంగా అడిగాడు.

"అదిగాదు మారాజ్! ఏమీతోచక ఆలోచిస్తున్నా" బషీరు దీనంగా అన్నాడు.

"ఆలోచించుకో. ఇందులో తొందరేముంది? మరి ఇప్పుడు నావెంట వచ్చి అన్నం తినరాదూ? ఇది కూడా ఆలోచించాల్నా?" కంఠీరవం ప్రశ్నించాడు.

బషీరు మందహాసం కురిపించి, "సరే" అని కంఠీరవం వెంట వెళ్ళాడు.

కంఠీరవం వెళ్ళేవరకు మోహనాచార్యులు తోడి వకీలైన వెంకటేశ్వర్రావుతో మాట్లాడుతూ కూర్చున్నాడు. కంఠీరవాన్ని చూడగానే మోహనాచార్యులు "ఎప్పుడు అన్నగారు విడుదల?" అని అమాంతం కౌగిలించుకున్నాడు. ఇద్దరికి కండ్లల్లో నీళ్ళు తిరిగాయి. వారి కన్నీటికి వెంకటేశ్వర్రావు, బషీరు దిగ్భ్రాంతులై ఒకరి నొకరు

చూచుకున్నారు. మోహనాచార్యులు కన్నీరు తుడుచుకుంటూ "కూర్చోండి అన్నగారు" అని కుర్చీ చూపించాడు.

కంఠీరవం బషీరుకు కుర్చీ చూపించి, తానుకూర్చున్నాడు. "ఇతడు నా జేలు మిత్రుడు బషీర్" అని, "వీరి పరిచయం?" వెంకటేశ్వర్రావును గురించి మోహనాచార్యుల నడిగాడు.

"క్షమించండి, వీరునామిత్రులు, తోటివకీలు వెంకటేశ్వరావుగారు" ముఖం వెంకటేశ్వర్రావువైపు తిప్పి, "కంఠీరవంగారు వీరు. మాకు ఆప్తబంధువులు, సహృదయులు, మా నిజామాబాదు గ్రంథాలయం అభివృద్ధి కావడానికి వీరు చాలా కృషి చేశారు. నేను బహుశః ఒకసారి చెప్పి ఉంటాను - మనస్టేటులో మొదటి సారిగా జరిగిన రాజద్రోహ నేర విచారణ అని" మోహనాచార్యులు చెప్పి, ఇంకా ఏమో అనబోతుండగా, వెంకటేశ్వర్రావు మధ్యలో, "పుస్తకంలో దఫాతప్పుగా అచ్చయిందని సర్కారువకీలు అన్నడంటిరి ఇదే కదు?" అనగానే "అదే" అని కంఠీరవం అందుకున్నాడు. అంతా ఫక్కున నవ్వారు. బషీరు నల్లగా, చినిగిన దుస్తులతో ఆ వాతావరణంలో ఇముడకుండ కూర్చున్నాడు.

"ఐతే అన్నగారు! మరి మనం భోజనం చేసుకుంటే" అని మోహనాచార్యులు కుర్చీలోంచి లేచాడు. లోపలికి వెళ్ళి గడపల్లో నిల్చుండి బషీరును శ్రద్ధగా చూచాడు.

"మరి స్నానం చేసుకుంటే పని తీరిపోతుంది. ఇంతలో భోజనం కూడా వస్తుంది" అని వెంకటేశ్వర్రావు అనగానే కంఠీరవం బషీరును లెమ్మని సైగ చేశాడు. బషీర్ దగ్గరికి వెళ్ళి, "ఈ బట్టలకు ఇంత నిప్పు ముట్టించి అవతల పారేయ్. పీడపోతుంది. నీకు వేరేబట్టలు ఇప్పిస్త" అని కంఠీరవం అంటుండగా గడపల్లో నిలుచ్ను మోహనాచార్యులు సైగ చేసి పిలుచుకున్నాడు. "బషీరున్నాడే, మరి అతను కూడా భోజనం చేయలేదుగా?" భావగర్భితంగా అడిగాడు.

"అవును. భోజనం చేయలేదు" కంఠీరవం అన్నాడు.

"అయితే సరే, ఇక్కడ పెడ్తాం" అని మోహనాచార్యులు ఆఫీసు గదిని చూపించాడు.

ఆ మాట వినగానే కంఠీరవం తలదిమ్మెక్కింది. చాలాబాధపడ్డాడు. తల వంచి గంభీరంగా ఆలోచనలో పడ్డాడు. వర్ణ భేదాలు, కుల కట్టుబాట్లు, ఉచ్చనీచ భావాలెంత అగాధాన్ని నిర్మిస్తాయో కొట్టవచ్చినట్టు స్ఫురించాయి. తన మనోవేదనను, మోహనాచార్యులు మనసును నొప్పించకుండా తెల్పాలని కంఠీరవం ఆలోచిస్తున్నాడు.

కంఠీరవం ముఖ వైఖరికి మోహనాచార్యులు ఆశ్చర్యపడి, "ఏమిటి అన్నగారు? అంత తీవ్రంగా ఆలోచిస్తున్నారేం?" ప్రశ్నించాడు.

కంఠీరవం దీనంగా తలెత్తి మోహనాచార్యుల కండ్లల్లో కండ్లు నిలిపి, "మీరు వేరువిధంగా భావించవద్దు. మీరెంత నాకు ఆప్తులో, గౌరవనీయులో బషీరు కూడా అంత కావలసిన వాడు. అతడిని నాతో దూరంగా ఉంచజాలను. జేలు జీవితములో

మేము ఒకరి 'కొకరం కలిసిపోయాం. ఇక ముందు అతడ్ని నా సహచరునిగా చేసుకోవాలని అనుకుంటున్నాను" గంభీరంగా అన్నాడు.

మోహనాచార్యులు కంఠీరవం భావాలతో ఏకీభవించక పోయినా కంఠీరవం వేదనకు చలించాడు. "అంత మాత్రానికి మీరంత బాధ పడటం దేనికి?" అన్నాడు.

"క్షమించాలె. నాకు బషీరుపై గల ప్రేమతో ఆవిధంగా అన్నాను. అంతేకాని మీ విశ్వాసాలను, పట్టుదలను నేను వెక్కిరిస్తుననుకోకండి. నే నెరుగని ఆచారాలు కావుగా? అయినప్పటికి నా జేలు జీవితంలో వాటిపై శ్రద్ధ, విశ్వాసము సడలిపోయింది. కల్పితములైన అడ్డగోడలనిపించాయి" కంఠీరవం దీనంగా అన్నాడు.

"అవును. అంతే, ప్రతిది విశ్వాసం మీదనేగా ఆధారపడేది? ఏదైనా పట్టింపులు పెట్టుకుంటేనే మరి... అయినా ఆడవాండ్లు కూడా లేరు. వెంకటేశ్వర్రావు ఏమంటాడో కనుక్కుంటా" అంటూ హడావుడిగా వెంకటేశ్వర్రావు వద్దకు వెళ్ళాడు.

'నీకా పట్టింపులు లేవుగాని, మరి అందరం ఒక చోటనే కూర్చొని తిందామంటావా?" వీపుపైన చేతితో నిమురుతూ వెంకటేశ్వర్రావును అడిగాడు.

"ఇంటి నీడ పట్టున కదలకుండ కూర్చొని, అయ్య సంపాదిస్తుంటే అయ్యగారు మింగుతుంటే, అన్నీ సాగి వస్తుంటాయి. నేను దేశ దేశాలు తిరిగి అష్టకష్టాలు పడ్డవాడిని. ఇవన్ని పెట్టుకుంటే ఎన్నడో ఏమో అయిపోయే వాడిని. ఇక మీనవేషాలు లెక్కపెట్టక తమరు టిఫిన్ క్యారియరు తీసికొని వేగిరం వెళ్ళి రండి, ఆఫీసు వేళవుతున్నది" వెటకారంగా వెంకటేశ్వర్రావు అన్నాడు.

"నే నిప్పుడే వస్తాను" అని టిఫిన్ క్యారియరుతో మోహనాచార్యులు వెళ్ళిపోయాడు.

కంఠీరవం, బషీరు, వెంకటేశ్వర్రావు నల్లా వద్దకు వెళ్ళి స్నానాలు మొదలు పెట్టారు. వెంకటేశ్వర్రావు తన ధోతి, అంగీ తెచ్చి బషీరుకు ఇచ్చాడు.

"మన ఆచారాలు, సంప్రదాయాలు, కట్టుబాట్ల వెనుక ఉత్తమమైనట్టి ఏదైనా ఆశయమో, లక్ష్యమో వుందని మీరనుకుంటారా?" కంఠీరవా న్నుద్దేశించి వెంకటేశ్వర్రావు అన్నాడు.

"ప్రతి దానికి అట్లా వుంటుందనుకోను. కొన్నిటికి ఉన్నప్పటికి వాటి మూలసూత్రాలు అడుగునపడి, కోతి రూపులు మాత్రం నిలచిపోయాయి" అని కంఠీరవం బషీరు వైపు వెంకటేశ్వర్రావు దృష్టిని మరల్చాడు. "ఇతని విషయమే చూడండి. ఇతని తల్లిదండ్రులు, వారెంత బీదవారైనా సహజ ప్రేమతో పెంచి వుంటారుకదా! కాని కటిక దారిద్ర్యానికి తాళలేక ఒక గిర్దావరుకు అమ్ముకున్నారు. చెడ్డ సావాసముతో దొంగల గుంపులోచేరి, దరి దాపులేని అనాథ జీవుడుగా అలమటిస్తున్నాడు. గర్భిణి అయింది మొదలు సంపూర్ణ విద్య అలవడు వరకు తన సంతానాన్ని ఆదర్శనీయులుగా చేయవలసిన తల్లి, కన్న కొడుకును పోషించలేక పొరుగు వారికి వదిలి వేసింది. విద్య నేర్పని తల్లిదండ్రులు శత్రువులతో సమానమని

మన పెద్దలు శాసించారు. ఇంత ఉన్నతాదర్శమును, కర్తవ్యమును బోధించు మన సభ్యత, సంస్కృతి ఇతని తల్లిదండ్రుల్లో లోపించింది. దరిద్ర పిశాచానికి తాళలేక ఎంత ఘోరమైన పనిచేశారో చూడండి. తల్లిదండ్రులు భారము తగ్గించుకో చూచారే కాని బాధ్యతలను వదులుకొన్నట్టేగా? ఇదేమీ రహస్యంగా జరగడంలేదు. నిరాఘాటంగా జరుగుతున్నాయి. ఇట్టి వెన్ని జరుగుతున్నాయో! ఎవడైనా ఆప కలుగుతున్నాడా?" అని కంఠీరవం ఒక నిట్టూర్పు విడిచాడు. "ఇక మనకు మిగిలినవి మత వైషమ్యాలు, ఉచ్ఛనీచభావాలు, ధనిక దరిద్ర తారతమ్యాలు, స్వార్థంతోకూడిన భోగలాలసత్వం, అహంకార, ఆడంబరం. వీటన్నిటి ఫలితంగా బషీరువంటి నికృష్టజీవులు, నేటి అరాచక సమాజము అవతరించాయి" అని అన్నాడు.

కంఠీరవం మాటల్లోని తీవ్రతకు వెంకటేశ్వర్రావు నిర్విణ్ణుడై నిలబడి చూడసాగాడు.

కంఠీరవం స్నానం ముగించుకొని, ఒళ్ళు తుడుచుకుంటూ, బషీరును చూచాడు. బషీరు స్నానం కూడా అయిపోయింది. వెంకటేశ్వర్రావు కంచాలు, ప్లేట్లు తెచ్చి నల్లాకింద పెట్టి నీళ్ళు వదిలాడు. "నేను కూడా ఒక్కొక్కప్పుడు ఆలోచిస్తుంటాను. ఆశ్చర్యం కూడా వేస్తుంది. జరిగిపోయిన పాత కాలపు విషయాలు, విజ్ఞానము, విమర్శనా శక్తిని పరిశీలిస్తే వేలుపెట్టి వంక పెట్టడానికి వీలుకాని ఎన్నో గొప్పగొప్ప విషయాలు తెలుస్తుంటాయి. అన్ని కలిగివుండి కూడా మనమీ స్థితికి ఎట్లా వచ్చాం? ఇంతవరకు కనిపెట్టకుండా మహా మహా మేధావులు ఏం చేస్తుండిరో అనిపిస్తుంది" అన్నాడు.

"అసలైన ప్రమాద మొకటి జరుగుతూ వచ్చింది. ప్రతివాడు ఎల్లప్పుడూ ఏదో కొత్తది కనిపెట్టాలని ప్రయత్నించడం, తన లోపాలను గ్రహించేకంటే ఎదుటివాని బలహీనతలను ఎత్తిచూడడం గొప్పతనంగా చెలామణి అవుతూ వస్తున్నది. అది ఆగనంతవరకు నేటి అరాచకాన్ని ఆపజాలమని నా ధృఢవిశ్వాసం." కంఠీరవం అన్నాడు.

ఇంతలో మోహనాచార్యులు టిఫిన్ క్యారియర్ తీసుకొని వచ్చాడు. అంతా ఎదురుబడి కూర్చొని భోజనం మొదలు పెట్టారు.

"నేటిదినం మన జీవితంలో మరువరాని దినం." మందహాసంతో వెంకటేశ్వర్రావు అన్నాడు.

"నాకు ఎన్నాళ్ళకో దొరికిన ఈ కొత్తరకమైన ఆహారం కూడా మరువరానిదే" కంఠీరవం అనగానే అందరూ నవ్వాడు.

"బషీరుగారు! సిగ్గుపడకండి, మీకు మేమేమొ కొత్త. మీమారాజుకు, మాకు ఏమీ భేదం లేదనుకోండి. మనమంతా ఒకటే" వెంకటేశ్వర్రావు బషీరును చూస్తూ అన్నాడు.

"మాకు కొత్త, పాత ఏమీ ఉండదు. అట్లనుకుంటూ కూర్చొంటే మేం బ్రతకటంకూడా కష్టం" నవ్వుతూ బషీరు అన్నాడు.

"అవునుమరి! అంతా తమదేనని, అందరూ పాతవాండ్లేనని అనుకుంటేనేగాని మీ దొంగతనాలు సాగవాయె" కంఠీరవం భళ్ళున నవ్వి బషీరు వీపు నిమిరాడు.

"తనదంటూ ఒకటి లేనపుడు అంతా తనదని అనుకోక తప్పదు." వెంకటేశ్వర్రావు వెంటనే అందుకున్నాడు.

మోహనాచార్యులు ప్రసంగంమార్చి "అయితే చెప్పరూ అన్నగారు! జేలు జీవితమెట్లా గడిచింది?" అని అడిగాడు.

"గడవటానికేం, బాగానే గడిచింది. కాని మనం బయట చూస్తున్న అవకతవకలు, నిరంకుశత్వం, నీచపు అలవాట్లు రెట్టింపు వికృతరూపంలో వీరవిహారం చేస్తుంటాయి. మొత్తం జేలు వ్యవస్థను క్లుప్తీకరించి చెప్పుతున్నాను. భయంకరమైన, భీభత్సమైన ప్రపంచ మనుకోండి. నా జేలు జీవితములో, జేలులోని ప్రతి సంఘటనను పరీక్షించి, తరచి చూచేవాడిని. ప్రతి ప్రభుత్వం తన దేశమును గురించి గొప్పగా చెప్పుకునే సుఖ సంపదలు, నీతి నియమాలు, పరిపాలనా సౌష్టవం కండ్లార చూడాలంటే జేలులో నగ్నంగా చూడవచ్చును. ఇల్లాలు సంగతి ఇంటిగోడలే చెప్పుతున్నట్లు జైలులోని ఖైదీల గాధలే మన మేవిధంగా ఉన్నామో తెలిసికోడానికి సజీవ ప్రమాణాలు. నాజీవితాంతం వరకు నేను మరువజాలని ఘోర సంఘటనలను జేలులో చూచి బెదరిపోయాను. నేటి అరాజకపు సమాజ తాకిడికి తట్టుకోలేక ఏదేని కారణంతో జేలునాలుగుగోడల్లోకి చేరినవాడు మనోనిబ్బరం, ఆత్మవిశ్వాసం కోల్పోయాడంటే వాడు బయటికి వచ్చేవరకు అతడి నైజమే నశిస్తుంది. అతని ఆలోచనలే మారుతాయి. అతని నైతికస్థాయి దెబ్బతింటుంది. అతని పరిసరాలే మారుతాయి. పొగాకు పొగకు మూతి విరిచేవాడు గంజాయికి దాసుడవుతాడు. బంగారం దొంగలించ సాహసం లేనివాడు ఎంగిలి బీడీలకొరకు వెతుకుతుంటాడు. సత్యమే ఆశయంగా పెట్టుకున్నవాడు అసత్యమే ఆదర్శంగా చేసుకుంటాడు. పదిమందికి అన్నం పెట్టి ఆనందించేవాడు ఇతరుల నోటి ముందరి అన్నాన్ని అపహరించ చూస్తాడు. కడుపునిండా అన్నం పెట్టి ఆదరించేవాడు అడిగినా లేదని ఈసడిస్తాడు." ఇంకా కంఠీరవం చెప్పబోతుండగా, మోహనాచార్యులు కంఠీరవాన్నుద్దేశించి "అన్నగారు! అన్నం తినడం మానుకొని మాటల్లో పడ్డారు" హెచ్చరించాడు.

"అవును మారాజ్! ఈ మారాజ్ ఇక్కడ ఈమాత్రం మాట్లాడుతున్నాడు. జేల్లో మాట్లాడేది తక్కువ, ఏడ్చేది ఎక్కువగా ఉండేది. ఇప్పుడు మీరు దోస్తులు కనిపిస్తే కడుపులో వున్నదంతా కక్కేస్తున్నాడు. పోనీయండీ అంతా ఒకసారి బయటికి, ఒళ్ళు కులాసా ఐతది." బషీరు విచారంగా అన్నాడు.

కంఠీరవం కన్నీరు బొట బొట కంచంలో పడ్డాయి. వెంకటేశ్వర్రావు,

మోహనాచార్యులు స్తబ్ధులైనారు. ఏమనాల్సింది తోచలేదు. ఒకరి నొకరు చూచుకొని నిట్టూర్పు విడిచారు. బషీరు కన్నీరు పెట్టడంకూడా గమనించారు.

"అన్నగారు! మీకింత బాధ కలుగుతుందని తెలిస్తే ఆ జేలు విషయమే ఎత్తకపోయే వాడిని. పోనీయండి, భోజనం కానియ్యండి" మోహనాచార్యులు అన్నాడు.

వెంకటేశ్వర్రావు చేతిలోకి అన్నంముద్దను అట్లాగే పట్టుకొని పిచ్చివానివలె కంఠీరవాన్ని చూస్తూ కూర్చున్నాడు.

అక్కడి వాతావరణమే మారిపోయింది.

"క్షమించాలె. ఆనందంగా అన్నం తింటున్న మీ అందరినీ విచారములో ముంచివేశాను" అంటూ కంఠీరవం అన్నం కలిపాడు.

"మీ బాధలో మేము పాల్గొన్నందుకు నాకు మాత్రం ఆనందం కలిగింది. ప్రపంచాన్ని మరిచి, విద్యావంతులమనే ధీమాతో, సంపాదన, స్వార్థమునే పనిగా పెట్టుకొన్న మావంటివాండ్లకు మీ వంటివారి సహచర్యము కలిగి మీ అనుభవాలను, ఆవేదనను వింటుంటే మాస్థితికి మాకే సిగ్గేస్తుంది" వెంకటేశ్వర్రావు పశ్చాత్తాపం ప్రకటించాడు.

"ఇక, ఏదో పోనీయండి. అన్నగారి హృదయభారం తగ్గనీయండి తర్వాత మాట్లాడుకుందాం" మోహనాచార్యులు అన్నాడు.

"అవును మారాజ్. ఒక్కరోజుతో పోయేదికాదు. ఒక్కనాడు చెప్పితే తీరేదికాదు." బషీరు విచారంగా అన్నాడు.

అంతా భోజనాలు ముగించుకొని లేచారు.

వెంకటేశ్వర్రావుగాని, మోహనాచార్యులుగాని కంఠీరవాన్ని పలుకరించడానికి భయపడసాగారు. "ఇంకా ఏమి విశేషాలు అన్నగారు" అని మోహనాచార్యులు అనబోయి, ఏదో తప్పుమాట అడుగబోతున్నానని భయపడేవాడు.

తొందరగా కోర్టుపని ముగించుకొని వస్తామని చెప్పి వెంకటేశ్వర్రావు, మోహనాచార్యులు వెళ్ళిపోయారు.

ఆఫీసులో పేర్చిఉన్న పాతపత్రికలు ముందర వేసుకొని కంఠీరవం చదవ మొదలు పెట్టాడు. బషీరు పత్రికలోని చిత్రాలను, ప్రకటన పత్రాలను చూచి కంఠీరవాన్ని వివరాలు అడుగుతూ కూర్చున్నాడు.

దిమ్మెగూడెం చెరువు సంఘటన వార్తను చదివి కంఠీరవం సంతోషంతో ఉబ్బిపోయాడు. పరంధామయ్య పట్టుదలతో తన గ్రామీణుల చైతన్య స్థాయి అంతవరకు పెరిగిపోవడం కంఠీరవానికి ఎంతో ఆనందం కలిగించింది. ఇక తన గ్రామం వెళ్ళక తప్పదని నిశ్చయించుకున్నాడు.

"బషీర్! మాఊరికి పోదం వస్తావా?" పత్రికలను చూస్తూ కంఠీరవం అడిగాడు.

"మీఊరికా మారాజ్! ఎప్పుడు మారాజ్? ఎంతదూరంమారాజ్?"

"కామారెడ్డి తాలూకాలో ఉంది. సుమారు మూడు ఏండ్లాయె నా ఊరుకు వెళ్ళక."

కోర్టునుంచి వెంకటేశ్వర్రావు, మోహనాచార్యులు రాగానే కంఠీరవం తన నిశ్చయాన్ని తెలిపాడు.

"బస్తీ జీవితంలో విసిగిపోయాను. కాని వారంరోజులతర్వాతగాని కోర్టుకు సెలవులు లేవు. అప్పుడైతే నేను కూడా వస్తాను. బహుశః మోహనాచార్యులుకూడా రావచ్చు" వెంకటేశ్వర్రావు అన్నాడు. "ఏమంటావు?" మోహనాచార్యులను ప్రశ్నించాడు.

"సెలవుల్లో మా అన్నయ్యగారి కూతురు వివాహం అనుకున్నాం. నేను వెళ్ళకతప్పదు. కంఠీరవం అన్నగారు మాత్రం రారా? వారు లేకుండ వివాహమెట్లా జరుగుతుంది? నాయనగారు, అమ్మగారు మీరు విడుదలైనారని తెలిసి ఎంతో సంతోషిస్తారు. మీరు వచ్చిన సంగతి ఈరోజే ఉత్తరం వ్రాసి తెలుపుత" అన్నాడు మోహనాచార్యులు.

"ఇందిర వివాహమేనా? నేను ఆ చిట్టితల్లి వివాహానికి తప్పకుండా వస్తాను. ఇందిరకు నేనంటె ఎంతో ప్రేమ. అమాయకపుపిల్ల. అమృతంవంటి హృదయం. బాగా చదివించారా?" కంఠీరవం ప్రశ్నించాడు. "ఒకసారి ఎవరితోనైనా నాకు ప్రేమ బాంధవ్యాలు ఏర్పడితే నేను వదులుకోవడం కష్టం. అవే నాకు తరగని ఆస్తిగా, ఆయువుగా పనికివస్తున్నాయి" మందహాసం కురిపిస్తూ కంఠీరవం అన్నాడు.

"ఎన్నాళ్ళకో స్వగ్రామం వెళ్తున్నారు. వెంటనే అక్కడినుంచి కదలడం సాధ్యంకాకపోవచ్చు. అదిగాక మీ దిమ్మెగూడెం ప్రభావం చాలా పెరిగిపోతున్నది. ఆ దొరకు వ్యతిరేకంగా చాలా గట్టిగా వున్నారు ప్రజలు. మీరు పుట్టిన గ్రామం ఇంకెట్లా ఉంటుంది?" మోహనాచార్యులు ముసి ముసిగా నవ్వుతూ అన్నాడు.

"దిమ్మెగూడెం నా జన్మస్థానమైంది. నిజామాబాదు నా కండ్లు తెరిపించింది. జేలు యాత్రా స్థలమైంది. ఇట్లా మారుతూవుంది. ఇంకా ముందేమి కానుందో! మీవంటి ఆత్మీయులు, బషీరు వంటి బంధువులు, స్నేహితులు దొరకుతున్నకొద్ది నా హద్దులు పరిమితంగా ఉండటం సాధ్యంకాకపోవచ్చు. మా గ్రామం చెరువు వార్త చూచారుకదూ! మా గ్రామ ప్రజలు ప్రశంసనీయమైన పనిచేశారు. వారిని కలిసికొని, కడుపునిండా మాట్లాడాలని ఆతురత పడ్తున్నాను. అక్కడినుంచి తప్పకుండా నిజామాబాదుకు వస్తాను. నాయనగారిని, అమ్మగారిని, ముఖ్యంగా చిట్టితల్లి ఇందిరను చూడాలని చాలా కుతూహలంగావుంది. ఆ తల్లి ఒక యింటి అమ్మాయి కాబోతున్నది. భర్త, పిల్లలతో రాణిస్తుంది నా తల్లి." అంటూ కంఠీరవం ఆనందబాష్పాలు రాల్చాడు.

వారం రోజులు హైద్రాబాదులోవుండి హైదరాబాదు ముఖ్యస్థలాలను బషీరును వెంటబెట్టుకొని చూచాడు. నిజామాబాదు గ్రంథాలయ సభాధ్యక్షుడుగా వెళ్ళిన

జగపతిరెడ్డిని, ఇతరులను కలిసికొని మాట్లాడాడు. బషీరును పరిచయం చేయడం, బషీరు జీవితాన్ని చిత్రించడం, తన జేలు అనుభవాలను, పరిస్థితులను వివరించడం కంఠీరవం సంభాషణలో ప్రధానమైన విషయాలుగా ఉండేవి.

19

వారం రోజుల తర్వాత కంఠీరవం, బషీరు, వెంకటేశ్వర్రావులు బయలుదేరి దిమ్మెగూడెం చేరుకున్నారు. మధ్యాహ్నసమయం, ఎండ తీవ్రంగావుంది. ప్రజలందరు అలసటతో ఇండ్లల్లో ఉన్నారు. కంఠీరవం మొదలగువారు నేరుగా గ్రంథాలయానికి వెళ్ళేవరకు పరంధామయ్య, విజయదేవు మాట్లాడుకుంటూ కూర్చున్నారు. పరంధామయ్య అమాంతంగా కంఠీరవాన్ని ఆలింగనం చేసుకున్నాడు. విజయదేవు ఆప్యాయతతో కుశల ప్రశ్నలడిగాడు. అందరు పరస్పరం అభినందించుకున్న తర్వాత, "మా యింటికి పోయివద్దాం" అని కంఠీరవం అనగానే అందరు అనుసరించారు.

కంఠీరవం యింటికి వెళ్ళేవరకు వెంకటాచార్యులు గాఢనిద్రలో ఉన్నాడు. తల్లి, వదినె బట్టలు కుట్టుకుంటూ కూర్చున్నారు. కంఠీరవం ఉబికి వస్తున్న ఆనందాన్నిపట్టలేక తల్లి ఒడిలోచేరి కుమిలికుమిలి ఏడ్చాడు. కాళ్ళపై తలవాల్చి మత్తిల్లినట్లు కండ్లుమూశాడు. వదినె మనసుకూడా చలించింది. కన్నీరు తుడుచుకుంటూ ఇంట్లోకివెళ్ళి చెంబుల్లో నీళ్ళు తెచ్చి "కాళ్ళు కడుక్కోమనరాదండి" అత్తనుచూస్తూ అన్నది. కంఠీరవం తల్లి వద్దనుండి లేచి వదినెకు దండం పెట్టాడు.

"నిలబడితిరి నాయనా? అట్లా చాపవెయ్యమ్మ" ఆండాళమ్మ కోడలుతో చెప్పింది. "బాగున్నావా కొడుక. ఎన్నాళ్ళాయె కొడుక నిన్ను దగ్గర కూర్చోబెట్టుకోక. ఆ శ్రీయఃపతి కరుణ ఉండబట్టిగాని లేకుంటే నాతండ్రిబడ్డ కష్టాలకు బ్రతుకుతాడనుకున్నామా? దుర్మార్గముండాకొడుకులు, వాండ్ల చేతిలో పడ్డాక, వాండ్ల దయ, ఏంచేసినా చేస్తరు" అన్నది.

"మీరన్నది నిజమే తల్లి. రాక్షసులేనాయె, ఇంకా వెనుకా ముందు ఆలోచ నెక్కడిది? అయినా కంఠీరవంగారు మాత్రం వాండ్లకు సరియైన వారేలేండి" విజయదేవు అన్నాడు.

కోడలు తాయమ్మ చాపలు పరిచి, బిడియంతో దూరంగా నిలుచుంది.

"కూర్చోండి నాయనా!" ఆండాళమ్మ ఆదరంగా అన్నది.

"పర్వాలేదండి" అని అంతా అన్నారు.

కంఠీరవం ఒళ్ళు మరచి ఆలోచన్లో పడ్డాడు. అనుభవాలను జ్ఞప్తికి చేసుకోసాగాడు.

ఆ అలికిడికి వెంకటాచార్యులు నిద్ర తేలిపోయింది. కండ్లు తెరిచాడు. ఎదురుగా బషీరు, వెంకటేశ్వర్రావు, విజయదేవు, పరంధామయ్యలు నిలుచున్నారు.

వెంకటాచార్యులకు ఆశ్చర్యం వేసింది. కండ్లు నలుచుకున్నాడు. గాబరాపడ్డాడు. తత్తరపడి లేచి కూర్చున్నాడు. కంఠీరవం వచ్చి అన్న కాళ్ళపైబడి దండం పెట్టాడు. వెంకటాచార్యులకు అదంతా కలగా తోచింది. స్తబ్ధుడైపోయాడు. అందరినీ కలయజూచాడు. ఆండాళమ్మ వెంకటాచార్యులను పరీక్షగా చూస్తున్నది. భార్య తల నేలకువేసి కన్నీరు పెడ్తున్నది. వెంకటాచార్యులు పిచ్చివానివలె దిక్కులు చూడసాగాడు.

"అమ్మా! మళ్ళావస్తాను. గ్రంథాలయానికి వెళ్ళాలె" అని కంఠీరవం విచారంతో ఇల్లు వదలి బయటికి వచ్చాడు.

రామభూపాల్‌రావు వ్యతిరేకంగా మారినతర్వాత విజయదేవు వెంకటాచార్యుల ఇంటికి రావడం అదే మొదటిసారి. ఆరోజు అతడు రావడం ఆండాళమ్మకు ఆశ్చర్యం కలిగింది. కంఠీరవంపై తనకున్నట్టే వాండ్లకూడా ప్రేమలుండబట్టే ఆ విధంగా వచ్చారని తేల్చుకున్నది. ప్రేమలున్నచోట ఎటువంటి విష వాతావరణమైనా, బలమైన అడ్డంకులైనా, కల్పించబడ్డ కృత్రిమ విద్వేషాలైనా పటాపంచలైతవని ఆమె తలిచింది.

"అత్తయ్యా! మరిది తప్పకుండా తిరిగి వస్తాడుకదూ!" ఆదుర్దాతో తాయమ్మ అడిగింది.

"ఎందుకు రాడు? వాడేం పరాయివాడా? వాని ఇంటికి వాడు రాకేం చేస్తాడు?" గుడ్లల్లో నీరు తీసికొని ఆండాళమ్మ సమాధాన మిచ్చింది. వెంకటాచార్యుల ముఖవైఖరిని కనిపెడ్తున్నది.

"మీరు సాయంత్రం వరకు మరిదిని తీసుకరాండి. ఇల్లుండంగ పరాయిచోట్ల ఉండట మెందుకు? ఏం బాగుంటది?" భర్త నుద్దేశించి తాయమ్మ అన్నది.

వెంకటాచార్యులకు చికాకుగా వుంది. సందిగ్ధస్థితిలో పడ్డాడు. ఇంతలో రామభూపాల్‌రావు వద్దనుంచి పిలుపు వచ్చింది.

"వస్తాడుపో నాయన" అని ఆండాళమ్మ పిలువవచ్చినవానికి సమాధానం చెప్పింది. "నాయన ఇట్లా వచ్చిపో" వెంకటాచార్యులను పిలిచి వంటింట్లోకి వెళ్ళింది. వెంకటాచార్యులు ఆలోచనా ధోరణిలో వంటింట్లోకి వెళ్ళాడు. ఆండాళమ్మ వెంకటాచార్యుల రెండుచేతులు గట్టిగా పట్టుకుంది. "కొడుకా! నా కడుపు తరుక్కపోతున్నది. కన్నతల్లిబాధ చెప్పడం కష్టం. దొరవారి మాటల్లోపడి ఇంటిదాక వచ్చిన తమ్ముడిని వదులుకోకు. ఎంత తీసేసుకున్నా తోడబుట్టినవాడుగద నాయనా! మనసు స్వాధీనం చేసుకొని, తమ్ముడిని సాయంత్రం వెంట బెట్టుకురా, నన్ను చంపుకున్నట్టే లేకపోతే" తల్లి బ్రతిమిలాడింది.

వెంకటాచార్యులు ముఖమంతా మాడ్చుకున్నాడు. "అయితే దొరవారి మాటలతో నేను చెడిపోతున్నాననా నీ అభిప్రాయం? నాయనగారి కాలంలో పోగొట్టుకున్న భూమి సాధించడం చెడిపోవడమేనా నీదృష్టిలో? దొరవారిని గురించి నీవు పల్లెత్తు మాటన్నా నేను సహించను" అంటూ నిర్లక్ష్యంగా వెంకటాచార్యులు వంటింట్లోంచి బయటికి వచ్చాడు. ఆండాళమ్మ విచారంతో నిలుచుని చూచింది.

"దొరకోసమని తోడబుట్టినవాండ్లను దూరం చేసుకుంటారా ఎవరన్న?" భార్య ప్రశ్నించింది. "ఊరంతా మరిదంటే ప్రాణాలిస్తుంటే తోడబుట్టిన అన్నైన మీరు ఇట్లా మాట్లాడితే ఎట్లా?" తిరిగి అనుకుంటూ వెంకటాచార్యులను అనుసరించి వాకిటి తలుపువరకు వెళ్ళింది.

వెంకటాచార్యులు కోపంతో వెనకకు తిరిగి, "ఊరంతా తోడిపెడ్తున్నది గద నాకు! ఇగ నీ ముద్దుల మరిదికూడా కూచోబెట్టి తినిపిస్తడు!" అని హడావుడిగా రామభూపాల్‌రావు గడీకి వెళ్ళాడు.

ఆండాళమ్మ, తాయమ్మ భీరువులుగా ఒకరినొకరు చూచుకున్నారు.

వెంకటాచార్యులు వెళ్ళేవరకు వెంకటాద్రి, హైదరలీ రామభూపాల్‌రావుతో మాట్లాడుతున్నారు.

"పాపం! తమ్ముడు చాలారోజులకు ఒచ్చిండు, నీతో మాట్లాడాడు?" వెంకటాద్రి భావగర్భితంగా అడిగాడు.

"దొరవారేమన్నా అంటారని ఆమాత్రం తెలియదా? ఎంత తమ్ముడైనా మన్సులు కలవనప్పుడు మాట్లాడిమాత్రం ఏంలాభం?" హైదరలీ వెంటనే అందుకున్నాడు.

"ఈయనే మనుకుంటేమాత్రం ఏం? తల్లి ఊరుకుంటాది? కన్న కడుపాయె. సరే, అవన్ని పోనీయిగాని మీ ఇంటికి మీ తమ్మునితో పరంధామయ్య, విజయదేవులు కూడా వచ్చిన్రా? మరి నీ తమ్ముని వెంట ఇంకెవరో ఇద్దరు కొత్తవాళ్ళు వచ్చిన్రట. ఎవరువాండ్లు? ఏమేం మాట్లాడారు?" రామభూపాల్‌రావు ఆదుర్దాగా అడిగాడు.

"ఏమిటండీ వాడితో మాట్లాడేది? మావాడిని చూస్తే మీరు ఆశ్చర్యపడతారు. వాని ముఖంలో వైష్ణవ కళే లేకుండ పోయింది. వాడిని, వానివెంట ఉన్నవాండ్లను చూచి, పొద్దున్నే ఎవడి ముఖం చూచిన్నా ఖర్మం గాలి అనుకున్న. ఎంతసేపు ఉన్నడనుకున్నరు? అసలు వాడికి ఇంట్లో కాలు నిలిచేట్లు లేదండోయ్, గ్రంథాలయానికి పోవాలని హడావుడిగా పోయిండు. ఎక్కడికన్నా పోనీ, వద్దనేదెవరు? మళ్ళా వస్తానని తల్లికి చెప్పిపోయిండు, అదే నాకు చికాకుగా ఉంది" వెంకటాచార్యులు సమాధానమిచ్చాడు.

"వస్తే రానియ్యి, ఏమేం మాట్లాడుకుంటారో, ఏమేం సలహాలు చేస్తారో తెలుస్తుంది. ఏమంటారు దొరవారు?" వెంకటాద్రి అన్నాడు.

రామభూపాల్‌రావు ఆలోచిస్తూ పరధ్యానంలో ఉన్నాడు. "మీ తమ్ముడు మొన్న మొన్ననేకదూ జేలునుంచి వచ్చింది?" అని ప్రశ్నించాడు. వెంకటాచార్యులు సమాధానం చెప్పకముందే, "జేలుకు వెళ్ళినవాడు గదా! ప్రాయశ్చిత్తం జరగొద్దు?" అన్నాడు. మీసాలు పైకి ఎగతోశాడు. "ఇంకో సంగతి. మీ తమ్మునికి బస్తీగాలి బాగా తగిలింది. ప్రభుత్వమంటేనే లక్ష్యంలేనివాడు. పైగా చిన్నప్పటినుంచి గర్విష్ఠికూడా. కాబట్టి వీలువెంట నువ్వుగాని, మీ అమ్మగాని కొంచం భయంచెప్పాలె. జాగ్రత్తగా

మెలగమని చెప్పాలె. బయట ఏదిచేసినా, ఏది జరిగినా చెల్లిపోయింది. ఉన్న ఊళ్ళోమాట వేరు. ఎందుకంటే, చెరువు దున్నటం ఆగిపోయినప్పటినుంచి చంద్రయ్య, కొమరయ్యలు, వాండ్లను చూచుకొని ఊళ్ళోవాళ్ళ పట్టపగ్గాలు లేకుండా ఉన్నారు. ఎగిరి పడ్తున్నారు. వాండ్ల వెకిలితనానికి మీవాడు "సై" అంటే ఇంకా శివమెత్తుతుంది వాండ్లకు. తర్వాత మించిపోతే, అయ్యో అనుకుంటే లాభముండదు. సరే, వెళ్ళిరా అం, మరిచిపోయిన. రాత్రికి నువ్వుకూడ గ్రంథాలయానికి వెళ్ళి కాసేపు కూచుండిరా" రామభూపాల్‌రావు వెంకటాచార్యులకు పాఠాలు పెట్టి పంపాడు.

తల్లి, భార్య పోరు ఒకవైపు, రామభూపాల్‌రావు బోధన రెండో వైపు వెంకటాచార్యులను తికమక పరిచాయి. చాలాసేపు వరకు ఎటూతోచక అక్కడక్కడ కాలంగడిపి చీకటిపడేవరకు గ్రంథాలయానికి వెళ్ళాడు. ఒకచోట కీనీడను కూర్చున్నాడు.

వెంకటాచార్యులు వెళ్ళేవరకు గ్రంథాలయం ముందు ప్రజలు క్రిక్కిరిసి కూర్చున్నారు. అప్పుడే పరంధామయ్య మాట్లాడటం అయిపోయింది. అంతా చప్పట్లుకొట్టారు. కంఠీరవం లేచి నిలుచున్నాడు. కంఠీరవం అందరికి నమస్కరించాడు. అందరిని ఒకసారి కలయచూచాడు.

"అయ్యలారా!" అన్నాడు. ఆనందం ఉబికివచ్చింది. ఆవేశం కలిగింది. ఇంక మాట్లాడాలంటే నాలుక ఆడలేదు. గదమ వణికింది. ఒళ్ళంతా గగుర్పాటు కలిగింది. మాట్లాడాలని ప్రయత్నించాడు. గద్గద స్వరంతో "ఎంతో కాలానికి తిరిగి మిమ్ములందరిని చూస్తున్నాను" మళ్ళా మాట తడబడింది. ఆపైన మాట్లాడలేక పోయాడు. కూర్చున్నవాళ్ళంతా దిగ్భ్రమచెందారు. దిగాలుపడి కంఠీరవంవైపు ఆశ్చర్యంతో చూడసాగారు. విజయదేవుకూడా చలించిపోయాడు. గంభీరంగా తల నేలకువేశాడు. పరంధామయ్య విచారంతో అందరిని పరికిస్తున్నాడు. బషీరు ముఖం చిన్నబుచ్చుకొని కూర్చున్నాడు. వెంకటేశ్వర్రావు పరీక్షగా కంఠీరవాన్ని చూచాడు. కొమరయ్య, చంద్రయ్యలు ఒకరినొకరు చూచుకొని నిట్టూర్పు విడిచారు. బరువైన గొంతుతో కంఠీరవం తిరిగి సంభాషణ మొదలు పెట్టాడు. మనసును స్వాధీనం చేసుకున్నాడు. "నేను గ్రామం విడిచి వెళ్ళిపోయినపుడు నాకు కొమరయ్య ఒకడే ఆప్తుడుగా ఉన్నాడు. నేడు మీరంతా ఆప్తులుగా నాకు తోస్తున్నది. నాడు నాకు ఇల్లు, కుటుంబం ఉన్నప్పటికీ అనాధునిగా ఊరు వదలి వెళ్ళిపోయాను. ఈనాడు నా ఒంటిపై బట్టలు తప్ప వేరే ఏమీ లేవు. అయినా మీరంతా నాకు తరగని ధనంగా, విడదీయజాలని కుటుంబంగా తలుస్తాను. మీవంటివారు ప్రతిచోట ఉన్నారు. అట్టివారి ఆదరాభిమానాల వల్లనే నేనీనాటికి జీవించి ఉన్నాను. మిమ్ములను కలుసుకున్నాను. మీముందట ఒక కొత్తవిషయం పెడ్తున్నాను" అని కంఠీరవం బషీరును దగ్గరకి పిలుచుకున్నాడు. బషీరు అభిమానంతో తల నేలకు వేసుకొని కంఠీరవం ప్రక్కన నిలబడ్డాడు. బషీరు భుజానచెయ్యి పెట్టి, కంఠీరవం సభికులను

చూస్తూ "యిక్కడనించి పోయింతర్వాత నాకు ఇతడొక అమూల్యమైన వస్తువుగా దొరికాడు. గొప్ప సహచరుడైనాడు. ఇతని పేరు ప్రస్తుతం బషీరు. అసలు ఇతనిది కోమటి కులమట. చిన్నప్పటి పేరు అతనికే తెలియదట. ఇతడు నా వలెనే ఊరువదలి నానాచోట్ల తిరిగాడు. ఎన్నో అవస్థలకి గురి అయ్యాడు. దొంగల సహవాసములో చిక్కాడు. తుదకు నేడు నాకు స్నేహితుడైనాడు. ఇతనికి నా అన్నవాడెవడు లేడు. మనసు కలిసిన ప్రతివాడు ఇతనివాడైనాడు. ఇప్పుడు మనమంతా బషీరుకు బంధువులం, స్నేహితులం. బషీరువంటి వాండ్లెందరో జేళ్ళను ఇండ్లుచేసుకొని ఉన్నారు." అన్నాడు.

సభికుల్లో గొణుగుడు ప్రారంభమైంది. "కోమటోడు కూడా తుర్కల్ల కలిసిండే?" "మనూళ్ళో మాదిగోళ్ళతోటే పోయింది. తుర్కోళ్ళు కోమటోళ్ళను కూడా వదలనట్టుంది." "అయితే మరి మన యిజయదేవయ్య మంత్రాలు చదివి కలుపకూరుకుంటాడు? జుట్టు బొట్టు పెట్టంది నిద్ర పడ్తాది ఆయనకు?" "జేల్లనే ఉన్నడేమొ పోరడు నిగ నిగ బాగానే ఉండు." తలా ఓవిధంగా అనుకుంటున్నారు.

"దేశాన్ని కట్టుబాట్లతో, నీతి నియమాలతో నడిపే ప్రభుత్వం పరహితం, స్వార్థత్యాగం, విశాల హృదయంలేని ప్రజలు లేనంతవరకు బషీరువంటి జీవులు బయలుదేరుతునే ఉంటారు. కాబట్టి ప్రతివారు పరిస్థితులను, మనకష్టాలను, కష్టాల కారకులను అర్థం చేసుకోవాలె. మన బాధ్యతలు/ గుర్తించి, హక్కులను సాధించుకోవాలె. అప్పుడు మన మీ స్థితి నుండి బయటపడ్తాం. ఉత్తమవ్యవస్థ ఏర్పడుతుంది. మన గ్రామం చెరువు వార్త పత్రికల్లో చూడగానే రెక్కలుంటే ఇక్కడ వాలాలనుకున్నాను. మీ పట్టుదల, చైతన్యమువల్లనే అంతటి పనిని సాధించారు. తుపాకులు, పోలీసులు, అధికారము, అన్నీ మీ కింద పనికిరాలేదు. మీస్థితిని వారు తెలిసికోవడానికి ఇదేచాలు. మనకున్న ఈ శక్తి దుర్వినియోగం కాకుండ చూడాలె. ధనమైనా, తెలివైనా, యోగ్యతైనా ఉపయోగించే వానిపై ఆధారపడి ఉంటుంది. వాటిని గౌరవించని, వాటి విలువలను తెలిసికోలేని వాడి వద్ద అవి అట్టేకాలం నిలిచి ఉండవు. కాబట్టి మీశక్తి సామర్థ్యాలు అన్యాయాన్నెదిరించుటకు మాత్రమే వినియోగించాలె. దుష్ట శక్తులకు బలికాకుండా చూడాలె. అట్టి కృతనిశ్చయం, ఆత్మశక్తి కలిగి అందరం అన్నదమ్ముల్లాగా బ్రతుకుదాం." అని కంఠీరవం నమస్కరించి కూర్చున్నాడు. అంతా చప్పట్లు కొట్టారు. వెంకటాచార్యులు లేచి వెళ్ళిపోయాడు. చప్పట్లు ఆగకముందే ఉత్సాహంతో వెంకటేశ్వర్రావు లేచి నిలుచున్నాడు. కూర్చున్న వాండ్లందరిని చూచేవరకు మొదటి ఉత్సాహం సన్నగిల్లింది. "మిత్రులారా!" అని దిక్కులు చూచాడు. ముసిముసిగా నవ్వాడు. "నాకు ఉపన్యాసం ఇవ్వటం రాదు. నా గురించి రెండు మాటలుచెప్పుకుందామని నిలుచున్న. నేను మీ వంటి రైతులు మొదలైన వాండ్ల వైపున వకీలుగా పనిచేసి బ్రతుకుతున్నవాడిని. కాని పల్లెటూళ్ళంటే నాకు అంతగా పరిచయములేదు. చిన్నప్పటి నుంచి బస్తీలో పెరిగి బస్తీలో చదువుకున్న వాడిని. నా బట్టలు, నా వేషం, నా చేతి గడియారం ఇవన్నీ

చూచి నేను చాలా డబ్బుగలవాడినని మీ రందరూ తప్పకుండా అనుకుంటారు. కాని అదంతా అబద్ధం. తలా ఇంత మీ వంటి వాండ్లు ఇచ్చే పైసలే నాకు గతి. నాకు తల్లి లేదు, తండ్రిలేదు, ఊరులేదు, ఇల్లులేదు. క్షమించండి. ఏమో చెప్పబోయి ఏమో మాట్లాడుతున్నాను. సరే, అసలు విషయమేమంటే, ఇప్పుడు మన కంఠీరవంగారు ఒకమాటన్నారు. సరిగ్గా నడిపే ప్రభుత్వం, మంచి చెడ్డలు ఆలోచించే ప్రజలు లేనప్పుడు ఎంతో మంది బికారులుగా ఊళ్ళు విడిచి, తల్లిదండ్రులను విడిచి, దేశాలుపట్టి 'నా' అనే వాడు లేక చివరకు దొంగగానో, దోపిడిదారుగానో, లేక నావంటి వానిలాగానో - అంటే నాపని మర్యాదపని అని సామాన్యంగా అనుకుంటుంటారు చాలామంది. కాని అట్ల కాదులెండి - కోర్టులో నా ఎదుట వున్న వకీలు అవునన్నది నేను కాదంటేనే కాని మా రోజులు గడవవు - ఇట్లా తయారవుతారు. కాని కంఠీరవం వంటి మనిషిగా తయారు కావడం మాత్రం చాలా కష్టం.

"ఇక నాసంగతేమంటే, అది చిన్నప్పుడు మాఅమ్మచెప్పితే కొద్దిగా జ్ఞాపకముండి చెప్పుతున్నాను. మాది ఒక పల్లెటూరేనట, ఎక్కడో మీజిల్లాలోనే ఉన్నదని చెప్పినట్లు జ్ఞాపకముంది. నేను పుట్టిన కొద్ది నెల్లకే మా నాయనగారు గతించారట. మా అమ్మ అప్పుడు ఊరు విడిచి వెళ్ళిపోయిందట. కామారెడ్డి, సిరిసిల్ల, నిర్మల్, యల్లారెడ్డి, బోధన్, ఆర్మూరు ఇంకా ఎక్కడెక్కడో తిరుగుతూ మాఅమ్మ నానా అవస్థలుపడి నన్ను చదివించింది. నేను ఇంకా చదువుతున్న రోజుల్లోనే మా అమ్మ ఓనాడు అకస్మాత్తుగా చచ్చిపోయింది. నేను స్నేహితుల సాయంతో అక్కడక్కడ తింటూ, బజారు దీపాలకు చదువుకుంటూ, మొత్తానికి చాలా కష్టంగా మెట్రిక్ వరకు చదువుకున్నాను. వకీలు పరీక్షలో నెగ్గాను. మన నిజామాబాదు మోహనాచార్యులతో స్నేహం కలిగి హైద్రాబాదులో వకాలత్ చేస్తున్నాను. కంఠీరవంగారితో పరిచయమయ్యి ఇక్కడకు వచ్చాను. ఇదంతా ఎందుకు చెప్పుతున్నా ననుకున్నారు? నా గురించి ప్రభుత్వం తీసుకొన్న శ్రద్ధ ఏమీలేదు.

"ఇంకొక విషయం నాకాశ్చర్యం కలిగిస్తుంది. ఇంటింటికి వారాలు చేసుకొని, బజార్లో పడుకొని నానా అవస్థలు పడుతున్న రోజుల్లో ఎవ్వడైనా "నా" అనేవాడు కనపడ్తే ఒట్టు. ఇక నేను హైదరాబాదులో వకాలత్ మొదలు పెట్టిన్నో లేదో చీమల బారుగా బంధువులు రావడం సాగింది. నేను బ్రాహ్మణ్ణి. నాపేరు అసలు వెంకటేశ్వర్లు. కాని వెంకటేశ్వరావు అని వాడుకలోకి వచ్చింది. మా నాయన గొప్పజ్యోతిష పండితులని ఒకాయన చెప్పాడు. వావిలాల సుబ్బయ్య సిద్ధాన్తిగారంటే చాలా మంచి పేరు ఉండెనట. కచేరి పని ఉండి వచ్చే బ్రాహ్మణులంతా బంధువులమని, ఏమేమో వరుసలు చెప్పి పనులు ఫీజు లేకుండా చేసిపెట్టమని ప్రాణం తింటుంటారు. అంతగా ఎక్కువైతే పది పదిహేను రూపాయలు ఇస్తే మహా గొప్ప అనుకోండి.

"ఇంకొకచిత్రం వినిపిస్తాను. ఒకనాడు ఒకాయనొచ్చాడు. ఆయన మాటలు, పద్ధతి చూస్తే ఆయన జీవితమంతా కచేరీలలో గడిచినట్లనిపించింది. మా అమ్మకు చాలా దగ్గరి బంధువునని చెప్పుకున్నాడు. అతని వాలకమంతా చూస్తే నాకు ఒళ్ళుమండింది. 'మా అమ్మ చచ్చినప్పుడు మోసే దిక్కులేక నేను పడ్డ తిప్పలు, అవమానాలు అన్నిన్నికావు. అప్పుడెక్కడ పోయినావు పెద్దమనిషి?' అని అడిగాను.

"అయ్యో నాయనా! తెలిస్తే రాకపోదునా? అని కపట సానుభూతిని తెలిపాడు. చచ్చేవాండ్లు బంధువులందరికి చెప్పి చస్తారా చెప్పండి? అంటే ఇట్లా ఉంటారు మనుష్యులు అని ఇంతకు చెప్పవచ్చింది. ఆ పెద్దమనిషి ఆమాట ఈమాట మాట్లాడి, నాయనా! నీకు ఇరవై యకరాల నిక్షేపం లాంటి భూమి ఉంది. ఎట్లైనా వ్యవహారం తెలిసినవాడివి. కాస్తపట్టించుకున్నావంటే నీసంపాదనకు ఆభూమి తోడుగా ఉంటుంది. ఎవరికైనా కౌలుకు ఇవ్వొచ్చునన్నాడు. ఇక మీరే ఆలోచించండి. ఆపెద్దమనిషి ఆలోచనెట్లా ఉందో? ఇరువై అయిదు, ముప్ఫయిఏండ్లకింద ఊరువదిలి పోయినవాడిని. ఇప్పుడు నాభూమి ఏది అని అడిగితే ఎవడైనా నవ్విపోడు? ఆపెద్దమనిషి నన్నావిధంగా వ్యవహారాల్లోకి దింపి, మధ్య తనింత పని కలిపించుకోవాల్నని ఆలోచించాడు. క్షమించాలె. మిమ్ముల్నందర్ని చూచే వరకు ఏమేమో మాట్లాడాను." అని వెంకటేశ్వర్రావు కూర్చున్నాడు.

శ్రద్ధతోవింటున్న కొమరయ్య ప్రక్కనే కూర్చున్న చంద్రయ్యను చేతితో కదలించి, "పెద్దయ్యా! నాదగ్గర దొర గుంజుకున్న భూమి మా అయ్యకు మొదలు కౌలుకిచ్చిన బాపనాయన పేరు నీకుజ్ఞాపకం ఉన్నదే?" అన్నాడు.

తలను రెండు చేతుల్తో పట్టుకొని గొంతుకూర్చున్న కొమరయ్యవైపుమళ్ళీ "అం అదే ఆలోచిస్తున్నరా." అని వెంకటేశ్వర్రావు నుద్దేశించి, "అయ్యా! మీభూమి సంగతి చెప్పిన పెద్దమనిషిది ఏవూరండి? రామడుగేనా? అయోధ్యరామయ్యగారు గదండి ఆయన పేరు?" అని అడిగాడు.

"అవును! ఆయన్ను గుర్తుపడ్తారా మీరు? ఇటువైపు వాడేనా?" వెంకటేశ్వర్రావు ప్రశ్నించాడు.

"కొమరయ్యా! ఇక దొరపని పడ్డాం, చిక్కిందే పిట్ట" అంటూ చంద్రయ్య పట్టలేని సంతోషాన్ని ప్రదర్శించాడు.

ప్రజలు ఆశ్చర్యంగా ఒకరినొకరు చూచుకున్నారు. పరంధామయ్య "ఏంది సంగతి చంద్రయ్యా?" నిలుచుండి ప్రశ్నించాడు.

"ఇగ చెప్త గద" అని చంద్రయ్య మెల్లగా వెళ్ళి వెంకటేశ్వర్రావు దగ్గర కూర్చున్నాడు "అయ్యా! మీరు యీమధ్య ఆ భూమి ఎవరికి అమ్మలేదుగద?" ప్రశ్నించాడు.

వెంకటేశ్వర్రావు పిచ్చివానివలె చంద్రయ్యను చూచాడు. "ఆ ఊరేదో తెలియదయ్యా అంటుంటె భూమి అమ్మానని అడుగుతున్నావా?" అన్నాడు.

"సరే, అయితే, మన మిప్పుడే దొరగారి దగ్గరకు పోవాలె" అని చంద్రయ్య శివమెత్తిన వానివలె ఆరాటం చేశాడు.

"ఏమిటా సంగతి? నిదానించి చెప్పరాదు? ఇటురా, కూర్చో" అని కంఠీరవం పిలిచాడు.

చంద్రయ్య ఉత్సాహంతో కంఠీరవం దగ్గరకి వెళ్ళి "అంతా బయటపడ్డది" అని వెంకటేశ్వర్రావును చూచాడు. "ఇక మీరంతా ఇండ్లకు పోండి" సభికులతో అన్నాడు.

అంతా కలవర పడ్డారు. సందిగ్ధస్థితిలో ప్రజలు ఇండ్లకు వెళ్ళిపోయారు.

చంద్రయ్య, కొమరయ్య, పరంధామయ్య, విజయదేవు, బషీరు, కంఠీరవం, వెంకటేశ్వర్రావులు మాత్రమే గ్రంథాలయంలో ఒకచోట కూర్చొని మాట్లాడసాగారు.

"వకీలుగారు గనుక మనకు మద్దతుగా ఉంటే మనమేదైనా చెయ్యొచ్చు" అని చంద్రయ్య కంఠీరవాన్నుద్దేశించి "బాగా యినండి. మన కొమరయ్య నెత్తికొట్టి గుంజుకున్న ఆ భూమి అసలు ఈ వకీలుగారిది. ఇంక దీంట్ల అనుమానమే లేదు. అయితే దొరపేర ఎట్లా పట్టా అయింది ఇప్పుడే తేల్చుకోవాలె. మీ కెవరికి కోపం రాకపోతే వకీలుగార్ని ఒకటడుగుత, ఏంలేదు. వకీలుగారు మన్ను గట్టిచేస్కోని మాకు మద్దతుగా ఉంటారా లేదా? అది మొదలు తేలాలె." నేలగుద్ది అడిగాడు.

"వకీలుగారు చెప్పిందంత ఈ ఊరికి సంబంధించిందేనా?" గుడ్లు మిటకరించి విజయదేవు అడిగాడు.

"ఇంక అనుమానమెందుకు? ఈ వకీలుగారి తండ్రి చచ్చినంక ఆ రామదుగు అయోధ్యరామయ్యగారేనాయె, మన కొమరయ్య తండ్రికి కౌలు కాగితం రాయించింది. నాకన్నీ మతి ఉన్నయి. మీరేది అనుమానపడొద్దు" చంద్రయ్య గట్టిగా వాదించాడు.

"వెంకటేశ్వర్రావుగారు అనుకోకుండా రావడంవల్ల ఎన్నో విషయాలు అనుకోకుండా బయట పడ్తున్నాయి. సరే అయితే వకీలుగారు! మీ అభిప్రాయ మేమిటో వాండ్లకు చెప్పితే బాగుంటుంది" కంఠీరవం అన్నాడు.

వెంకటేశ్వర్రావు మందహాసంతో, "అయితే ఇదే నా ఊరన్న మాట. చాలాబాగుంది. ఆ భూమి సంగతికూడ నిజమేనన్నమాట. అయితే ఇక ఇప్పుడు నన్నేమి చేయమంటారు?" అన్నాడు.

"చేసేది సానావుంది. మీరు మాత్రం మీ భూమి ఈఊరి దొరపేర ఎట్లా పట్టా అయింది తేల్చుకోవాలె" చంద్రయ్య అన్నాడు.

కొమరయ్య ఆ భూమి గురించి జరిగిన విషయమంతా వెంకటేశ్వర్రావుకు వివరించి చెప్పాడు. "మాటి మాటికి ఖానూనంటడు మా దొర. మరి మీరు కూడా ఖానూను తెలిసినోరేనైతిరి. ఆ ఖానూనేందో, అమ్మడమేందో మీరు తేల్చుకోవాలె" కొమరయ్య అన్నాడు.

"మీ గ్రామ వ్యవహారాలు సామాన్యంగా ఉండవు. దేశాలనుమింగే మహామహు లుంటారన్న మాట" అని వెంకటేశ్వర్రావు కంఠీరవాన్ని మందహాసంతో చూచాడు. "అయితే, ఆ రామడుగు అయోధ్యరామయ్యగారిని పిలిస్తే బాగుండదు?" అని ప్రశ్నించాడు.

"ఒకవేళ ఆయన దగ్గర కౌలు కాగితం వెళ్ళిందంటే ఇంకా మనం బలంగా ఉంటాం" విజయదేవు అన్నాడు.

"అసలు ఎవరు అమ్మింది? సాక్ష్యు లెవరు? సంగతేందో తహశీల్ కచేరికి వెళ్ళి కనుక్కోవాలె" పరంధామయ్య సలహా యిచ్చాడు.

"మన మనసుకున్నవన్ని దృఢపడితే మీ దొరవారికి మాత్రం మంచి సన్మానం జరిపిస్తారు. చేతులకు బేడీలు తగిలించి బజారు తిప్పక పోతానా చూడండి. ఇంత పగటి దోపిడిటండి! ప్రజల ఆస్తులు, ప్రభుత్వ చట్టాలు వీండ్లకు లెక్కలేదే! కంఠీరవం గారు! మీ వెంట యిక్కడికి రావడం చాలా మంచిదైంది. అందుకే ఏదైన సహవాసం వల్లనే జరుగుతుంటాయి అంటారు" వెంకటేశ్వర్రావు అన్నాడు.

"వింటున్నావా బషీర్! ఒక్కొక్కరి సంగతి. మీరు దొంగతనం చేస్తే బెత్తం దెబ్బలు, జేలు శిక్షలు. ఎన్నో ఏండ్ల కిందట ఒకరి భూమిని తనదని హరించి ఒకడు రాజ్యం ఏలుతున్నాడు. వీండ్లకు జంకులేదు, పాపభీతి లేదు. ప్రభుత్వ భయం లేదు. వీండ్లకు శిక్షలేదు. జేళ్ళులేవు." కంఠీరవం గంభీరంగా అన్నాడు.

"అసలు ప్రజల లోపం గాని, ఒకవేళ ప్రతి గ్రామంలోని ప్రజలంతా విజ్ఞానవంతులై, కర్తవ్యాన్నెరిగి, ఐక్యంగా నిలబడితే ఈ రోజు పెద్దలుగా పెత్తనం చేస్తున్న వాండ్లకు అసలు స్థలం జేళ్ళుగాక వేరే ఉందంటారా?" విజయదేవు అందరిని కలయచూస్తూ అన్నాడు.

"అయితే ఆ పని మన ఊరినించే మొదలు పెడ్దాం" పరంధామయ్య ప్రతీకారంతో అన్నాడు.

"విజయదేవు గారన్నట్లు యథార్థంగా శిక్షలు, జేళ్ళు, దండనీతి సమాజ విద్రోహులకై పుట్టాయి. కాని స్వార్థులు వాటి నన్నిటిని దేశభక్తులపై ప్రయోగిస్తున్నారు" కంఠీరవం అన్నాడు. "అయితే చంద్రయ్యగారు! మీరు అయోధ్య రామయ్య గారిని తీసుకరావాలె. ఆ మీద ముందు విషయ మాలోచిద్దాం. ఇక పరంధామయ్య గారు, వెంకటేశ్వర్రావు గారు తహశీలు కచేరికి వెళ్ళి చాలా గోప్యంగా వివరాలు సేకరించుకొని రావాలె" అని కంఠీరవం సలహా చెప్పాడు.

చంద్రయ్య ఉత్సాహంతో ఇంటికెళ్ళి పోయాడు. అంతాకొమరయ్య ఇంటికి భోజనానికై బయలుదేరారు.

వెంకటాచార్యులు గ్రంథాలయం నుంచి ఇంటికిపోతూ నానా విధాల ఆలోచించ సాగాడు. కంఠీరవం అంటే అతనిలో నాటుకపోయిన నిర్లక్ష్యం సడలిపోయింది. చెప్పజాలని జంకు కలిగింది. తల్లి, భార్య చెప్పిన మాటలు

మెదడులో తిరిగాయి. రామభూపాల్‌రావు బోధలు చెవుల్లో గింగురు మంటున్నాయి. కంఠీరవం అంటే గ్రామ ప్రజలు ఆ విధంగా గౌరవించడం, ప్రేమించడం వెంకటాచార్యుల ఆలోచనకు కారణమైంది. "కంఠీరవం నా తమ్ముడేగా! ఆ గౌరవం పొందుతున్న కంఠీరవానికి నేను అన్నను" వెంకటాచారిలో అభిమానం కలిగింది. "అయితే మాత్రం? వానికి భయపడ్తానా? ఏమిటి వాడుచేసే ఉద్ధారకం?" బూటక ప్రతిష్ఠ ఉబికి వచ్చింది. ఎటూ ఒక నిర్ణయం చేయలేక ఆలోచిస్తూనే ఇంటికి వెళ్ళాడు.

తల్లి, భార్య గ్రంథాలయం ఉన్న వైపు కండ్లు అప్పగించి అశాంతితో ఇంటి ముందర నిలుచున్నారు. కంఠీరవాన్ని వెంకటాచార్యులు తీసికొని వస్తాడా రాడా అని ఆందోళనతో ఉన్నారు.

వెంకటాచార్యులు కడపల్లో అడుగు పెట్టగానే, "మరిదేడి?" భార్య ప్రశ్నించింది.

"ఏం నాయనా! ఒక్కడివే వచ్చినావు?" తల్లి అని వెంకటాచార్యులను దీనంగా చూస్తూ దగ్గరికి వచ్చి నిలుచుంది.

వెంకటాచార్యులు చిక్కులో పడ్డాడు. విచారంగా మంచం మీద కూర్చున్నాడు.

"కంఠీరవం రానన్నాడా?" తల్లి తిరిగి అడిగింది.

"ఎందుకు రానంటాడు అత్తయ్య!" భార్య సమాధాన మిచ్చింది.

"జేలుకు వెళ్ళిండు గదనే! ప్రాయశ్చిత్తం చేయంది పంక్తిభోజనం ఎట్లమ్మ!" తల్లిని పరీక్షగా చూస్తూ మెల్లగా అన్నాడు. అత్త, కోడలు విభ్రాంతులై ఒకరి నొకరు చూచుకొన్నారు. కన్న కొడుకును దూరం చేసే ఆ నియమాలు ఎవరు ఎందుకు పుట్టించారో అన్నంత బాధతో తల్లి కుంగిపోయింది. "సమయానికి ఇటువంటివి బాగా జ్ఞాపకాని కొస్తాయి నాయన నీకు!" నిష్ఠూరంగా అని తల్లి కన్నీరు పెట్టింది. "రాక రాక ఇంటి కొచ్చిన కొడుకును వదిలిపెట్టి పాడుపొట్ట నింపుకునే మొండి బతుకాయె నాది. ఇట్లా ఈ మొండి బతు కెన్నాళ్ళో" తల్లి కుమిలింది.

వెంకటాచార్యులు తనలో ఏదో బలహీనత ప్రవేశించి తమ్ముని వైపు ఆకర్షిస్తున్నదని, ఆ వాతావరణం ప్రభావితం చేస్తున్నదని గ్రహించాడు. తప్పుచేస్తున్నానని తత్తరపడ్డాడు. మనసును స్వాధీనం చేసుకుంటున్నట్టు తెప్పరిల్లి వింతగా పరిసరాలను పరికించాడు.

"అంతకైతే మరిదికి మొదట అన్నంబెట్టుదాం. ఏమంటారు అత్తగారు?" భార్య ఆలోచన చెప్పింది.

వెంకటాచార్యులు ముఖమంతా మాడ్చుకొని కోపంతో భార్యను చూచాడు. "వానితోటే పోయిందా? వెంట ఒక తురకోడున్నాడు. ఇంకో డెవరో దూదేకులవాడు ఉండొచ్చు. ఇకసరే, మన ఊరి పెద్దలు ఉండనే ఉన్నారు కదా! వాండ్లందరిని వదలిపెట్టి వాడొక్క డొస్తాడా? రాడు. వాండ్ల కోసం నేను మాదుగుల్లో కలిసి,

దొరవారితో కంటు తెచ్చుకుంటానా?" ఆవేశంతో అన్నాడు. కాని వెంకటాచార్యులకు వెంటనే ఒక విషయం జ్ఞాపకం వచ్చింది. కంఠీరవం ఇంటికి వస్తే లోగుట్టు తెలుసుకొమ్మన్నాడుగా? వెంకటాచార్యులు ఆలోచించ సాగాడు. కంఠీరవం ఇంటికి వస్తే మాట్లాడాల్సి ఉంటుంది. ఎట్లా మాట్లాడాలె? ఒకవేళ మాట్లాడినా తీసేసినట్టు మాట్లాడితే? అతని వెంట విజయదేవు, పరంధామయ్యలు కూడ వస్తారు. వాండ్లతో ఎట్లా మాట్లాడటం? వెంకటాచార్యులు ఒక నిర్ణయానికి రాలేకపోయాడు. భార్య, తల్లి విచారంగా గోడకు ఆనుకుని నిస్సహాయలుగా వెంకటాచార్యులను చూస్తూ నిలుచున్నారు.

"మరి నాకు కూడు పెడ్తరా లేదా?" అప్రయత్నంగా కటువుగా అంటూ భార్యను కోపంగా చూచాడు.

"ఎందుకు పెట్టం కొడుక!" ఒక నిట్టూర్పు విడిచి తల్లి వంటింట్లోకి వెళ్ళింది. కోడలు నిరుత్సాహంతో అత్తను అనుసరించింది.

20

అందరు కొమరయ్య ఇంటికి పోయి ముందు వసారాలో కూర్చున్నారు. కంఠీరవం నేరుగా ఇంట్లోకి వెళ్ళి "అన్నమ్మేది, ఎక్కడుంది?" అనుకుంటూ వంటింట్లో జొరపడ్డాడు. అన్నమ్మ, కోడలు కనకమ్మ కలసి వడ్డనకై ఆయత్త పడుతున్నారు. కంఠీరవాన్ని చూడగానే అన్నమ్మ ముఖం వికసించింది. "బాగున్నావు కొడుకా" ఆదరంగా అంటూ ఎదురుగా వచ్చింది. దగ్గరికి రాగానే కంఠీరవం అమాంతంగా అమ్మ అన్నమ్మను ఆలింగనం చేసుకొని కాళ్ళకు మొక్కాడు. అన్నమ్మ ఆశ్చర్యంతో పక్కకు తొలిగింది. "నీ కేం పిచ్చా? కాపోళ్ళం. మా కాళ్ళకు మొక్కుతావా?" ముక్కుమీద వేలు వేసుకొని అన్నది. కంఠీరవం ఆవేశపడ్డాడు. ఉబికివస్తున్న ఆనందాన్ని అదుపులోకి తెచ్చుకో ప్రయత్నించాడు. "నీ చల్లని నీడ నా కెంతో హాయిగా ఉంటుంది. అన్నమ్మ! నువ్వు నా తల్లికంటె దేంట్లో తీసిపోయావు? మీవంటి తల్లుల ఆశీర్వచనమే మాకు ఆయుస్సు పోస్తుంది" అని, గౌరవంగా ఒకసారి కనకమ్మను చూచి, వసారాలోకి వచ్చాడు. అంతా భోజనానికి కూర్చున్నారు. కంఠీరవం పక్కనే బషీరు కూర్చున్నాడు. ఎదురుగా కూర్చున్న విజయదేవు ఆలోచనా ధోరణిలో బషీరును, కంఠీరవాన్నిచూడసాగాడు. బషీరు సహపంక్తిలో భోజనం చేయడం విజయదేవునకు అసమ్మతంగా ఉంది.

అగ్రజాతికి చెందిన కంఠీరవం తన కాళ్ళపై బడటం, పక్కకు మహమ్మదీయుని కూర్చోబెట్టుకొని తినడం అన్నమ్మకు విడ్డూరమనిపించింది. కొమరయ్య అన్నమ్మకు సాయంగా వడ్డన చేయసాగాడు.

"ఏమిరా కొమరయ్యా! అయ్యగారు మనింట్ల తింటే ఊళ్ళోవాండ్లు ఏమనుకుంటరు? ఆ తురకాయన్ను రుద్దుకొని కూసోకపోతే ఏమాయె?" అన్నమ్మ కొమరయ్యను పక్కకు పిలిచి గుసగుసగా చెప్పింది.

"అమ్మా! వాండ్లకు బువ్వ పెట్టే నసీబ్ మనకుంది. వాండ్లిద్దరికి బువ్వ పెట్టటమంటే గుట్టమీద సంతర్పణ చేసినంత పుణ్యమనుకో, సరేగాని, ఆయనతో గిట్ల ఈ మాటనేవు" అని కొరమయ్య తిరిగి వడ్డనలో లీనమైనాడు. అన్నమ్మ కంఠీరవాన్ని పరీక్షగా చూస్తూ తలుపు పక్కన నిలుచున్నది. ఇల్లు విడిచి పోయేటప్పుడు అండాళమ్మ దుఃఖం, కంఠీరవం మాటలు, చావిట్లో అంజుమన్ నాయకులతో పెట్టుకొన్న జగడం - అన్ని తలుచుకుంటూ నిలుచున్నది. "ఏదో చల్లగ బ్రతుకు నాయనా" ఆమె అనుకోకుండానే హృదయం ఆశీర్వదించింది.

అంతా భోజనాలు ముగించుకొని, కొద్దిసేపు అషామాషీ సాగించారు. చెరువు సంఘటన వివరాలు, కొమరయ్య భూమి రామభూపాల్‌రావు గుంజుకున్నప్పుడు అన్నమ్మ చేసిన ధైర్యం, కొమరయ్యపై రామభూపాల్‌రావు చేసిన దౌర్జన్యం, మత పరివర్తన వాతావరణం, విజయదేవుకు, ఆర్య సమాజం ప్రధానికి జరిగిన వాగ్వివాదం అన్నీ చర్చించారు. కంఠీరవం ఆనందంతో ఉబ్బిపోయాడు. బషీరు ఆ చర్చలన్నీ శ్రద్ధగా వింటూ, అవి అతనిపై వేస్తున్న ప్రభావానికి ఉద్రిక్తుడయ్యాడు.

చంద్రయ్య రామడుగు గ్రామానికి, పరంధామయ్య, వెంకటేశ్వరరావులు తహశీలుకు వెళ్ళారు. ఆ రోజంతా అషామాషీగానే గడిచింది. సాయంత్రం అంతా కలిసి కొమరయ్య తోట బావి భూమిని చూడటానికి వెళ్ళారు. వచ్చేటప్పుడు గ్రామం నలువైపులా తిరిగారు. హరిజన వాడకు దగ్గరగా అంజుమన్ మత ప్రచారకునికై వేసిన గుడిసె స్థలమును చూచారు. పూర్తిగా పాడుగోడలుగా ఉండిపోయిన వెంకటేశ్వరరావు ఇంటిని చూచారు. చెరువుకట్టమీదికి వెళ్ళారు. మేజిస్ట్రేటుతో వచ్చినప్పుడు అంతా గుమిగూడిన స్థలాన్ని, పోలీసులు నిలుచున్న స్థలాన్నిచూపుతూ విజయదేవు విషయాల్ని వివరించాడు. చెరువుకట్టమీద నిలుచుండి కంఠీరవం గంభీరంగా నలువైపుల తిలకించాడు. దూరంగా ఎత్తయిన ప్రదేశములో చేలలో ఉన్న పాత గుడిని ఒళ్ళుమరిచి చూడసాగాడు. గ్రామంనుంచి వెళ్ళిపోయినప్పటి దృశ్యం, చేను కాపరుల అతిథ్యం, కనకయ్య సంభాషణ, కొమరయ్యతో కలయిక - అన్నీ కంఠీరవం తలచుకొని ఒక నిట్టూర్పు విడిచాడు. కొమరయ్య వైపు తిరిగి, "కనకయ్య ఇప్పుడేం జేస్తున్నాడు?" ప్రశ్నించాడు.

"పాపం! పొట్టకెళ్ళక షోలాపూర్ బట్టల గిర్నిలో పనిచేస్తున్నడంట. అప్పుడప్పుడు వచ్చిపోతుంటడు." కొమరయ్య విచారంగా సమాధాన మిచ్చాడు.

కంఠీరవం బ్రాహ్మణేతరులతో కలిసి భోజనం చేయడం గ్రామీణులకు సహించరాని విషయమైంది. గుసగుసలు మొదలైనాయి.

"నీ కొడుకు మీ ఇంటికి అసలే రాడా అమ్మా?" ఒక స్త్రీ అండాళమ్మను పరామర్శించినట్లే విమర్శించింది.

"మీరు తెలిసినోళ్ళే శూద్దుర్లిండల్లో తింటుంటే మా అసుంటోండ్లకు పట్ట పగ్గాలుంటయ్యా?" ఇంకొక స్త్రీ ఆండాళమ్మను ప్రశ్నించింది.

వారి మాటలతో ఆండాళమ్మకు బల్లెంతో పొడిచినట్టయింది. రఘునాథాచార్యుల కుండిన నిష్ఠకు, కంఠీరవం చేష్టలకు ఉన్న అగాధమును తలచుకొని నిట్టూర్పు విడిచింది. అసహాయురాలుగా తనలో తాను కృశించసాగింది.

గ్రామీణులలో కొందరికి కంఠీరవం భోజనం విషయంలో ఉన్న విముఖతను ఆధారం చేసుకొని వెంకటాచార్యులు కంఠీరవాన్ని విమర్శించ మొదలు పెట్టాడు. కంఠీరవం ఒట్టి పోకిరీవాడని, చిన్న, పెద్ద, కులం, మతం లేనివాడని, తన, పర అనే విచక్షణే లేదని చెప్పసాగాడు.

ఆడవాండ్లలో బయలుదేరిన గుసగుసలు మగవాండ్లకు పని కల్పించాయి. కొందరు వచ్చి కొమరయ్యతో తమ మనసులోని మాటలు చెప్పారు. కొమరయ్య కూడా కంఠీరవం ఆ విధంగా కలిసిమెలిసి భోజనం చేయడం తప్పేనని భావించాడు. ఒకసారి సందర్భం కనిపెట్టి, గ్రామంలో కొందరు లేవదీసిన ప్రశ్నను కంఠీరవానికి చెప్పాడు. కంఠీరవం ఒక చిరునవ్వు నవ్వి, "మంచిది. ఆ విషయం ఆలోచిద్దాం" అని తల వూపాడు.

రాత్రివేళ గ్రంథాలయంలో అంతా కూడగానే కంఠీరవం తన భావాలను వ్యక్త పరిచాడు.

"మనము చేసే పనులవల్ల, చెప్పే మాటలవల్ల కష్టముగాని, నష్టముగాని ఇతరులకు కలుగకుండ చూడటం చాలా ప్రధానం. నేను కేవలం ఒక మానవుడినని మాత్రమే అనుకుంటున్నాను. నేను కుల, గోత్ర, మత, వర్గాలతో వైరాలు పెంచుకోవాలనిగాని, వాటికి లొంగి అడ్డంకులకు అదరిపోవాలని గాని తలవను. మీకు, నాకు, బషీరుకు, అట్లే నేను ప్రేమించే నా విజ్ఞానానికి, నా ఉనికికి కారణమయ్యే ఏ శక్తి లేక జీవితో కూడా నేను వేరుగా ఉండటం ఆత్మద్రోహ మనుకుంటాను" గంభీరంగా కంఠీరవం ఒక్కొక్క వాక్యం తూచినట్లు మాట్లాడాడు.

విజయదేవు శ్రద్ధగా వింటున్నాడు.

"కులాల పేర, మతాల పేర ప్రారంభమైన ఈ అడ్డుగోడలు క్రమంగా బలమైన అడ్డంకులుగా తయారైనాయి. దాంతో మనలో ఐక్యత నశించింది. సమిష్టి బాధ్యత, సమిష్టి ఆలోచన, సమిష్టి జీవితము లేకుండాపోయింది. ఎవరికివారు బాధ్యతారహితులై పోతున్నారు. నేను నావరకు అటువంటి ఏ అడ్డంకులను కూడా లక్ష్యపెట్టదలచుకోలేదు. ప్రయత్న పూర్వకముగా అట్టివాటిని ఎదుర్కొంటాను. కాని ఒక సంగతి మీరు దృష్టిలో ఉంచుకోవాల్నని సవినయంగా ప్రార్థిస్తున్నాను. ఎవరికి వారు తాము చేసే ప్రతిపని అంతరార్థం, పరిణామం తెలిసికొని చేయడం మంచిది. అంతేగాని వ్యక్తిగతమైనట్టి, లేక అధికార పూర్వమైనట్టి లేక ఆర్థికమైనట్టి ఒత్తిడికి లొంగి అణగి వుండటం మాత్రం ఆత్మహత్య చేసికొన్నట్టే" కంఠీరవం గ్రామీణుల సందేహాలకు సమాధానంగా అన్నాడు. కంఠీరవం మాటలను గ్రామీణులు శ్రద్ధగా

విన్నారు. అతనితో వాదన పెట్టుకోవడంగాని, ప్రశ్నించడంగాని, శక్తికి మించిన విషయంగా తోచింది.

గంభీరంగా కంఠీరవం సంభాషణ వింటున్న విజయదేవు కంఠీరవంతో వాదనకు దిగాలని ఉత్సాహపడ్డాడు.

"మీరు ప్రకటించిన భావాలతో ఇంచుమించు నేను ఏకీభవిస్తాను. కులాలు, మతాలు నిజంగా లేకుండా పోవాల్సిందే. ప్రస్తుతం కులాల పట్టింపులు పెట్టుకున్నా సాగేవికావు. గ్రామాల్లో మనప్రజల్లో కొన్నిభావాలు నాటుకపోయాయి. అవి క్రమంగా పోతుంటాయనుకోండి. కాని నాకొక సందేహం... సందేహమేమిటిలెండి, గట్టిగా విశ్వాసం ఉంది. అయినా ఈ విషయంలో మీ అభిప్రాయమేమిటో తెలుసుకుందామని మనవి చేయదలిచాను" విజయదేవు దీర్ఘమైన ఉపోద్ఘాతం ప్రారంభించాడు.

"కొన్ని దేశాల్లో ఉండే ఆచారాలు, అలవాట్లు లేక మతవిధులు వేరే దేశంలోని మత విధులకు, సభ్యతా సంప్రదాయాలకు విరుద్ధమేగాక హానికరంగా కూడా పరిణమిస్తాయి. అయినప్పుడు మీరనుకునే సమిష్టి తత్వము దెబ్బతింటుందేమోనని నాఅనుమానం" విజయదేవు మందహాసం కురిపిస్తూ వినయంగా అన్నాడు.

"దెబ్బతినాల్సిన అవసరంలేదు. నేడు సమాజములో ఆచరణలో వున్న అలవాట్లు, సంప్రదాయాలు ఒకేసారి ఎవరైనా ఒకరు, ఏ దేశంలోనైనా నికరంగా నిశ్చయించి ఆచరణలోకి తెచ్చినవికావు. సమాజ వికాసంతోపాటు జీవితములోని ప్రతి విషయం - కట్టుకునే బట్ట మొదలు రాజ్యాంగ పద్ధతివరకు - మారుతూ వచ్చాయి. వికాసదశలో చెడుగు ప్రవేశించడం లేక మంచి ఫలితాలేర్పడటం పైననే ఆ వికాస దశకు సంబంధించిన సమాజం యొక్క రూపం నిలిచిపోతుంది. కొన్నాళ్ళవరకూ దాన్నిబట్టి ఆయా దేశాల, లేక జాతుల, ప్రజల నైతిక కట్టుబాట్లు, ఆచార వ్యవహారాలు, సంస్కృతీ సంప్రదాయాలు మారుతూ ఉంటాయి. కాబట్టి ఏ దేశం లేక జాతి కూడా తనకొక ప్రత్యేక విశిష్టత ఉందని చెప్పుకోవడంలో అర్థంలేదు. బయటి ప్రపంచం యొక్క ప్రభావంతో దూరం ఉన్నామని అనుకోవడం పొరపాటు. అది అసంబద్ధం, అసహజం కూడా. మూల విషయాన్ని మనం దృష్టిలో పెట్టుకోవాలె. ఈ దృష్టితో ఆలోచిస్తే ఒకరి పరిస్థితివల్ల ఇంకొకరి పరిస్థితి మారి సమిష్టితత్వము దెబ్బతినదు. భిన్నమైన రెంటికలయికతో ఒక కొత్తవాతావరణం ఏర్పడుతుంది. ప్రభావం కలుగుతుంది. దాని ఫలితంగా కలిగే మంచిని మాత్రమే స్వీకరించి, చెడుగును పరిత్యజించి విశాలహృదయంతో కృషిచేస్తే ఒకకొత్త సభ్యత, సంస్కృతి, సంప్రదాయం ఏర్పడుతాయి. అదే తుదకు 'సమిష్టి' తత్వముగా పరిణతి పొందుతుంది. అదే విశ్వమానవ సౌభ్రాతృత్వానికి పునాదిరాయి" అని కంఠీరవం వివరించాడు. విజయదేవుకు తృప్తికరంగాను, మనోరంజకంగాను సమాధాన మిచ్చానని కంఠీరవం సంతృప్తిపడ్డాడు. కాని విజయదేవు ఆలోచనా వైఖరితో మెడను కొంచెం వంకరగా పెట్టి "ప్రస్తుత పరిస్థితిలో అన్నిటికంటె విశాలమైన దృక్పథము,

ఉన్నత ఆశయాలు, విశిష్టమైన సభ్యతాసంప్రదాయాలుగల సంస్కృతి ఆర్యసంస్కృతి యని నా విశ్వాసము" అన్నాడు.

"ఆ విధంగా మీరు విశ్వసిస్తే తప్పేంలేదు. మనిషికి కలిగే ప్రతి విశ్వాసానికి వెనుక కొంత చరిత్ర ఉంటుంది. ఆ చరిత్రను అర్థంచేసుకొనే పద్ధతిపై ఆ విశ్వాసం ఆధారపడి ఉంటుంది. అర్థంచేసుకొనే పద్ధతిమారితే విశ్వాసాలుకూడా మారుతుంటాయి. అదిగాక ప్రతిదేశానికి చెప్పుకోతగ్గ ఘనత ఏదో ఒకటి ఉండి తీరుతుంది. అయితే ఆ దేశము తన ఘనతనే గీటురాయిగా పెట్టుకోకూడదు. తన గీటురాయితో ఇతర దేశాలు చెప్పుకొనే ఘనతల రంగు తేల్చుకోకూడదు. దానితోపాటు పోలికల్లో కనిపించే లోపాల వెనుక, హెచ్చుతగ్గుల వెనుక వాటికి కారణమైన ఆ యా దేశాలవారి పరిస్థితులను, పరిణామ దశలనుకూడా అర్థము చేసికోవాలె. అప్పుడుకాని ప్రతివారికి సశాస్త్రీయ విమర్శనా దృష్టి అలవడదు. అప్పుడు అట్టివాడు తన ఘనతకు గర్వించుకొనుటతోపాటు తన ఘనతవల్ల సత్ఫలితాలు ఇతరులు అనుభవించుటకు కారకుడవుతాడు. అట్లే ఇతరుల ఘనతల్లోని ప్రత్యేకతలతో తాను లాభిస్తాడు. దాంతో ఒక చక్కని రాజమార్గం ఏర్పడుతుంది. కాబట్టి మీరు విశ్వసించిన ప్రకారం ఆర్యసంస్కృతి విశిష్టత కలదనుటకు నాకు ఆక్షేపణలేదు. అయినా, ఆ విశిష్టత పరిపూర్ణమైందని మాత్రం నేను ఒప్పుకోను. ఆర్య సంస్కృతి జీవనాడినిబట్టి చూస్తే ముందడుగు వేయాల్సింది ఎంతో ఉంది" కంఠీరవం అన్నాడు.

"ఇప్పుడు బషీరుగారి విషయం, అంటే అతని సభ్యతను ఏమంటాం?" విజయదేవు ప్రశ్నించాడు.

"బషీరు మీకు ఒక్కడే కనపడ్తున్నాడా? చెప్పుకొనుటకు హిందువని, మహమ్మదీయుడని, క్రైస్తవుడని, ఇంకా ఏమేమోఅని పిలుస్తుంటాం. ఈ మతాలు బలవంతంగా మెడకు పడ్డవేగాని కోరి తెచ్చుకున్నవి బహుస్వల్పం. పుట్టుక వల్లనో, లేక తరువాత ఏదైనప్రభావంవల్లనో మెడకు పడ్డ పేర్లుమాత్రమే. ఇక మతవిధులను ఆచరిస్తున్న దెంతమంది? అన్నం తినేముందు అన్నార్తులు లేకుండా చూడమని ఆర్యులు ఘోషించారు. ఇప్పుడేం చేస్తున్నారు? తలుపులు దగ్గరికి బిగించి భోజనాలు చేస్తున్నారు వారి సంతతివారు. వడ్డీని గ్రహించడం, బంగారం ధరించడం వర్జనీయమని ఖురాన్ బోధిస్తున్నది. కాని అప్పులు పెట్టి, వడ్డీని జీవితాధారంగా చేసుకున్నారు. ఒక చెంప కొడితే రెండో చెంపను చూపమన్న ఏసుక్రీస్తు శిష్యసంతతి మహాత్మునివంటి పురుషోత్తముని హింస పెడ్తున్నది. అక్షరాల మతవిధులను ఆచరించు ప్రతినిధులు లెక్కకు మిక్కిలిగా లేరు. కారణం? మతాలు భౌతికకారణాలు వెంటనడుస్తూ తమ ఉనికిని ఇముడ్చుకొని బలహీనతలకు దారితీశాయి" అని కంఠీరవం ముసిముసిగా నవ్వాడు.

"మీ రెన్నన్నా చెప్పండి. విజయదేవుగారికి తురకలంటే పడిరాదు. ఎన్నన్నా

మాట్లాడుతడు కాని తుర్కలకాడికి రాగానే మాట ఎటోపోతది" కొమరయ్య నవ్వుకుంటూ అన్నాడు.

"అంటే అంజుమన్ వాండ్లు మతవిషాన్ని పంచుతుంటే దానికి విరుగుడుగా అదేమార్గం అనుసరణీయమని విజయదేవుగారి అభిప్రాయమై ఉండొచ్చు. కాని అది నేనంగీకరించను. దానికి విరుగుడు పూర్తిగా భిన్నంగా ఉండాలె. హైదరలీ, రామభూపాల్‌రావుల ఐక్యత మన అందరికి కనువిప్పుగా ఉండాలె. మనం మన సమస్య దృష్ట్యా వ్యక్తులను, ఆశయాలను అర్థం చేసుకోవాలె. అవి ఎక్కడనించి ఏవిధంగా వస్తున్నవో గమనించాలె" కంఠీరవం కొమరయ్యను సంబోధిస్తున్నట్టు మాట్లాడాడు.

"నేను పదేండ్లనుంచి మా గుంపులో తిరుగుతున్న. ఎన్నడుకూడా మాలోమేము హిందువులమని తురకలమని అనుకోలేదు. కాని ఇదే సంగతనుకుంట అప్పటినించి అనుకుంటున్నరు? ఎక్కువ చదువుకుంటే అన్నిటిమీద అపనమ్మకం, అనుమానం కల్గుతుందా? ఎరకలేక అడుగుతున్నా" బషీరు కొమరయ్యను చూస్తూఅన్నాడు." ముఖమంతా చిన్న బుచ్చుకున్నాడు.

"నిజం బాగానే తెలుసుకున్నడు." కొమరయ్య నవ్వుతూ అన్నాడు.

"విద్యాహీనులని ఎవరిని అంటుంటామో వాండ్లలో విషయగ్రహణశక్తి ఎక్కువగా ఉంటుంది" అని కంఠీరవం అంటుండగా నిజామాబాదుకు వెళ్ళిన పరంధామయ్య, వెంకటేశ్వర్రావులు వచ్చి కంఠీరవానికి, విజయదేవుకు నమస్కరించారు. కంఠీరవం పక్కకు కూర్చున్నారు. కొమరయ్య అక్కడ కూర్చున్న ప్రజలనులేపి, ఏదో మాట మంచి సాగించి, ఇండ్లకు పంపాడు.

21

పరంధామయ్య చాలా కోపంగా ఉన్నాడు. వెంకటేశ్వర్రావు పరీక్షగా కంఠీరవాన్ని చూస్తూ కూర్చున్నాడు.

"ఒక తల్లికడుపులో మీవంటి అన్నదమ్ములు పుడ్తారంటే చాలా ఆశ్చర్యమేస్తుంది." పరంధామయ్య బుసకొడ్తు అన్నాడు. "మీ అన్న తలగొట్టి నడిబజార్లో వేలాడదీసినా పాపంలేదు" అంటూ కంఠీరవాన్ని ఉక్రోషంతో చూచాడు.

"కొంచెం నిదానించండి. జరిగేదేమిటో మంచిగానే జరుపుదాం. కాని శాంతించండి." వెంకటేశ్వర్రావు ఉపశమనం కలిగించాడు.

కంఠీరవం పరంధామయ్య వీపుపై చేయివేసి, "చాలా రోజులకు పరంధామయ్యగారి నిజస్వరూపాన్ని చూస్తున్నాను. ఒకప్పుడు నిజామాబాదులో గ్రంథాలయ సభకు ప్రభుత్వం కొన్ని అన్యాయమైన నిబంధనలు విధిస్తే ఈ విధంగానే ఆరాటం చేశాడు. అతి అమాయకులు ఇట్లాగే ఉంటారు" అన్నాడు.

"అసలు మొదట వెంకటాచారి కాళ్ళకు తాడుకట్టి చచ్చినకుక్కను ఈడ్చినట్లు ఈడ్చుకొచ్చి, పెడరెక్కలు గుంజకు కట్టాలె. సిగ్గు, లజ్జ, బిడియం లేక తనే వెంకటేశ్వర్రావునని చెప్పుకొని కొమరయ్య నోట్లోమన్ను పోశాడు. పెద్ద కులంలో పుట్టినా అన్నీ పాడుబుద్ధులే" అంటూ పరంధామయ్య గుడ్లెర్రచేసి అందరిని కలయజూచాడు.

అందరూ నిర్విణ్ణులై కంఠీరవమే నేరస్థుడన్నట్లు అతనివైపు చూచారు.

కంఠీరవం అవమానంతో భారంగా తల నేలకువేసి కూర్చున్నాడు.

"మీరు చేయమన్న పని చేయడానికి నేను సిద్ధంగా ఉన్నాను. నేను నా అన్న విషయంలో అభిమాన పడ్తానని మీ కెవరికీ సంకోచం ఉండనక్కరలేదు. ఉన్నదనికూడా నేను అనుకోను. నాకు నా అన్నకు పుట్టుకతో ఏర్పడిన సంబంధంతప్ప వేరే ఏమీ లేదు. అది మీ రెరిగిన సంగతే. కని, పెంచి, కల్మషం లేకుండా కనికరించే మా అమ్మకు, నీతి, నియమం, నిష్ఠ నిజాయితిగల మా నాయనకు నేను కొడుకునై పుట్టినందుకు నేనెంతో గర్విస్తుంటాను. ఆ విధంగానే ఈరోజు నా అన్నయ్య చేసిన అన్యాయానికి శిక్షగా నా అన్నయ్యను న్యాయస్థానానికి అప్పచెప్పి అతని పాపాన్ని లోకానికి తెలపడం కూడా నాకు గర్వకారణ మవుతుంది." కంఠీరవం గంభీరంగా అన్నాడు.

"మీ అన్న చాలా పెద్దమనిషి అన్నట్టుంది మారాజ్" బషీరు ఆశ్చర్యంగా అడిగాడు.

"అవును. మా కులం పెద్దది. చేష్టలు, బుద్ధులుకూడా పెద్దవి." కంఠీరవం చిరునవ్వుతో అన్నాడు.

విజయదేవు హృదయంలో తుఫాను రేగింది. ఇంతవరకు జరిగిన చర్చల్లో కంఠీరవం చెప్పిన సమాధానాలు, వెలిబుచ్చిన భావాలు ఏవికూడా విజయదేవుకు నచ్చలేదు. వాటిపై మళ్ళీ ఒకసారి చర్చించి కంఠీరవాన్ని తనతో ఏకీభవించేటట్లు చేయాలని తనలో తాను మథన పడ్తుండగా, కంఠీరవం తన అన్న విషయంలో వెలిబుచ్చిన భావాలు విజయదేవుకు కనువిప్పు కలిగించాయి. కంఠీరవం తన కర్తవ్య నిర్వహణ విషయంలో అన్న మాటలు విజయదేవుపై సమ్మోహనాస్త్రాలుగా పని చేశాయి. "ఎంతటి మహోవ్యక్తి." తనలో తాను అనుకున్నాడు.

"అయితే వెంకటాచార్యులంగారు ఎల్లెమారు దగ్గరికి వేంచేస్తారన్నమాట" వ్యంగ్యంగా విజయదేవు మాట్లాడాడు.

"మీ అన్నను పిలిచి మాట్లాడుదామంటారా?" కొమరయ్య అన్నాడు.

"ఎవరిని ఏమీ అడుగవద్దు. మనం చాలా గుట్టుగా కచేరీకి పోయి చంద్రయ్య, అయోధ్యరామయ్యల సాక్ష్యాలను ఇప్పించి మొదట రామభూపాల్‌రావును, వెంకటాచార్యులను నిర్బంధింప చేయాలె. అంతవరకు చాలా జాగ్రత్తగా వ్యవహరించాలె." వెంకటేశ్వర్రావు సలహా చెప్పాడు.

"అప్పుడు దొరకు సాయంగా దొంగ సాక్ష్యాలిచ్చిన తిరుపతయ్య పాపయ్యలు ఇప్పుడు మనపట్టే ఉన్నారు" పరంధామయ్య అన్నాడు.

"అయితే వెంటనే మనమంతా నిజామాబాదుకు వెళ్ళాలె" కంఠీరవం ఉత్సాహంగా అన్నాడు. ఆరోజే చంద్రయ్య అయోధ్యరామయ్యను వెంటబెట్టుకొని దిమ్మెగూడెం చేరుకున్నాడు.

వెంకటేశ్వర్రావు, అయోధ్యరామయ్యలు పరస్పరం కుశల ప్రశ్నలు, క్షేమసమాచారాలు మాట్లాడుకొన్నారు.

"ఏదో మంచి చేసుకొని సర్దుకుపోతే బాగుండును. అనవసరంగా రచ్చకీడ్వటం ఏం బాగుంటుంది?" అయోధ్యరామయ్య రామభూపాల్‌రావు విషయంలో సంకోచిస్తూ అన్నాడు.

పరంధామయ్యకు పట్టరాని కోపం వచ్చింది. "మేము చేసేదంతా న్యాయశాస్త్రం ప్రకారమే. అయినప్పుడు న్యాయశాస్త్రం దొరవారికి వేరే విధంగా ఎట్లా వుంటుంది!" అన్నాడు.

"ధర్మప్రభువులు, దైవాంశ సంభూతులు అన్ని విషయాలకు, అవధులకు అతీతులు కదండీ?" విజయదేవు వ్యంగ్యంగా అంటూ హేళనగా నవ్వాడు.

"అది దొరవారితోటే పోవటంలేదుగా! అన్యాయంగా వెంకటాచార్యులుగారు కూడా ఇరుక్కున్నాడే. మరి ఆ విషయమైనా ఆలోచించండి. కంఠీరవంగా రేమంటారో ఈ విషయంలో" అయోధ్యరామయ్య చలోక్తిగా? మాట్లాడి కంఠీరవాన్ని కొంటెగా చూచాడు.

"సరే! అవన్ని మీ కెందుకులెండి. యథార్థమేదో అదిమాత్రం మీరు దాచకుండా మాకు సాయం చేయండి. అంతే" వెంకటేశ్వర్రావు అన్నాడు.

అంతాకలిసి న్యాయస్థానానికి వెళ్ళారు. వెంకటేశ్వర్రావు న్యాయాధిపతిని ప్రత్యేకగదిలో కలిసికొని వివరంగా విజ్ఞప్తిని. సాక్ష్యాల పట్టికను అందజేశాడు.

న్యాయాధిపతి ఆ అభియోగ వివరాలు తెలిసికొని ఆశ్చర్యపడ్డాడు. "అయినా మీకు రామభూపాల్‌రావుమీద ఇంత పగెందుకు?" బొమలు ముడి పెట్టి ముఖం మాడ్చుకొని అన్నాడు.

"ఇందులో పగ ఏముంది? జరిగిన అన్యాయానికి చట్టప్రకారం చర్య తీసుకోమంటున్నాను. అంతే."

"అయినా మనుష్యుడన్నప్పుడు తప్పులు జరుగుతుంటాయి. సదురుకొని పోతుండాలె. మీరా చదువుకున్నవాండ్లు. బస్తీలో ఉంటుంటారు. మీకే విధంగానైనా కాలంగడుస్తుంది. కాని ఈ విధంగా ఉన్న ఊళ్ళో కక్షలు పెంచితే అన్యాయంగా అమాయక ప్రజలు అవస్థల పాలవుతారు. మీరు ఎప్పుడూ ఊళ్ళో వుండపోయారా? ఉన్నా మీవల్ల వాండ్లకు జరిగే సాయమేముంటుంది, మాటలబలం తప్ప. అందుకోసం లౌకికంగా ప్రవర్తించి, ఉచితజ్ఞత నుపయోగిస్తే బాగుంటుందని నా

అభిప్రాయం. ఇదంతా నేను వ్యక్తిగతంగా అంటున్నదే. అధికారరీత్యా న్యాయం చేయడంలో నేను వెనుకాడేవాడిని కాను" న్యాయాధిపతి హితవు చేశాడు. అభియోగానికి సంబంధించిన కాగితాలను పరిశీలించాడు.

"దొంగ సాక్ష్యాలతో ఇతరుల భూమిని దిగమింగి పెద్దమనిషిగా ఊరేగుతున్నప్పుడు, ఆ విషయంలో చర్యతీసికొంటే గ్రామకక్షలు పెరుగుతాయని మీరు మమ్ముల హెచ్చరించడం నా కాశ్చర్యంగా వుంది. మేము మిమ్ముల చట్టరీత్యా పొందాల్సిన న్యాయాన్నే కోరుతున్నాము" కృత్రిమ వినయంతో వెంకటేశ్వర్రావు అన్నాడు. న్యాయాధిపతి వైఖరిపై అతనికి కోపం వచ్చింది.

న్యాయాధిపతి చదువుతున్న కాగితాలను పక్కకుతోసి చేతి గడియారాన్ని చూచుకున్నాడు. "నేను విచారణ స్థలానికి వెళ్ళాలె. సమయం అయిపోయింది" అని లేవబోయాడు.

"ఒక మనవి" వెంకటేశ్వర్రావు న్యాయాధిపతిని వెళ్ళకుండా నిలుపాలనే ఉద్దేశంతో అన్నాడు. "ఈ అభియోగము యొక్క తీవ్రతను, రామభూపాల్‌రావు యొక్క పలుకుబడిని దృష్టిలో వుంచుకొని మీరు ఈ ప్రత్యేక గదిలో విచారణ జరిపి వెంటనే నిర్బంధాజ్ఞలను పంపించాలని కోరుతున్నాను" అని వెంకటేశ్వర్రావు వాదించాడు.

"చట్టాలు, శాసనాలు ఎవరి పలుకుబడికి, పరిమితికి తల ఒగ్గవు. ప్రభుత్వానికి న్యాయమే ఆశయము, ఆధారమే విశ్వాసము" అంటూ న్యాయాధిపతి కుర్చీలో కూర్చున్నాడు. గంటకొట్టాడు.

చప్రాసి రాగానే ఒక్కొక్కరిని పిలిచి, సాక్ష్యాలు తీసుకొని, రామభూపాల్‌రావు, వెంకటాచార్యుల పేర నిర్బంధాజ్ఞలు పంపించాడు.

నిర్బంధాజ్ఞలను, పోలీసులను వెంటబెట్టుకొని అంతా దిమ్మెగూడెం చేరుకున్నారు. రామభూపాల్‌రావు, వెంకటాద్రి, హైదరలీ గడీబంకుల్లో కూర్చొని గ్రామవ్యవహారాలను చర్చించుకుంటున్నారు.

వెంకటేశ్వర్రావు పోలీసులతో గడీలోకి వెళ్ళి ఆజ్ఞను చేతికిచ్చి రామభూపాల్‌రావును నిర్బంధింప చేశాడు. అక్కడ ఒక జవాన్ను ఉంచి అక్కడనుంచి వెంకటాచార్యుల ఇంటికి వెళ్లారు. వెంకటాచార్యులు రామదాసు నాటకాన్ని చాలా కష్టంగా ఒక్కొక్క వాక్యాన్ని చదువుతున్నాడు. వెంకటేశ్వర్రావు పోలీసులతో రాగానే తల్లి, భార్య బిడియంతో లోపలికి వెళ్ళారు. వెంకటాచార్యులు దిగులుతో మంచంలోనించి లేచి బిత్తరపడి చూచాడు. పోలీసు అమీన్ నిర్బంధాజ్ఞను చదివి వినిపించి అతన్ని వెంట తీసికొని రామభూపాల్‌రావు గడీలోకి వెళ్లారు.

దిమ్మెగూడెంలో కలవరం బయలుదేరింది. అందరి మనస్సులు, దృష్టి రామభూపాల్‌రావు గడీవైపే ఉన్నాయి. కాని అక్కడికి ఎవరూ వెళ్ళడానికి సాహసించలేదు. కొమరయ్య, విజయదేవు మొదలైన వారంతా ఉద్రిక్తులై గ్రంథాలయంలో మౌనంగా కూర్చున్నారు. వెంకటాచార్యులు పిచ్చివానివలె రామభూపాల్‌రావు వైపు చూడసాగాడు. వెంకటాద్రి, హైదరలీ కిమ్మనకుండా

కూర్చున్నారు. రామభూపాల్‌రావుకు నిలువెల్ల చెమటలు పట్టినాయి, నోట మాట రావడంలేదు. తత్తరపడ్డ నాలుకతో, "జమానతు తక్కీలు చేసుకోరాదండి?" పోలీస్ అమీన్‌తో దీనంగా అన్నాడు.

వెంకటేశ్వర్రావు "అదంతా న్యాయస్థానంలో" అన్నాడు.

"అవునన్నట్లు" అమీన్ దీనంగా రామభూపాల్‌రావు వైపు చూచాడు.

ఇంట్లోంచి బట్టలు తెప్పించుకొని, కచ్చడంలో కూర్చొని రామభూపాల్‌రావు, వెంకటాచార్యులు పోలీసులతో ఊరువదలి వెళ్ళిపోయారు.

గ్రామప్రజలు చెప్పజాలని ఆవేదనలో పడిపోయారు. తమను పీడిస్తున్న దుష్టశక్తులకు తగినశాస్తి జరిగినందుకు సంతోషంకలిగింది. గ్రామానికి పెద్దయై చేసే తప్పులన్ని ఒప్పులుగా చెల్లిపోవడం చూచిన ఆ ప్రజలే తమ కండ్లెదుట నేరస్థుడుగా నిర్బంధింపబడటం, పోలీసులకు విధేయుడై లొంగిపోవడంతో ఆశ్చర్యపడ్డారు. కులానికి పెద్దయైన వెంకటాచార్యులు, గ్రామానికి పెద్దయైన రామభూపాల్‌రావుల యొక్క పెత్తనాలందలి లోతుపాతులింతేకదా అని కొందరు మూతులు విరిచారు. పోలీసు అధికార్లు వచ్చినప్పుడల్లా రామభూపాల్‌రావు గడీలో కులాసాగా కాలంగడిపేవారు. విందులు, వినోదాలు, మామూళ్ళు, మేజువాణీలు మొదలైన సంబరాలు జరుగుతుండేవి. కాని ఆ అధికారుల్లో ఒకడైన అమీన్‌కు ఆ రోజు ఇన్ని మంచినీళ్ళు ఇచ్చినవాడులేడు. పోలీసులు పస్తున్న పిల్లులవలె పేలవమైన ముఖాలు వేసుకొని ఆ రోజు ఊరువిడిచి వెళ్ళిపోయారు. గత్తరలేచినప్పుడు గ్రామాన్ని వదిలిపెట్టి దేవరను సాగనంపినట్లుండింది, ఆ రోజు గ్రామం వాలకం.

ఆండాళమ్మ భరింపరాని దుఃఖంతో కుమిలిపోయింది. కంఠీరవం ఈ విషయంలో అన్నకు సాయపడక శత్రువర్గంతో కలిసిపోవడం ఆమెకు అసహ్యం కలిగింది.

వెంకటాచార్యులు ప్రజాకంటకుడని భార్య తాయమ్మ ఎరిగున్నా నిర్బంధింపబడడానికి మాత్రం కంఠీరవంయొక్క పాతపగే కారణమని కంఠీరవాన్ని నిందించింది.

"చిన్నప్పుడు ఏదో జరిగింది. ఇంకా మనసులో పెట్టుకొని ఇంటికి ఖోక, పరాయివాళ్ళ పంచన చేరి పాతపగను ఈ విధంగా తీర్చుకోవడం కంఠీరవం చేయాల్సిన పనికాదు" కోమటి శంభయ్య మనసులో అనుకున్నాడు.

"ఎంత చెడ్డవాడైనా తోడబుట్టినోడాయె, పరాయి వాడవుతాడు? కష్టాల్లో ఉన్నప్పుడు ఆదుకోకపోతే మానె. కానోళ్ళతో కలిసి ఉండటం, కొమరయ్యతో గుసగుసలు పెట్టడం ఏం బాగుందమ్మా? నీవేమన్నాఅను" ఒక స్త్రీ బాటనపోతున్న ఒక స్త్రీని పిలిచి చెప్పింది.

"మనమంటే ఎవరింటరు? ఇంట్ల కుక్క జొరబడ్డెమో. పోతమ్మ" అని ఆ స్త్రీ చేతులు తిప్పుకుంటు వెళ్ళిపోయింది.

"దొరమాట తీయలేక అప్పుడు ఏదో తప్పుచేసుంటడు. ఎందుకొచ్చింది పోనీయి అని కంఠీరవం చెప్పితే వకీలుగారు యినకపోయినారు? మనలోమాట" ఒక గౌండ్లాయిన కల్లుతాగడానికి వచ్చిన ఒకతనితో అన్నాడు. మొత్తంపై ఆరోజు దిమ్మెగూడెంలో అపూర్వమైన సంఘటనగా అందరు ఆశ్చర్యపోయారు.

దిమ్మెగూడెం సంఘటన మొత్తం జిల్లాలోనే కలవరం లేపింది. అధికార బృందం ఆశ్చర్యం ప్రకటించింది. ప్రభుత్వానికి జీవనాళాలైన గ్రామాధికారు లీ విధంగా ప్రజలముందు పలచనైపోవటం, పరిపాలనా సౌష్టవానికే గొడ్డలిపెట్టుగా భావించారు. ప్రభుత్వమన్నా, ప్రభుత్వాధికారులన్నా ప్రజల్లో భయమున్నప్పుడే ప్రభుత్వ యంత్రం, పరిపాలనా పద్ధతి కట్టుదిట్టంగా ఉంటాయి. కాని ఈవిధంగా చట్టంపేర, న్యాయంపేర ఉచితజ్ఞత లేకుండా వ్యవహరించడం ప్రమాదానికి దారితీస్తుందని కొందరు భీతిల్లారు.

"ఇంత బద్మాషులైనారే ప్రజలు" ఒక అధికారి విస్మయాన్ని ప్రకటించాడు.

"గ్రామ గ్రామంలో కామధేనువులుగా ఉంటూ కరువుల్లో, కష్టాల్లో ఆదుకునే దొరలను ఈ విధంగా అవమానపరచడం విశ్వాసఘాతుక" మని ఒక చప్రాసి వ్యాఖ్యానించాడు.

ఆనాడు క్లబ్బులో అందరు ఈ విషయమే ప్రధానంగా చర్చించారు.

"ప్రజలు దినదినం హద్దుమీరి పోతున్నారు."

"చెరువు పంచాయితీలో ప్రజలకు బుద్ధిచెప్పితే ఇంతవరకు రాకపోవును."

"మతపరివర్తన ప్రచారముతో అసలు గ్రామాల పరిస్థితులే మారాయి. బహుశః అంజుమన్ వారు ఈ విషయం ఊహించజాలరనుకుంటాను."

"మతపరివర్తన కాలంలో రామభూపాల్‌రావు చేసిన పిచ్చి పనులవల్లనే ఆ గ్రామ మావిధంగా తయారైంది."

"మీరు గమనించే ఉంటారు. ఈమధ్య ఒక కాంగ్రెసు నాయకుడు ఎక్కడో ఉపన్యాసంలో ఒకమాటన్నాడు. మతపరివర్తన ప్రచారంతో సంస్థానంలో బయలుదేరిన మతతత్వవాదము సమసిపోవాలంటే జాతీయ పునాదులపై రాజకీయ పోరాటం జరుపడం అవసరమన్నాడు. మొత్తానికి ఈ మతపరివర్తన కార్యక్రమం మాత్రం చాలా తీవ్రసమస్యలకు దారితీసింది. ప్రభుత్వ వ్యతిరేకులు ఈ అదను చూచుకొని యిష్టమొచ్చినట్టు దుష్ప్రచారానికి పూనుకున్నారు."

అధికారుల ఆలోచనలను అతిశ్రద్ధగావింటూ, వాటితో సంబంధంలేనట్టు ఒక హిందూవకీలు పత్రికను చూస్తూ కూర్చున్నాడు. అతని దృష్టిని తమవైపు తిప్పాలని ఒక అధికారి ప్రయత్నించాడు.

"మీ గ్రంథాలయంలో కార్యదర్శిగా ఉండి, తర్వాత వేరే అభియోగంలో జేలుకు వెళ్ళిన కంఠీరవం, దిమ్మెగూడెంలో మకాం పెట్టాడట నిజమేనా?"

"అవునట, విడుదల కాగానే అక్కడికే చేరుకున్నాడట. అసలు అతని స్వగ్రామంకూడా దిమ్మెగూడెమే. రామభూపాల్‌రావుతో పాటు ఉన్న వెంకటాచార్యులు కంఠీరవానికి సొంత అన్న అవుతాడు" హిందూ వకీలు సమాధానం చెప్పి అక్కడనుంచి లేచి వెళ్ళిపోయాడు.

"అతనికి ప్రజల్లో మంచి పలుకుబడి ఉన్నదట. అభియోగంలో అన్నను తప్పించలేకపోయాడా?"

"అన్నకు అతనికి పడరాదు. అదిగాక కంఠీరవం దేశదిమ్మరి. ఇల్లు, సంసార విషయం పట్టలేదు. చిన్నప్పటినుంచి దేశాలుపట్టి తిరిగినవాడు. వాడికి నీతి, నిజాయితీ ఎట్లా ఉంటుంది?"

"మొత్తానికి రామభూపాల్‌రావు చిక్కుల్లోపడ్డాడు."

"సహాయం చేసే స్వభావం గలవాడు. మంచిఅనుభవం, అణుకువ, వ్యవహారజ్ఞానం ఉన్నవాడు. నేను మెచ్చుకునేవాళ్ళలో అతనొకరు." ఒక అధికారి సిగరెట్ ముట్టించి బ్రిడ్జి టేబిల్ చేరుకున్నాడు.

"మీ చేతిలో చిక్కాడు. ఇంకా విచారణ జరగాల్సిందెంతో ఉంది" అంటూ ఇంకొకడుకూడా బ్రిడ్జిటేబిల్ చేరుకున్నాడు.

"మేము న్యాయాన్ని చేసేవాండ్లం" అని ఇంకొకడు కూడా బ్రిడ్జిటేబిల్ చేరుకున్నాడు.

"అందుకే ఈ అభియోగంలో రామభూపాల్‌రావుకు న్యాయం కలగాలని మా అందరి అభిప్రాయం."

అభియోగం విచారణ ప్రారంభమైంది. రామభూపాల్‌రావు, వెంకటాచార్యులు హామీపై విడుదల చేయబడ్డా, దిమ్మెగూడెం వెళ్ళడానికి జంకారు. తోడి పెత్తందార్లంతా తీవ్రంగా ఆలోచించారు. కొందరు పెద్ద వకీళ్ళద్వారా వెంకటేశ్వర్రావుపై ఒత్తిడి తెచ్చి అభియోగాన్ని ఎత్తివేయించాల్నని ఎత్తులు వేశారు.

ఆ అభియోగం అటు న్యాయాధిపతికి, ఇటు పెత్తందార్లకు పరీక్షగా తయారైంది. అన్నిటికి బలహీనమైన విషయం - రామభూపాల్‌రావు, వెంకటాచార్యులు తాము నిందితులము కామని రుజువు చేసుకొనే అవకాశం లేదు. అభియోగాన్ని ఉపసంహరింప జేయడమే ఇక మిగిలింది. కాని వెంకటేశ్వర్రావు తన న్యాయశాస్త్ర ప్రతిభను పూర్తిగా ప్రదర్శించి దోషులకు బాగా బుద్ధి చెప్పాలని చాలా పట్టుదల వహించాడు.

తుదకు అభియోగంలో వెంకటాచార్యులకు మూడు సంవత్సరాలు, రామభూపాల్‌రావుకు ఒక సంవత్సరం కఠినశిక్ష విధింపబడ్డది. హైకోర్టులో పునర్విచారణ చేయించడం కూడా లాభంలేదని విరమించుకున్నారు. తీర్పు జరిగిన వెంటనే రామభూపాల్‌రావును, వెంకటాచార్యులను పోలీసులు స్వాధీనంలోకి తీసుకొని నిజామాబాదు జేలుకు చేర్చారు.

22

రామభూపాల్‌రావు వ్యవసాయం, వ్యవహారాలు చూడటానికి అల్లుడు కొండల్‌రావు దిమ్మెగూడెంలో ఉంటున్నాడు. కొండల్‌రావు ఎఫ్. ఏ వరకు చదివాడు. ఆపైన చదువటం ఎందువల్లనో సాధ్యపడలేదు. రామభూపాల్‌రావు పాతకాలంవాడు కాబట్టి కొత్త రాజకీయాలు, పరిస్థితులు తెలియనందున ప్రజలావిధంగా ఆయన్ను కష్టాల పాల్జేశారని కొండల్‌రావు అభిప్రాయం. కొండల్‌రావు విద్యార్థిదశలో ఉత్సాహంగా కొన్ని సభల్లో పాల్గొన్నాడు. ఖద్దరు ధరిస్తాడు. గాంధీ జయంతి, జాతీయవారం సందర్భాన ఉపన్యాసాలు విన్నాడు. హరిపుర కాంగ్రెసు, ఆంధ్ర మహాసభకు వాలంటీరుగా వెళ్ళాడు. వ్యాయామ పోటీల్లో పాల్గొని కొన్నిబహుమతులు కూడా పొందాడు. ఉపన్యాస పోటీల్లోకూడా ఉన్నాననిపించుకున్నాడు. ముఖ్యంగా విద్యార్థిదశలోని తన కార్యకలాపాలతో తాను ఆరితేరిన రాజకీయవేత్తనని, కంఠీరవం మొదలగు రామభూపాల్‌రావు శత్రువులు అల్పులనీ, వెలితిపడే వాండ్లని కొండల్‌రావు అభిప్రాయం. దిమ్మెగూడెంలో కొండల్‌రావు ఉండిందిమొదలు అతనితోడి విద్యార్థులుగా ఉండినవారు అప్పుడప్పుడు రావడం, కులాసాగా వారం పదిరోజు లుండటం, వేటాడటం మొదలైనవి జరుపుతుండేవారు.

కంఠీరవం, వెంకటేశ్వర్రావు మొదలైనవారు దిమ్మెగూడెంలో శాశ్వతంగా ఉండిపోయారు. పాడుబడిన వెంకటేశ్వర్రావు ఇంటిని బాగుచేయించుకొని అంతా అందులో కలిసి ఉండసాగారు. తోటబావి భూమిని స్వాధీనం చేసుకొని కొమరయ్య వ్యవసాయం సాగించాడు. మామిడిచెట్లు, నిమ్మచెట్లు మొదలైన తోటభాగం మాత్రం వెంకటేశ్వర్రావు సొంత పర్యవేక్షణలో ఉంచుకొని శ్రద్ధగా శాస్త్రీయ పద్ధతిని పండ్లు పండించసాగాడు. కామారెడ్డిలో వకీలుగా పనిచేయ మొదలుపెట్టాడు. విజయదేవు, పరంధామయ్యలు మామూలుగా గ్రంథాలయ నిర్వహణలో లీనమై ఉన్నారు. కంఠీరవం, బషీరులు కొమరయ్యకు వ్యవసాయంలో సాయంగా ఉన్నారు. బషీరు విద్యాభ్యాసం మొదలుపెట్టాడు. వెంకటేశ్వర్రావు అప్పుడప్పుడు రైతులకు సంబంధించిన ప్రభుత్వనియమాలను, వాటి లోతుపాతులను ప్రజలకు బోధించేవాడు. కంఠీరవం తనకు నచ్చిన గ్రంథాలను చదివి వినిపించడం, తోచిన విషయాలపై విపులీకరించడం మామూలుగా జరుగుతుండేది. అన్నమ్మ వీరందరిని కన్నతల్లిగా చూచుకుంటుండేది.

ప్రభుత్వం దిమ్మెగూడెం పై బాగాదృష్టిని కేంద్రీకరించి ఉంచింది. పోలీసు శాఖవారు కంఠీరవం మొదలైనవారి విషయంలో చాలా అనుమానంగా ఉంటూ ప్రతివిషయాన్ని జాగ్రత్తగా కనిపెడ్తూ ఉన్నారు. మాటిమాటికి గ్రంథాలయానికి రావడం, ఏమేమో ప్రశ్నలు వేయడం, హెచ్చరించడం జరుగుతుండేది. కోమటివాండ్ల

బాట్ల విషయం, కౌలతల విషయంలో శ్రద్ధ యెక్కువైంది. ముఖ్యంగా దిమ్మెగూడెం ఆ గ్రామ ప్రజలకు కనువిప్పుగాను, ప్రభుత్వానికి హెచ్చరికగాను ఉండింది.

ఒకనాడు కంఠీరవం తల్లి నోదార్చటానికి ఇంటికి వెళ్ళాడు. అతడు తనకు తానే ఇంటికి రావడం ఆండాళమ్మకు అనందం కలిగించింది. కాని మొదటిలాగ ఆప్యాయతను చూపలేదు. కంఠీరవంపై ఆమెకు చిన్నప్పటినుంచి ఉన్న ప్రేమ కొద్దిగా తగ్గింది. వైష్ణవేతరులతో కలిసి ఉండటం, తోడబుట్టినవాని విషయంలో సానుభూతి కలిగి ఉండకపోవటం ఆమె హేయమైన విషయంగా తలచింది.

"రా నాయనా! కూర్చో" అన్నది ఆండాళమ్మ.

"అన్నయ్య ఉన్న ఇంట్లో అడుగు పెట్టకూడదనుకున్న దీక్ష సాగినట్లేనా?" వదినె తాయమ్మ కోపంతో కొరకొర చూస్తూ అన్నది.

ఆమె మాటలకు కంఠీరవం నిర్విణ్ణుడై ఆశ్చర్యంగా తాయమ్మను చూచాడు. ఏదో అనబోయాడు, విచారంగా తల నేలకు వేశాడు.

"అన్నయ్యను విడిపించలేవా నాయనా నీవు? అందరిని దూరం చేసుకొని ఈ నా మొండిబ్రతుకు ఇట్లా ఉండాల్సిందేనా? ఫలానా వారి ఒక కొడుకు ఇల్లు ముంగిలి లేక దేశాలమీద తిరుగుతున్నాడని భ్రష్టుడైందని, ఒక కొడుకు దుర్మార్గం చేసి జేలుకు వెళ్ళాడని లోకం అనుకుంటుంటె ఎట్లా మొకమెత్తుకొని తిరగాలె కొడుక, పదిమందిలో! ఎవరికి లేని పట్టుదలలు, పనులు నీకే ఉండాల్నా కొడుక?" ఆండాళమ్మ గద్గదస్వరంతో అన్నది.

"తా జెడ్డకోతి వనమెల్ల చెరచినట్లు తాను చెడిపోయింది కాక అందరిని చెడగొడ్తేగాని మనసుకు సంతోషము లేదేమో!" తాయమ్మ ముఖమంతా మాడ్చుకొని అన్నది.

కంఠీరవం మానసిక బాధతో నిశ్శబ్దంగా కూర్చున్నాడు.

"చూడు! నీ స్నేహితుడే కాదా! ఆ వెంకటేశ్వర్రావు ఏంచేసిండు? ఎన్నాళ్ళో పాడుబడ్డ ఆ ఇల్లును సొంతం చేసుకున్నాడు. మీలో కలిసి ఉన్నట్టే ఉండి వకీలు పనిచేసి సంపాదిస్తున్నాడు. అన్ని వైరాగ్యాలు నీకేనా?" తల్లి ప్రశ్నించింది.

"నువ్వు నేర్చుకున్న చదువు, చెప్పే బుద్ధులు అన్నీ ఇటువంటివేనా?" తాయమ్మ వెటకారంగా అన్నది.

కంఠీరవం వదినెను గంభీరంగా ఒకసారి చూచాడు. తల్లివేపు పరీక్షగా దృష్టి నిలిపాడు. "అమ్మా! వదినె, నీవు ఒకటై నన్నిట్లా నిందిస్తే ఎట్లా అమ్మా!" అమాయకంగా ఆవేదనతో అన్నాడు.

ఆండాళమ్మ దీనంగా కొడుకును చూచింది. "నిందలా కొడుక ఇవన్ని? మేము అనుభవిస్తున్నదంతా ఏమంటావు? ఇదంతా మేం చేసుకున్న ఖర్మేనా? ఇంతకు మేం ఇట్లా కుమిలి చావాల్సిందేనా, ఏమైనా ఆలోచిస్తావా?" అన్నది.

"అన్నయ్య చాలా పెద్దతప్పు చేశాడమ్మా. అయినప్పుడు చేసిన తప్పుకు శిక్ష అనుభవించక తప్పదుకదమ్మా!" కంఠీరవం మెల్లగా అన్నాడు.

"అవును, కాదామరి! లోకంలో అందరు సత్య హరిశ్చంద్రులైనా ఇక మీ అన్నయ్య ఒక్కడే మహాపాపి అయిండొచ్చు" తాయమ్మ వెంటనే సమాధానమిచ్చింది.

"అదికాదు వదినే. అన్నయ్య చేసింది చాలా పెద్ద తప్పు. నేనేం చేస్త? న్యాయాన్ని లక్ష్య పెట్టక, ఎట్లయినా నా అన్న అని చెప్పి, అన్యాయాన్ని సహిస్తూ ఎట్లా ఊరుకోవాలె చెప్పు? స్పష్టంగా చేసిన నేరం కనబడుతుండె. నే నెవరికైనా ఏమి చెప్తాను? కేవలం నా అన్న అయినందువల్లనే, నేను చెప్పితే వినేవారున్నారని గర్వించి మంచి, చెడ్డ విచక్షణ మరిచిపోవాల్నా వదినె?" ప్రాధేయపడ్తున్నట్లు కంఠీరవం అన్నాడు.

"తోడబుట్టిన వాండ్లకు, కనీసం కావాల్సిన వాండ్లకుండే తాపత్రయం నీకుంటే నువ్విట్లా మాట్లాడవు. ముఖ్యంగా మేము నీకు పరాయవాండ్లం, ఏం చేస్తాం? ఎంత అనుభవమో అనుభవించక తప్పదు. ఫలానా వారి తమ్ముడు అచ్చంగా ధర్మరాజని లోకం అంటుంటే విని అయినా సంతోషిస్తాం. అంతకంటే ఎక్కువ ఏం చేయగలం? చేతకానివాళ్ళం. నువ్వా సమర్థుడివి" అనుకుంటూ తాయమ్మ అక్కడనించి లేచి వెళ్ళిపోయింది.

"అమ్మా! వదినె ఆ విధంగా బాధపడ్తే అందులో ఆశ్చర్యమేముంది? మీ బాధలు నాకు అర్థం కావనుకుంటున్నారా? ఒకడి బాధను నా బాధగా తీసికొనే నాకు, అన్నయ్య జేలుకుపోతే ఆనందంగా ఉంటుందా అమ్మా? నేను ఒక విషయం మీతో మాట్లాడాలని వచ్చిన" దీనంగా కంఠీరవం అన్నాడు.

"మా మీద ఇంకా ఆశపెట్టుకున్నావా కొడుక?" ఆశతో అండాళమ్మ కంఠీరవాన్ని చూచింది. తాయమ్మ వచ్చి అత్త పక్కకు కూర్చున్నది.

"అమ్మా! అందరం కలిసి మెలిసి ఉండటమేగా నీకుకావాల్సింది? నీ హృదయ మటువంటిది. వదినె మనసు కూడా నేను గ్రహించాను. అన్నయ్య ఆపదలో ఉండబట్టిగాని, లేకుంటే మా వదినెకు చాలా ప్రేమ, గౌరవం, మర్యాదలను పాటించక, ప్రజలకు కంటుగా ఉండి రామభూపాల్‌రావుకు బానిసగా ఉండడం మంచిదా చెప్పమ్మ? అన్నయ్య విడుదలై వచ్చేవరకు మీ రిద్దరు వచ్చి మాతోపాటు ఉండాలని నేను మిమ్ముల కోరడానికి వచ్చిన. ఆనందంగా ఉండొచ్చును. నువ్వు నాకేకాదు, మా అందరికి తల్లిగా ఆదరిస్తాం, పూజిస్తాం. ఏమంటావమ్మ?" కంఠీరవం ఆవేదనతో అర్థించాడు. వదినె వైపు ఆశతో చూచాడు.

"నీకు వచ్చిన అప్రతిష్ట, భ్రష్టత్వం మాకు కూడా పంచిపెట్టాలనా నీ అభిప్రాయం? ఈ నాలుగు గోడలు పాడుబడ్తేగాని మీకు ఆనందం కలగదేమో?" తాయమ్మ ఉక్రోషంతో అన్నది.

"ఎందుకు కొత్త కొత్త ఆలోచనలు నాయన? నీవు మాతో కలిసి ఉండాలని

మే మనుకుంటన్నం. కులం, జాతి, ఆచారంలేని మీ మాదిగెల గుంపులో మమ్మెందుకు ఈడుస్తవు?" భారంగా అన్నది.

"మీ ఆచారాలు, విశ్వాసాలలో వెంట్రుకవాసిలోపం రాకుండ చూచే బాధ్యత నాది. మీ యిష్టం ప్రకారం మీ నిష్ఠలు, కట్టుబాట్లు మీరు నడుపుకోవచ్చు. నేను ఒక్కడిని ఇల్లు విడిచి పోయినందుకు తహతహ పడ్డావు కదమ్మ! నావంటి వాండ్లు, ఇంకా నల్గురు కొడుకులను నీ చల్లని నీడకిందకి తేవాలని అనుకుంటున్నాను. దీంట్లో నీకు ఆనందమే ఉంటుంది కదమ్మ! మాదిగె గుంపు అని అంత చులకనగా తీసేయకు. నేనే అంటే నాకంటే ఎక్కువ కష్టాలు అనుభవించి, దిక్కు దెసలేక సద్భావం, సహవాసం అండగా వున్నవాండ్లు వాండ్లంతా. నేను జేలులో ఒక స్నేహితుడిని సంపాయించుకున్న, అతడే బషీరు. కోమటిగ బుట్టి, తురకగా పెరిగి, దొంగగా జీవిస్తుంటే మనిషిని చేద్దామని వెంట తెచ్చుకున్న. విజయదేవు చదువుకున్నవాడు, బుద్ధిమంతుడు. తన విశ్వాసాలకు అందని సమాజానికి దూరమై కష్టించే ప్రజలను, నీతిగల వ్యక్తులను అండగా చేసుకొని ఇల్లు, ఊరు వదిలి యిక్కడ ఉన్నడు. వకీలు సంగతి వేరే ఏమీ చెప్పాల్సింది లేదుగదా! అతనికి తల్లిలేదు, తండ్రిలేడుకదా! ఉన్న భూమి కొమరయ్యకు ఇచ్చిండు. అతని ఇంట్లో మేమంతా ఉంటున్నం. ఇక పరంధామయ్య సంగతి. సవతి తల్లి పోరుపడలేక, తండ్రి ఆదరం లేక అనాథుడుగా లేచి వచ్చి మాలో ఒకడై జీవిస్తున్నాడు. వీరందరికి తల్లియై బతకటంకంటే నీకు వేరే ఆనందం ఏముంది! ఇంకో సంగతి. అన్నయ్య విడుదలకాగానే నేను ఆయన్ను దొరతో దూరంచేసి, మాలో ఒకనిగా ఉంచుకోవాల్నని అనుకున్న. ఇదీ నేను వచ్చిన పని" కంఠీరవం మనోవేదనను బయటపెట్టాడు.

భర్తను గురించి కంఠీరవం అన్నమాటలతో తాయమ్మకు కొంచెం శాంతం కలిగింది. కోపం తగ్గించుకుంది, ఆలోచనా ధోరణిలో కంఠీరవాన్ని చూచింది.

"నాకెటూ తోచటంలేదు. నేను పిచ్చిదాన్నయ్యేటట్టుంది. కన్నకొడుకులు కష్టపడ్తుంటే ఆదుకోలేని వ్యర్థపు బతుకు నాది" ఆండాళమ్మ అయోమయంగా మాట్లాడింది.

"తొందరేం లేదు. మీరు నిదానంగా ఆలోచించుకోండి" అని కంఠీరవం వెళ్ళిపోతుంటే తల్లి వదినె దిగాలుపడి చూచారు. ఈ విధంగా కంఠరీవం అప్పుడప్పుడు ఇంటికి వెళ్ళటం, తల్లితో, వదినెతో మాట్లాడటం జరుగుతుండేది. దీనివల్ల కంఠీరవం గురించి ఉన్న చెడ్డ అభిప్రాయాలు పోయి ప్రేమ, విశ్వాసాలు కలిగాయి.

23

ఒకనాడు హైద్రాబాదునుండి వచ్చిన పత్రికలతోపాటు ఒక రిజిస్ట్రీ కాగితాలకట్టకూడా వచ్చింది. అప్పుడు కంఠీరవం ఒకడే ఇంట్లో వున్నాడు. కంఠీరవం ఆతురతతో విప్పి చూచాడు. కొన్ని అచ్చు కరపత్రాలు, జగపతిరెడ్డి కంఠీరవానికి ప్రత్యేకంగా రాసిన ఉత్తరం అందులో ఉన్నాయి. కరపత్రాన్ని, ఉత్తరాన్ని మరీమరీ చదివాడు. ప్రత్యేకంగా వాటిలోని కొన్ని వాక్యాలు కంఠీరవాన్ని ఉత్తేజ పరిచాయి. చాలా ఉప్పొంగి పోయాడు. ఒళ్ళుమరచి పరిసరాలను పరికించాడు. ఆలోచనలో పడ్డాడు. "హైద్రాబాదు సంస్థానంలో కాంగ్రెసు పోరాటం! అబ్బా! ఎన్నాళ్ళకు?" హృదయంలోనుంచి ధ్వనించింది. తాను చూస్తున్న కుళ్ళు, కుట్రలు, కుతంత్ర పరిపాలన నిర్మూలనమై, తా నాశించిన ఆదర్శ ప్రభుత్వం సాధించే అవకాశం కలిగిందని ఉబ్బి తబ్బిబ్బైనాడు. మత వివక్షతతో కూడిన నిరంకుశ ప్రభుత్వం నామరూపాలు లేకుండ నిర్మూలనమయ్యే రోజులొచ్చాయని ఉల్లాసపడ్డాడు. కరపత్రం తిరిగి చదువసాగాడు.

"ప్రజల అవివేకం, అజ్ఞానం, అమాయకత్వం కారణంగానే ప్రతి నిరంకుశ ప్రభుత్వం అధికారం నడపగలుగుతున్నది. నిద్రాణమైయున్న ప్రజల చైతన్య తాకిడికి తట్టుకొనే శక్తి ఈ ప్రభుత్వాల కుండదు. అట్టి ప్రజా చైతన్య వాహినితో పాపపంకిలమైన ఈ పాపపు రోజులనుండి మనమంతా బైటపడటానికి ఉద్యుక్తులంకావలె. చీకటి గదులైన సంస్థానాల్లో అగ్రస్థానము కలిగిఉన్న హైద్రాబాదు సంస్థానంలో ఉక్కిరి బిక్కిరవుతున్న ప్రజలు స్వేచ్ఛావాయువులు పీల్చే సదవకాశం లభించింది. ఈ చీకటి గదుల యొక్క కృత్రిమ గోడలను నేలమట్టంచేసి, సోదరభారతీయులతో భుజం భుజం కలిపి మన హక్కులను మనం సాధించుకోవాలె. బాధ్యతాయుత ప్రభుత్వం వల్లనే అట్టిది సాధ్యమవుతుంది."

కంఠీరవం జగపతిరెడ్డి ఉత్తరం తిరిగి తెరిచాడు. "అసఫ్‌జాహి వంశ చరిత్ర మొత్తం అవినీతి, కుట్ర, ద్రోహాలతో నిండివుంది. అట్టి వారికి విధేయులుగా బ్రతుకుటే సిగ్గుచేటు" అని ఉన్న ఉత్తరంలోని భాగం చదివి, కంఠీరవం తనకు తాను నవ్వుకున్నాడు. "రాజ్యాల స్థాపనకు రాజవంశాలకు ఘనతతెచ్చే చరిత్రంటూ ఏదైనా ఉందా?... ఈ భ్రమ కొన్నాళ్ళు. ఈ భ్రమ తొలగటానికి కొంతకాలం వృధా కావాలె కాబోలు" కంఠీరవం అటూ ఇటూ పచారు చేస్తూ ఆలోచించసాగాడు.

ఆ కాగితాలు తీసుకొని గ్రంథాలయానికి చేరుకున్నాడు. "కేవలం న్యాయంసాధించుటకో, స్థాపించుటకో అవతరించిన రాజులుగాని, రాజ్యాలుగాని ఉన్నాయంటారా?" కంఠీరవం తన చేతిలోని కాగితాలను విజయదేవుకు అందిస్తూ అడిగాడు.

విజయదేవు ఆతురతతో కాగితాలను చదువసాగాడు.

"మన నిజాం ప్రభుత్వ వంశ చరిత్రను గురించి జగపతిరెడ్డిగారి వాక్యాలు గమనించండి" తిరిగి విజయదేవు నుద్దేశించి కంఠీరవం అన్నాడు.

కంఠీరవం ప్రశ్నను వినిపించుకోకుండానే, వికసించిన ముఖంతో, "శుభసమయ మాసన్నమైంది" అంటూ కంఠీరవాన్ని ఉత్సాహంతో చూచాడు విజయదేవు.

"ముఖ్యంగా అందరూ ద్వేషించే ఈ నిరంకుశ ప్రభుత్వానికి తుది ఘడియలు దగ్గరికి వచ్చాయి" కంఠీరవం కిటికీలోంచి బయటకు చూస్తూ అన్నాడు.

విజయదేవు మళ్ళా కరపత్రం చదువసాగాడు. "ఆలస్యమైనప్పటికి, ఆఖరుకు మనంకూడా ముందడుగు వేసేరోజు వచ్చింది. హైద్రాబాదులో కాంగ్రెసు ఉద్యమం ప్రారంభించడమంటే గుట్టను కదిలించడమన్నమాట" విజయదేవు కంఠీరవంవైపు చూడకుండానే కరపత్రంతో చెప్పుతున్నట్లు అన్నాడు. "నిజంగా జగపతిరెడ్డిగారు ఓ చక్కని వాక్యం వాడాడండి మన రాజవంశం గురించి, మీరు గమనించి ఉంటారు" విజయదేవు పట్టరాని సంతోషం ప్రదర్శిస్తూ అన్నాడు.

"ప్రతీ రాజవంశం పాపంతో కూడుకొని ఉన్నదని చరిత్ర రుజువుచేస్తున్నది. బడితె గలవాడిదే బర్రె" సూత్రం ప్రకారం ప్రభవించినవారే క్రమంగా రాజులయ్యారు. క్షాత్రం పేరా, శౌర్యం పేరా దేశాధిపతులయ్యారు. అయినపుడు ఒకరాజు గొప్పవాడని, లేక వాని వంశం పవిత్రమైందని, ఇంకొక రాజు పాపి అని అనడంలో అర్థంలేదు" నికరంగా అన్నాడు కంఠీరవం.

"న్యాయశాస్త్రాలకు, ధర్మసూత్రాలకు కట్టుబడి నీతిని, నిజాయితీని కాపాడుకుంటూ ఆదర్శనీయు లనిపించుకున్న రాజుల చరిత్రలు చాలా ఉన్నాయి. ఎందుకు లేవు?" విజయదేవు సమాధానమిచ్చి, హిందీ పత్రికను విప్పాడు.

"మీరు పేర్కొన్న ఆ ఆదర్శ ప్రభువులు తమ ఘనతకు, లాంఛనాలకు, ఆడంబరాలకు, అధికారాలకు అడ్డంకులు, ఆక్షేపణలు రానంతవరకే ఆదర్శనీయులు. లేక ఇంకో విధంగా ఆలోచిస్తే అతి క్రూరంగా పరిపాలించే వేరేవానితో పోలిస్తే మెరుగ్గా తోచవచ్చు. అంతేకాని కేవలం ప్రజల ప్రతినిధులుగా, ప్రజల సర్వతోముఖాభివృద్ధినే పరమాశయంగా పెట్టుకొని స్థాపించిన, సాధించిన రాజవంశాలుగాని, రాజులుగాని లేరనే నా దృఢ విశ్వాసం" కంఠీరవం అన్నాడు.

"అంటే ఒక విషయం మన దృష్టిలో ఉంచుకోవాలె. నేడు మనల నెదుర్కొంటున్న సమస్యలు, కష్టాలు, కరువులు, కాటకాలు పూర్వకాలం అంతగా వున్నట్టు ఆధారాలు లేవు. కాబట్టి నాడు ప్రజలు - ప్రభుత్వం అనే సమస్యలు, వైషమ్యాలు బయలుదేరుటకు, అవిశ్వాసము ప్రబలుటకు అవకాశం లేకుండె ననుకుంటాను" విజయదేవు సమాధాన మిచ్చాడు.

“అయిన నేను సూటిగా ఒకటి అడుగుత. నాడు బీదలుండిరా? బికారులుండిరా? అసహాయులు, అనాధలుండిరా? కొంచెం శాంతంగా ఆలోచించండి. తరచి చూస్తే ఉన్నట్టు తేల్తుంది. ఏ దేశములో అట్టి పరిస్థితులుండునో ఆ దేశ పరిపాలనా వ్యవస్థ లోపభూయిష్టమై ఉందన్నమాట. అవే ప్రబల తార్కాణాలు, సజీవసాక్ష్యాలు. దేశములందలి అవకతవలకు, బీదలపాట్లకు, సంపన్నుల వైభోగాలకు దైవిక కారణాలని కొన్నాళ్ళు గడిపారు. ధర్మసూత్రాలపేర కొన్నాళ్ళు కప్పిపుచ్చారు. బాధితులు కండ్లు తెరచి, రెచ్చిపోయి, హేతువాదనలకు దిగేవరకు పశుబలాన్ని చేపట్టారు. అది ఇంకా సాగుతూనేవుంది. కాబట్టి అనవసర భ్రాంతులతో కొట్టుకపోకండి. మనిషి మనిషిగా జీవించేమార్గమేదో అది ఒకటే మనకు గీటురాయి. ఆ ఆత్మవిశ్వాసం కలిగిఉండి స్పష్టమైన గమ్యం తెలిసికొని రంగంలో దూకంది లాభంలేదు. స్వాతంత్ర్యం, అధికారం ఏ ఒకరి సొత్తుగాక ఎల్లరి అనుభూతికి, ఆచరణకు అందుబాటులోనుండే సమిష్టి హక్కుగా పరిణమించినప్పుడే ఏదేశమైనా సుభిక్షంగా ఉంటుంది. బాధ్యతా రహిత ప్రభుత్వాల ఉనికి నశిస్తుంది. సరే, మన భావాలతోపాటు మన సంసిద్ధతను కూడా జగపతిరెడ్డిగారికి తెలుపుదాం” అని కంఠీరవం అంటుండగా వెంకటేశ్వర్రావు, పరంధామయ్య, బషీరు మాట్లాడుకుంటూ గ్రంథాలయంలోకి ప్రవేశించారు.

“ఏం బషీర్! మళ్ళా మనం వచ్చినచోటికి వెళ్ళాలె” కంఠీరవం ముసిముసిగా నవ్వుతూ అన్నాడు.

“మీ రాజవంశానికి రోజులు దగ్గరికివచ్చాయి” విజయదేవు హేళనగా అన్నాడు.

బషీరు దిగాలుపడి చూచాడు. పరంధామయ్య విజయదేవు చేతిలోని కాగితాలను ఆతురతతో తీసుకున్నాడు. వెంకటేశ్వర్రావు, పరంధామయ్య కలిసి చదువసాగారు.

“ఏం సంగతి మారాజ్?” బషీరు మందహాసంతో అడిగాడు.

“ఏమీలేదు. ఇప్పటి సర్కారును పూర్తిగా మార్చేసి, మొత్తం ప్రజల ఇష్టంపైన కొత్తసర్కారును ఏర్పాటుచేయాలని కొంద రనుకుంటున్నారట. ఆ సంగతే జగపతిరెడ్డిగారు వ్రాశారు.”

“అయితే మనమేం చేయాలె?”

“చాలా చేయాల్సుంటుంది. ఊడలుపారిన, మర్రిచెట్టును చూచుంటావు. అంతగట్టిగా వేళ్ళు పాతుకొని ఉంటాయి ప్రభుత్వాలు. మరి మర్రిచెట్టును పీకేయడమంటే ఒకరిద్దరితో అయ్యేదికాదు” ఇంకా కంఠీరవం పూర్తిచేయకముందే మధ్యలో విజయదేవు కల్పించుకొని “భూమిలో ఒక్కవేరున్నా దాని దుంపతెగ మళ్ళా చిగురుపెట్టుంది ఆ మర్రిచెట్టు” అని నవ్వాడు.

కంఠీరవం తిరిగి చెప్పసాగాడు. “మరి ఈ ప్రభుత్వాలను మార్చడానికి

ప్రజలంతా ఒకటయ్యేవరకు, కుక్కను తలుపుపెట్టి కొటితే పైనబడి కరుస్తాదంటారే, అట్లనే ఈ సర్కారోళ్ళంతా ఇష్టమొచ్చిన పనిచేస్తారు.”

“మనం జేలుకు పోవాల్నా మళ్ళ?” బషీరు అమాయకంగా అడిగాడు.

“అవును. వందలఏండ్లనించి ఇష్టమొచ్చినట్లు ఆటలాడిన ప్రభుత్వం తనకింద అణగివున్న ప్రజలు ఎదురుతిరిగితె ఊరుకుంటుందా? రెచ్చిపోయి పిచ్చి పనులన్నీ చేస్తుంది. దాంట్లో జేళ్ళలో పెట్టడంకూడా ఒకటి. మరి మొదటిసారి నన్ను జేలుకు పంపిందెందుకో ఎరికేనా?” కంఠీరవం విపులీకరించాడు. “మంచి ప్రభుత్వం వచ్చేదాకా కష్టాలు తప్పవు.” తిరిగి అన్నాడు.

“మంచి ప్రభుత్వమంటే?” బషీరు ఆదుర్దాగా అడిగాడు.

“మంచి ప్రభుత్వంలో నీ తల్లిదండ్రులవలె పొట్ట కెళ్ళక కన్నబిడ్డలను అమ్ముకోరు, వదులుకోరు. అన్యాయంగా ఇతరుల ఆస్తులను ఆక్రమించరు. ఒకనికి ఒకనికి ద్వేషం ఉండదు. అన్నంలేదని అరచేవాండ్లుండరు. చదువురాని వాడు ఉండడు. అందరు నీతితో ఉంటారు. కట్టుగా ఉంటారు. దయతో మెలుగుతారు. ముఖ్యంగా అంతా ఆప్తులుగా బతుకుతారు” అని కంఠీరవం ముగించి, “పరంధామయ్యగారు! మనమంతా ఒకసారి హైద్రాబాదుకు వెళ్ళిరావాలె” ఆలోచనా ధోరణిలో అన్నాడు.

“అయితే మారాజ్! ఇక్కడ మనమంతా కలిసున్నట్టే అంతా కలిసుంటరన్నమాట మంచి ప్రభుత్వంలో?” బషీరు ప్రశ్నించాడు.

కంఠీరవం మందహాసం కురిపిస్తూ “అవును” అన్నాడు.

ఒకనాడు కంఠీరవం అందరితోకలిసి ఇంటికివెళ్ళి తల్లి, వదినెల కాళ్ళపైబడి, “వెళ్ళొస్తమ్మా” గంభీరంగా అని తిరిగి వచ్చాడు.

కొమరయ్య తప్ప అందరూ హైదరాబాదు బయలుదేరారు. వీరు వెళ్ళిపోయిన కొద్దిదినాలకే హైద్రాబాదులో స్టేటు కాంగ్రెసు ప్రథమ సత్యాగ్రహం ప్రారంభమైంది.

ఇంతలో రామభూపాల్‌రావు శిక్ష ముగిసి దిమ్మెగూడెం చేరుకున్నాడు. వచ్చీ రావడంతోనే అధికార వర్గానికి అండగా నిలిచి గ్రామ ప్రజలపై అధికారం చేయడం సాగించాడు. గ్రంథాలయం మూతపడ్డది. వెంకటేశ్వర్రావు యింటిలో పోలీసు నాకా పెట్టించాడు.

వెంకటేశ్వర్రావు డిక్టేటరుగా, బషీర్, కంఠీరవం, పరంధామయ్య, విజయదేవు అనుచరులుగా ఒక దళంగా సత్యాగ్రహంచేసి నిర్బంధించబడ్డారు.

❀ ❀ ❀